अभिप्राय

अपघाताने आई-वडील होणे शक्य; पण सुजाण पालक होण्यासाठी परिश्रमाची गरज

दैनिक लोकमत, २४-१२

बालकांच्या विकासासाठी

दैनिक लोकसत्ता, ३-१२

डॉ. सुचित तांबोळी यांचे 'मुलांच्या समृद्ध जीवनासाठी' हे पुस्तक या २१व्या शतकातल्या पालकांसाठी अत्यंत उपयुक्त आहे. बालविकास व बालमानसशास्त्र यावर डॉ. तांबोळी यांचे प्रभुत्व दिसते. तसेच या क्षेत्रातील त्यांचे कार्यही उल्लेखनीय आहे. या पार्श्वभूमीवर त्यांनी लिहिलेल्या या पुस्तकाचे महत्त्व जास्त वाढते.

डॉ. आनंद पंडित यांनी प्रस्तावनेत म्हटल्याप्रमाणे मानसशास्त्राच्या विद्यार्थ्यांनाही हे पुस्तक पालकांइतकेच उपयुक्त ठरेल. पालकांच्या मनातील अनेक प्रश्नांची उत्तरे या पुस्तकात नक्कीच सापडतील.

दैनिक सकाळ (नासिक) १२-८-२००१

गिफ्ट

गुड मॉर्निंगचा SMS वाचताना
माझे डोळे इतके दमलेले असतात.
आणि कुशीत शिरावसं वाटतं तेव्हा
पालक ऑफिसमध्ये रमलेले असतात.
२१व्या शतकात तंत्रज्ञान
इतकं म्हणून झेपावलं आहे.
मुलास सकाळी उठविण्याचं काम
आईनं मोबाइलवर सोपावलं आहे.
T.V., Comp., Cell आणि Ipod
दिवस माझा तारून नेतात.
A/Cत बसून दमलेले आई-बाबा
Almost रात्रीच घरी येतात.
रेडिमेड पिझ्झा खायला मला
अजिबातच वेळ लागत नाही.
पोट गच्च भरतं पण
भूक मात्र लागत नाही.
आजी असतानाचे घर आमचे
आता पूर्वीसारखं राहिलं नाहीये.
Kitchenमध्ये मी आईला
कित्येक दिवसांत पाहिलं नाहीये.
एक एक सीरियल पाहताना
त्यांचा चॅनलवरून वाद होतो.
संवाद सुरू होण्याआधीच
दिवस माझा संपून जातो.

टेम्परदी बनलेल्या नात्यामध्ये आमच्या
आता पर्मनंट गॅप आली आहे.
प्रोग्रेस कार्डवर सही करण्याचीसुद्धा
हल्ली मला प्रॅक्टिस झाली आहे.
कामांच्या व्यापात बाबा तर
गुरफटून गेला आहे.
माझा Standard लक्षात ठेवण्यासाठी
त्यांनी Reminder सेव्ह केला आहे.
तसे रोजच भेटतो एकमेकांना
पण उद्या मात्र भेटण्याचे प्रयोजन आहे.
धमाल Celebration साठी माझ्या
वाढदिवसाचे Occasion आहे.
वेळात वेळ काढून या
असा मेसेज त्यांना केला आहे.
Positively Try करू
त्यांचा Reply सुद्धा आला आहे.
रोजच्यापेक्षा वेगळं घडलंय काहीतरी
माझ्यासाठी हे Feeling खरंच अगदी नवं आहे.
माझ्यासाठी 'बोलण्यासाठी रोज फक्त एक तास'
एवढंच मला त्यांच्याकडून
Birthday Gift हवं आहे.

कवी : ऋषिकेश पत्की

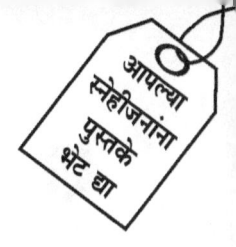

आपल्या स्नेहीजनांना पुस्तके भेट द्या

मुलांच्या समृद्ध जीवनासाठी

डॉ. सुचित तांबोळी

मेहता पब्लिशिंग हाऊस

Please contact us at **Mehta Publishing House,** Pune.
Email : production@mehtapublishinghouse.com
Website : www.mehtapublishinghouse.com

- *या पुस्तकातील लेखकाची मते, घटना, वर्णने ही त्या लेखकाची असून त्याच्याशी प्रकाशक सहमत असतीलच असे नाही.*

MULANCHYA SAMRUDDHA JEEVANA SATHI
by Dr. SUCHIT TAMBOLI

मुलांच्या समृद्ध जीवनासाठी : डॉ. सुचित तांबोळी / मार्गदर्शनपर

© डॉ. सुचित तांबोळी

Email : author@mehtapublishinghouse.com

प्रकाशक : सुनील अनिल मेहता, मेहता पब्लिशिंग हाऊस,
१९४१, सदाशिव पेठ, माडीवाले कॉलनी, पुणे – ४११०३०.

मुखपृष्ठ : बाबू उडुपी

प्रकाशनकाल : जानेवारी, २००१ / ऑक्टोबर, २००१ / ऑगस्ट, २००३ /
ऑगस्ट, २००५ / जानेवारी, २००८ / ऑगस्ट, २०१० /
जुलै, २०१३ / ऑक्टोबर, २०१५ /
सुधारित नववी आवृत्ती : सप्टेंबर, २०१९

P Book ISBN 9788177665925
E Book ISBN 9788184989007
E Books available on : play.google.com/store/books
www.amazon.in

माझ्यावर संस्कार करणाऱ्या व मला घडवणाऱ्या माझ्या आईस...
मला अत्यंत मोलाची साथ देणारी माझी स्फूर्तिदेवता, माझी सहचारिणी
सौ. नेहास...
ज्यांच्यावर या बालविकास केंद्राचे प्रयोग प्राथमिक स्वरूपात झाले,
ती माझी मुलं क्षितिज व अन्वेष आणि असंख्य बालके...
ज्यांच्यामुळे कुटुंबसंस्थेचा खऱ्या अर्थाने लाभ घेता आला,
अशा माझ्या वडिलांना व बहिणीला...
मनापासून प्रेम व प्रोत्साहन देऊन हे पुस्तक साकारण्यास मदत केली,
त्या सर्वांना...

नवव्या आवृत्तीच्या निमित्ताने...

चौदा वर्षांत आठ आवृत्त्या! वाचकांनी या पुस्तकाला दिलेल्या प्रतिसादाबद्दल मनात कृतज्ञता आहेच, तसेच जबाबदारीची जाणीवसुद्धा आहे. आपल्या पुस्तकात सर्व माहिती शास्त्रीय ज्ञानावर आधारित आहे.

२० जानेवारी, २००२ रोजी अहमदनगर येथे सुरू झालेल्या राष्ट्रीय पातळीवरच्या बालविकास केंद्राचा मागील साडेपाच वर्षांत झपाट्याने विकास झाला. महाराष्ट्राबरोबर ओरिसा, पाँडेचरी, दिल्ली अशा ठिकाणाहूनसुद्धा पेशंट यायला सुरुवात झाली.

गेल्या सत्तावीस वर्षांत 'चिरंजीव क्लिनिक' ही बालविकासाची चळवळ म्हणून विकसित झाली. विविध विषयांचे तज्ज्ञ गेल्या सत्तावीस वर्षांपासून एकत्र तर आहेतच; पण आपापले क्षेत्र विस्तृत करत उत्तम निकाल पेशंटच्या उपचारात सहभाग देत आहेत. मुंबई, दिल्ली, चेन्नई, गुवाहाटी, कटक, कोलकाता, गुरगाव, गोवा, इस्तंबूल, सिंगापूर, मनिला यांसारख्या ठिकाणी मानद वक्ता, तसेच संशोधक म्हणून मान्यता मिळण्यास तुम्हा पालकांचा सहभाग व प्रतिसाद कारणीभूत आहे, याची नम्र जाणीव मला आहे.

या पुस्तकात आजारांची माहिती व प्रतिबंधक उपचार, तसेच मुलांचा सुयोग्य आहार यात रोजच्या जीवनातले पदार्थ व जीवनसत्त्वे, कॅल्शियम इत्यादी यांचे प्रमाण हा तक्ता, अभ्यास कौशल्यांची मूलभूत माहिती समाविष्ट केली आहे. स्थूलपणाचे मुलांमधील प्रमाण वाढते आहे, त्याबद्दल माहिती नवीन आहे. वयात येताना जीवनकौशल्ये मुलांना शिकवणे हे अत्यंत गरजेचे ठरले आहे.

पाचव्या आवृत्तीतली चिकनगुण्या, आहार व अपंगत्व, वाढीचे मापन ही माहिती नवीन आहे. सहाव्या आवृत्तीच्या निमित्ताने स्वाइन फ्लू, जुलाबावरील लस

व कॅन्सरवरील लस यांची नव्याने दिली होती, तर सातव्या आवृत्तीत गोचिड ताप, दोन वर्षांच्या आतील मुलांची शाळा, नवीन लसीकरण तक्ता हे समाविष्ट केले होते.

आठव्या आवृत्तीत भारतीय बालरोगतज्ज्ञ संघटनेने प्रमाणित केलेले, जानेवारी २०१५ला प्रकाशित झालेले वाढीचे तक्ते प्रथमच समावेशित करण्यात आले आहेत. सर्वसामान्य मुलांचा अभ्यास करून तयार केलेल्या या तक्ते प्रमाणीकरण समितीत भारतातील सहा बालरोगतज्ज्ञांमध्ये माझा समावेश होता.

नवव्या आवृत्तीत इंटरनेटचे परिणाम तसेच स्वकेंद्रित मुले या सध्याच्या ज्वलंत प्रश्नांवर नवीन लिखाण केले आहे तसेच जुने संदर्भ बदलले आहेत.

२०१३ला केंद्र सरकारच्या समितीचा सल्लागार, २०१५मध्ये महाराष्ट्र शासनाच्या अपंग प्रमाणीकरणाच्या समितीचा अध्यक्ष, २०१४-१५मध्ये वाढ-वर्तन-विकास समितीचा राष्ट्रीय अध्यक्ष, अशा खूप सन्माननीय पदांवर काम करण्याची संधी मिळाली. २०१६ ते २०१९ Cradle to Crayon या कार्यशाळेचा राष्ट्रीय मार्गदर्शक या नात्याने २५,००० बालरोगतज्ज्ञांना प्रशिक्षण देण्याची संधी मिळाली.

MUHS या आरोग्य विद्यापीठातर्फे मे, २०१८ मध्ये मला Ph.D.चा गौरव प्राप्त झाला. ही पदवी मिळवणारा या विद्यापीठाचा महाराष्ट्रातील पहिलाच प्रॅक्टिसिंग बालरोगतज्ज्ञ म्हणून हा सन्मान मिळाला. अतिदक्षता विभागातील नवजात अर्भकांचे अपंगत्व ४०% ने कमी होऊ शकते, हा सिद्धान्त विद्यापीठाने मान्य केला. सर्वांत महत्त्वाचे म्हणजे या पुस्तकात दिलेला बौद्धिक विकास कार्यक्रम या संशोधनासाठी वापरण्यात आला. हे संशोधन जागतिक परिषदेतसुद्धा सर्वमान्य झाले.

मी पौगंडावस्थेतील मुलांसाठी गेली पंधरा वर्षे काम करतो आहे. भारतातील पहिला, केरळ युनिव्हर्सिटीचा PGDAP (Post Graduate Diploma in Adolescent Pediatrics) हा कोर्स मी पूर्ण केला असून किशोरावस्थेवर लिखाण, कार्यशाळा सुरू आहे. पौगंडावस्था व किशोरावस्थेवरील मुलांसाठी पुस्तक खरंतर बारा वर्षांपासून तयार आहे. गेल्या काही वर्षांत निरनिराळ्या शाळांमधून मुलांनी

विचारलेले प्रश्न बौद्धिक, सामाजिक, वर्तन इ. प्रकारे वर्गीकरण करून मुलांच्यासाठी 'प्रश्न मनातले' तयार करण्याची इच्छा आहे. आता मुलांचा बौद्धिक विकास यासंदर्भात खेळणी व वातावरणाचा सखोल विचार सांगणारे (० ते ६ वर्षे) पालकांसाठी वेगळे पुस्तक तयार आहे. नवीन संदर्भ व संपादन बाकी आहे. लवकरच ते वाचकांना वाचायला मिळेल. 'यू ट्यूब' व्हिडिओमार्फत तसेच 'फेसबुक' पेजद्वारे पालक प्रशिक्षण सुरू असून 'मुलांची काळजी कशी घ्यावी?' हा पहिल्या सहा महिन्यांसाठीच्या मुलांच्या पालकांना उपयोगी व्हिडिओ चार लाख लोकांनी पाहिला असून तो अत्यंत लोकप्रिय आहे. यू ट्यूब चॅनेलवर आता आठ व्हिडिओ आहेत.

इंग्रजी भाषेत Behavioral problems in adolescent या पुस्तकात लेखक म्हणून तसेच Parenting From Womb to Adolescent आणि IAP Health book या पुस्तकांचे प्रमुख संपादक म्हणून २०१५मध्ये काम पाहिले. या पुस्तकांचा सुजाण पालकांना खूप उपयोग होत आहे. २०१९ साली मुलांच्या वर्तन समस्यावरील कार्यशाळेचा राष्ट्रीय मार्गदर्शक म्हणून सन्मान मिळाला.

बाळाच्या विकासासाठी मार्गदर्शक असा मानदंड या पुस्तकाने निर्माण केला आहे. पालकांच्या बरोबर शिक्षकांना, मानसोपचारतज्ज्ञांना व बालरोगतज्ज्ञांना याचा उपयोग होतो आहे.

या नवव्या आवृत्तीलासुद्धा पहिल्या आवृत्त्यांसारखा वाचकांचा मनापासून प्रतिसाद लाभेल, याची खात्री आहे. वाचकांच्या प्रतिक्रियांचे स्वागतच आहे. वाचकांना परत मनापासून धन्यवाद!

– डॉ. सुचित तांबोळी

प्रस्तावना

निसर्गाने जेव्हा मानवाला निर्माण केले, तेव्हा त्याची कित्येक कोटी वर्षांची तपश्चर्या फळाला आली. मानवाने मानवाचाच अभ्यास जेव्हा सुरू केला, तेव्हा असे लक्षात आले की, हे फारच अवघड तंत्र आहे. त्यातूनच त्याची पहिली काही वर्षे तर अनाकलनीय आहेत.

बाळाची वाढ, विशेषत: मानसिक वाढ ही त्याच्या उपजत गुणवत्तेबरोबर त्याच्या वातावरणाशी निगडित असते. या पुस्तकात त्याची सोप्या शब्दांत मांडणी केली आहे.

डॉ. सुचित तांबोळी काही वर्षांपूर्वी माझे विद्यार्थी होते. विद्यार्थिदशेतच त्यांना बालमानसशास्त्र आणि बालकाचा सर्वांगीण विकास या विषयांबद्दल अतिशय जिज्ञासा होती. त्या विषयात पारंगत होण्यासाठी त्यांनी खूप मेहनत केली. पुण्याच्या आणि बडोद्याच्या डॉ. प्रमिला फाटक, त्रिवेंद्रमचे डॉ. नायर अशा गुरुजनांकडे त्यांनी अनुभव घेतला. पुस्तकात त्यांचा या विषयातील अनुभव स्पष्ट दिसतो.

आजच्या धकाधकीच्या जीवनामध्ये तरुण पालकांना या पुस्तकामुळे निश्चितच योग्य मार्गदर्शन मिळेल. हे पुस्तक वाचल्यावर मानसशास्त्राच्या विद्यार्थ्यांना वैद्यकीय दृष्टिकोनामधून बालकाकडे पाहावयाची संधी मिळेल.

माझा या उपक्रमास मनापासून आशीर्वाद व शुभेच्छा!

– डॉ. आनंद पंडित

मनोगत

'बालविकास हे काय आणखी नवीन खूळ काढलंय?'

'तुमची वाढ नाही का झाली? काय अडलं तुमचं किंवा आमचं लहानपणी, सांगा बरं?'

'छे:! नगरसारख्या ठिकाणी तू बालविकास केंद्र टाकतोहेस! तुला बंद करावे लागेल!'

अशा प्रकारच्या अनेक प्रतिक्रिया मी जानेवारी ९२ला जेव्हा क्लिनिक सुरू करण्याचा निर्णय घेतला, तेव्हा उमटल्या. माझं उद्दिष्ट डोळ्यांसमोर असल्यानं मी निश्चिंत होतो. डॉ. आनंद पंडित हे माझे गुरू. ते आमच्या गुरुपौर्णिमेच्या कार्यक्रमात बऱ्याचदा खंत व्यक्त करायचे की, बालविकास केंद्र हा अत्यंत महत्त्वाचा विषय बालरोगतज्ज्ञांकडून मागे पडतोय. सर एकदा म्हणाले की, आता लोकांमधली जागरूकता वाढत असल्याने व नवीन उत्तम लसींचा शोध लागत असल्याने आजाराचे प्रमाण कमी होत जाईल. एक-दोन मुलं असल्याने व गतिमान आयुष्याचे दुष्परिणाम म्हणून आपल्याला मुलांचे व पालकांचे मानसिक प्रश्न हाताळावे लागतील. के.ई.एम.मध्ये काम करताना आजारी नवजात अर्भकाबरोबरच त्याचे पुढचे आयुष्य सुसह्य करण्याचा प्रयत्न करणारे टीडीएच सेंटर (T D H CENTRE) मला भुरळ घालत होते. सौ. सुधा चौधरी, उमेश वैद्य, आशिष बावडेकर, प्रमिला फाटक व सौ. शीला भावे, सौ. मेधा ढवळे या सर्वांची या कार्यातील आत्मीयता मला अनुभवायला मिळत होती. अतिदक्षता विभागातील मूल जगत तर आहे; पण त्याचे पुढे काय होऊ शकते? हे प्रश्नचिन्ह पालकांना नेहमीच सतावत असते. त्यातून अनाहूत सल्ला देणारे पालकांना घाबरवून सोडतात. शास्त्रीयदृष्ट्या प्रयत्न करणे व पालकांचे पाय

जमिनीवर ठेवून त्यांना त्यांच्या अपेक्षा व वास्तव यांची सांगड घालून बाळाला त्याच्या सर्वोच्च क्षमतेपर्यंत कसे नेता येईल, हे सांगण्याची आत्यंतिक महत्त्वाची गरज मला जाणवली. या क्षेत्रात एका पेशंटला २ ते ६ तास द्यावे लागतात व त्यामानाने पैसा नसल्याने फारसे डॉक्टर हे काम मन लावून करायला तयार नसल्याचे जाणवले. तेव्हा हेच क्षेत्र मी आयुष्यभराचे उद्दिष्ट म्हणून निवडले. क्लिनिक अतिदक्षता घ्यायची गरज असलेल्या मुलांपासून सुरू केले. त्यांची सर्वांगीण तपासणी, पालकांचे प्रशिक्षण यांचा मेळ घालून 'लवकर हस्तक्षेप विकास उपचार पद्धती'चा जन्म झाला. त्याचबरोबर पालकांची व मुलांची मानसिकता यांचा अभ्यास सुरू केला. सर्वसाधारण मुलांमधले खूप प्रश्न घेऊन पालक येत होते. गादीत शू करणे, अंगठा चोखणे, तोतरे बोलणे, अडखळत बोलणे इत्यादी अनेक वर्तन-समस्यांवर अभ्यास करून औषधे न वापरता वेगळी वेळ निवडून उपचार करण्यास सुरुवात केली व उदंड यश मिळाले. सोप्या पद्धती व वातावरणातील बदलाद्वारे बरेचसे प्रश्न सोडवले. पौगंडावस्थेतील मुलांचे प्रश्न सोडविण्यासाठी कौटुंबिक आरोग्य प्रशिक्षण सुरू केले.

क्लिनिक जेव्हा जानेवारी ९२ला सुरू केले, तेव्हा नगर 'केसरी'चे संपादक नेहूलकर आले. ते म्हणाले, 'हा अत्यंत महत्त्वाचा आणि चांगला विषय आहे. तुम्ही यावर लिहिले पाहिजे. लोकांपर्यंत हा विषय पोहोचायला हवा. अट अशी की, किमान १२ लेख झाले पाहिजेत. मुलांची नैसर्गिक वाढ, बौद्धिक विकास यांविषयी

लिहा.' पहिला लेख घेऊन गेलो. ते म्हणाले, 'हा तर फक्त डॉक्टर लोकांनाच समजेल. खूप इंग्रजी शब्द व अवघड स्वरूपात लिहिलाय तुम्ही.' परत एक-दोनदा फेरलिखाण केल्यावर त्यांना आवडला. ते खूश झाले. १२ ऐवजी १५ लेख नगर 'केसरी'तून ८ मार्च, १९९२ ते जुलै, १९९२ सालापर्यंत प्रसिद्ध झाले. नंतर ९५ साली जेव्हा वर्तन-समस्यांचे क्लिनिक चांगले सुरू होते, त्या वेळेस पारगाव सुद्रिकला उद्घाटनाला जाताना 'तरुण भारत'चे संपादक धारूरकर यांनी त्यावर लिहायला सुचवले व लोकांना प्रश्न विचारायला उद्युक्त केले. त्यातूनच 'मुलं अशी का वागतात?' ही ३५ लेखांची लेखमाला एक वर्षभर चालली. या पुस्तकात या लेखांचे बदललेले स्वरूप घेतले आहे. या दोन्ही संपादकांमुळेच या पुस्तकाची पायाभरणी झाली.

गतिमंद, मतिमंद – शाळेत मागे पडणाऱ्या व वर्तन-समस्या असणाऱ्या मुलांबरोबर काम करत असताना, ही मुले मोठी झाल्यावर त्यांची मानसिकता समजावून घेण्याच्या दृष्टीने 'विवेक पौगंड क्लिनिक'चा जन्म झाला. या सर्वांबद्दल संशोधन व विकास करतानाच Child Development Software क्लिनिकतर्फे बनवण्यात आले.

हे पुस्तक मेहतांकडे देण्यासाठी डॉ. हेमंत जोशी यांनी सुचवले. 'मेहता पब्लिशिंग हाऊस'कडे हे लेख दिल्यावर त्यांना हा विषय वेगळा वाटला व लिखाण अभ्यासपूर्ण वाटले. या लेखांवर तेथील संपादक अनिल किणीकर यांच्याशी

वेळोवेळी झालेल्या चर्चेमुळे लेखांवर खूप संस्कार झाले व पुस्तकाचे स्वरूप अधिकाधिक निर्दोष झाले. त्यामुळे मला अपेक्षित असलेले पुस्तकाचे स्वरूप वाचकांना देताना विशेष समाधान वाटते.

सुनील मेहता यांची या क्षेत्रातील आत्मीयता त्यांनी मला वाचायला दिलेल्या काही पुस्तकांमधून व त्यांच्याशी झालेल्या चर्चेतून जाणवली.

ह्या पुस्तकासाठी सौ. नेहा तांबोळी व डॉ. शिरीष जोशी यांनी प्राथमिक आरेखने काढून दिली आणि मुद्रितशोधनास डॉ. गिरीश कुलकर्णी यांनी मदत केली. माझ्या कॉम्प्यूटरला खरी गती देणाऱ्या समीरने मला प्रोत्साहन देऊन कॉम्प्यूटरचे सर्व काम केले. याशिवाय ह्या पुस्तकाला असंख्य लोकांचा हातभार लागला. कारण गेली सहा वर्षे ही प्रक्रिया सुरू होती. तेव्हा त्या सर्वांचेच आभार व्यक्त करण्यास शब्दच सापडत नाही.

आता केंद्र सरकारतर्फे 'लवकर हस्तक्षेप उपचार केंद्र' प्रत्येक जिल्ह्याच्या ठिकाणी होणार असून या पुस्तकातील कल्पना प्रत्यक्षात उतरणार आहे. २० वर्षांपासून मांडलेल्या आणि १२ वर्षांपासून या पुस्तकात प्रकाशित असलेल्या कल्पनांचे महत्त्व केंद्र सरकारला पटल्याने खूपच समाधान वाटते आहे. या केंद्र सरकारच्या या समितीत सदस्य म्हणून काम करण्याची संधी मिळाली. महाराष्ट्र शासनाच्या 'प्रगत शैक्षणिक महाराष्ट्र' या योजनेअंतर्गत शिक्षण सचिवांसमवेत झालेल्या चर्चेत माझा तज्ज्ञ म्हणून समावेश होता. तसेच सचिवांनी अपंगत्व प्रमाणीकरण समिती नेमून त्याचा अध्यक्ष म्हणून माझी निवड केली. आपल्या पुस्तकाचा उपयोग शासन, शिक्षक, बालरोगतज्ज्ञ, पालक यांना इतका होतो आहे की, या पुस्तकामुळे जीवनात आमूलाग्र बदल झालेल्या पालकांची पत्रे, फोन येतात तेव्हा खूप समाधान वाटते.

सहा महिने स्तनपान रजा, सहा वर्षे पूर्ण झाल्यावरच पहिलीत प्रवेश अशा निर्णयांमुळे मुलांच्या विकासास सरकारचा खूप मोठा हातभार लागणार आहे. त्याचे महत्त्व व कारणे पालकांना समजणे आवश्यक आहे.

या पुस्तकातील बौद्धिक विकास कार्यक्रमाला माझ्या Ph.D. तसेच संशोधनाद्वारे आंतरराष्ट्रीय पातळीवर मान्यता मिळाली ही समाधानाची गोष्ट आहे.

– डॉ. सुचित तांबोळी

अनुक्रमणिका

बाळाच्या जन्मापूर्वी / १
निरोगी व सुदृढ बाळासाठी / ३
वाढ व विकास / १९
बाळाचे लसीकरण / २७
मुलांचा सुयोग्य आहार / ३२
आहार व अपंगत्व / ४६
मुलांचे आजार, औषधे व प्रतिबंध / ४९
दुर्बलता व दिव्यांगत्वाचा सामना / ६९
बालकांचा मनोविकास / ८४
बालकांचा बौद्धिक विकास / ९१
मुलांची झोप व विकास / ९४
बालकांचा शैक्षणिक विकास / ९८
मुलांचा भाषिक विकास / १०२
बालकांचा सामाजिक विकास / ११७
बालकांचा सामाजिक विकास कसा साधाल? / १२५
वर्तनसमस्या का निर्माण होतात? / १३०
प्रेम, मानसिक समाधान व सुरक्षितता / १३३
मिडियाचे परिणाम / १३९
मुलांमधील इंटरनेटचा आजार / १४३
सवयी : चोरी करणे, खोटे बोलणे, लक्ष वेधून घेणे / १४६
शालेय प्रवेशापूर्वी / १५१
आदर्श बालवाड्यांची कार्यपद्धती / १५८
गतिमंद व मतिमंद :
फरक व उपचार / १७८
गतिमंद शाळेची (वर्गाची) सामाजिक उपयुक्तता / १८२
स्वमग्नता : ओळख व उपचार / १८६
अध्ययन अधिगम (शाळेत मागे पडणे) / १९०
आकडेमोड दोष / १९६
अध्ययनातील अडचणीत तुमच्या मुलांना, तुमचीच सोबत! / २००
दिव्यांगांचे हक्क –
कायदा २०१६ / २०५
मुलांशी सुसंवाद / २१५
पौगंडावस्थेतील मुलांचे मानसिक प्रश्न / २२६
संदर्भ सूची / २३८

बाळाच्या जन्मापूर्वी

सर्व पालकांना आपले बाळ हुशार, सुदृढ असेच हवे असते; परंतु आजही आपल्याकडे बाळ आजारी पडल्यावरच फक्त डॉक्टरकडे जाण्याची प्रथा आहे. बाळ आजारी पडू नये म्हणून काय करावे किंवा आजारपणातले धोके योग्य प्रकारे कसे ओळखावे किंवा बरे न होणारे आजार कसे हाताळावेत, याविषयी सल्ला देण्यासाठी व मार्गदर्शन करण्यासाठी डॉक्टरांना वेळ कमी असतो, पालकही दुर्लक्ष करतात. यासाठी प्रत्येक आजाराविषयी 'पालक माहितीपत्रक' तयार असणे, हे पालकांना उपयोगी पडते.

बाळाची जन्माच्या आधीची तयारी खरेतर लग्नाच्याही आधीपासून सुरू होते. लग्नासाठी रक्तगट, एड्स चाचणी, मेडिकल चेकअप हा पत्रिकेपेक्षाही जास्त आवश्यक भाग मानला गेला पाहिजे. काही आजार उदाहरणार्थ, थॅलासेमिया मेजर (आयुष्यभर दर एक-दीड महिन्याने रक्त भरायला लागणे) हे आई व वडील यांच्याकडून संक्रमित होतात. म्हणजे आई व वडील वाहक असतील, तर मुलामध्ये आजार येण्याची शक्यता अधिक असते. वाहक शोधण्याची तपासणी अत्यंत अल्प खर्चात सर्वत्र उपलब्ध आहे. तसेच पहिले मूल, हे आईचे वय २० ते ३० असताना होणे सर्वांत चांगले असते. ३५व्या वर्षानंतर व २० वर्षांच्या आधी आईला व बाळाला त्रास होण्याची शक्यता वाढत जाते. ३५व्या वर्षांनंतर मूल झाल्यास 'डाउन सिंड्रोम' हा आजार होण्याची शक्यता १:८० एवढी जास्त असते.

तेव्हा आई व वडील निरोगी असतील तर लग्नानंतरचे, बाळ पोटात असतानाचे ९ महिने हे दोघांच्या दृष्टीने महत्त्वाचे असतात. आईचे मानसिक संतुलन व बाळाबद्दलची उत्सुकता आणि बाळाला वाढवतानाची तन्मयता; याप्रमाणे आईचा आहार, व्यायाम, वाचन यांचा परिणाम बाळावर होत असतो. आनंदी व उत्साही वातावरणात गर्भाची वाढ झालेली असेल, तर मूल सुदृढ असण्याची शक्यता जास्त असते. नियमित तपासणी व सोनोग्राफीसारख्या विकसित तंत्राने मुलगा-

मुलगी शोधण्यापेक्षा; मुलामध्ये काही दोष नाही ना, हे समजण्यास उपयोग करून घ्यावा. सोनोग्राफी ९ ते १२ आठवड्यांच्या दरम्यान प्रथम करावी. ज्यांच्या घरामध्ये काही मोठे आजार, विशेषत: मुलां-मुलींमध्ये आढळतात किंवा मुले दगावण्याचे प्रमाण जास्त असल्यास बाळंतपणाच्या आधी गुणसूत्र तपासणी व ८ ते १० आठवड्यांच्या बाळाची विशिष्ट तपासणी (गर्भजल तपासणी) करून घ्यावी. आता क्लोनिंगचा शोध लागल्याने गुणसूत्रांवर आधारित बऱ्याच आजारांचे समूळ उच्चाटन येत्या २५ वर्षांत जीन थेरेपीमुळे होईलच. त्याचबरोबर बाळाचे गुण, अवगुण, आजाराची प्रवृत्ती, तसेच औषधोपचार पद्धती यात क्रांतिकारक बदल होणे अपेक्षित आहे. आईचे प्रसूतिपूर्वी वजन ४५ किलो व उंची १४५ सें.मी. असेल, तसेच प्रसूतिकाळात वजन ९ ते ११ किलो वाढले, तर बाळाचे वजन जन्माच्या वेळेस २.५ किलो किंवा त्यापेक्षा जास्त असते. योग्य वजनाचे बाळ जन्माला आल्यास बाळाचे पुढचे बरेचसे प्रश्न कमी होतात. गर्भसंस्कार शिबिर प्रशिक्षित डॉक्टरमार्फत घेतले जाते का, हेही पाहणे महत्त्वाचे आहे.

होणाऱ्या बाळाच्या आईने तिच्या झोपेच्या खोलीत प्रसन्न वातावरण राखावे, छान-छान चित्रे लावावीत, चांगले वाचन करावे. बाळाला पोटात असल्यापासूनच चांगले संगीत ऐकवावे व बाळाशी (पोटातल्या) गप्पासुद्धा कराव्यात.

घरातील तणाव या काळात पूर्णत: दुर्लक्षित करून रडणे, भांडणे टाळावे, योग्य चौरस आहार, विश्रांती, व्यायाम व मन प्रसन्न असल्यास मूल नक्कीच सुदृढ बनणार, यात काही शंका नाही.

बाळंतपणात प्रसूतीची मानसिक तयारी करणे महत्त्वाचे असते, तसेच एक निश्चय मनात बाळगणे फार महत्त्वाचे. तो म्हणजे, बाळ जन्माला आले की, एक ते दोन तासांत मी माझ्या अंगावर पाजेन व अंगावरच्या दुधावरच त्याला मोठा करेन, वरचे काहीसुद्धा देणार नाही. यासाठी आईने सातव्या महिन्यांपासून स्तनांची योग्य काळजी घेतली पाहिजे. आईच्या मनाची तयारी आधीपासून असेल, तर प्रसूती सुलभ होणे व अंगावरचे दूध योग्य प्रमाणात मिळणे, यासाठी अशा निश्चयाची फार मदत होते.

गर्भसंस्कार म्हणजे बाळाची आणि आईची शारीरिक व मानसिक सुदृढता याकडे योग्य लक्ष देणे, आईला व्यायाम सांगणे. स्वच्छता, आरोग्य प्रतिबंधक उपाय यांची माहिती देणे. यामुळे होणारे मूल चांगल्या वजनाचे, नीट दूध पिणारे असते. जन्मत: आजारी पडले नाही, तर बौद्धिक वाढीसाठी केलेले प्रयत्न उपयुक्त ठरतात.

❖

निरोगी व सुदृढ बाळासाठी

बाळ छान राहावे, त्याला औषधांची शक्यतो गरज पडू नये; ते सुदृढ राहावे, यासाठी खालील गोष्टी नीट पाळाव्यात :

१. बाळाला फक्त अंगावरचे दूध पाजावे. वरचे पाणीसुद्धा पाजू नये कारण अंगावरच्या दुधामध्ये पाणी योग्य प्रमाणात असते. वरचे पाणीसुद्धा पाजायची गरज नसते. वरचे पाणी पाजताना आपण कमी-जास्त उकळतो. त्यामुळे बाळाला त्रास होऊ शकतो.

२. एकदा वरचे पाणीसुद्धा पाजू नये म्हटल्यावर गुटी, ग्राइपवॉटर इ. द्यायचे का, हे विचारूसुद्धा नये. बाळाला भूक लागल्यावर, तसेच तहान लागल्यावर फक्त अंगावरचेच दूध पाजावे.

३. अंगावरचे दूध चांगले येण्यासाठी खालील गोष्टी कटाक्षाने पाळाव्यात.

* आईने कमीतकमी ४ वेळेस जेवावे, नाष्टा वेगळा केला तरी चालेल. सर्व प्रकारचे आईला आवडणारे अन्न खावे.

* आईने ६ महिने संपूर्ण विश्रांती घेणे अत्यंत आवश्यक आहे (यासाठी शक्यतो आईने ६ महिने माहेरी राहणे किंवा माहेरी असल्यासारखी विश्रांती घेणे श्रेयस्कर). यासाठी सहाव्या वेतन आयोगाच्या शिफारसीनुसार आईला सहा महिने संपूर्ण स्तनपान रजा घेण्याची परवानगी देण्यात आलेली आहे.

४. सर्वांत महत्त्वाचे म्हणजे आईने बाळाची अथवा घराची काळजी न करता मन प्रसन्न ठेवले, तर दूध भरपूर येणारच याची खात्री बाळगा. मात्र, बाळाला दरवेळेस बसूनच पाजले पाहिजे. ज्या बाजूने पाजायचे ती मांडी वर करून पाजावे व पाजल्यावर खांद्यावर उभे धरावे. ढेकर दिल्यावर १० मिनिटे उभे धरून नंतर पोटावर उजव्या अंगावर झोपवावे. म्हणजे उलटीचा त्रास होत नाही, तसेच गॅसेसचा वा पोट डांबरण्याचा त्रास होत नाही.

बाळाबद्दल नेहमी येणारे प्रश्न

(पहिल्या ६ महिन्यांतले प्रश्न, ज्याला औषधांची गरज नसते.)

१. बाळ उलटी करते : बरीचशी मुले तीन-तीन तास झोपतात व उठल्यावर एकदम भरभर पितात. तेव्हा दुधाबरोबर हवाही आत ओढतात. त्यामुळे पोटात दूध + हवा असे मिश्रण तयार होते. त्यामुळे उलटी होते.

उपचार : मुलांना झोपेतून उठल्यावर शांत करून पाजावे. बोंडशी (Nipple) व तोंड यांची जुळणी योग्य झाली आहे ना हे बघावे, तसेच पाजल्यावर जास्त वेळ उभे धरावे व नंतर पोटावर उजव्या अंगावर झोपवावे.

२. बाळाला जुलाब होतात : आपण जर वरचा पाण्याचा थेंबसुद्धा देत नसू, तर बाळाला जुलाब होण्याची शक्यता जवळजवळ नसते. तेव्हा अंगावर दूध पिणाऱ्या मुलांची नैसर्गिक शी कशी असते, हे माहिती असणे आवश्यक आहे. काही वेळा अंगावर पाजल्यावर लगेच १५ ते २० मिनिटांत शी होते. ती शिंतोडे स्वरूपात होते, सोन्यासारखी पिवळ्या रंगाची असते, त्याला आंबूस वास येतो. कोणत्याही जुलाबात वजन कमी होत असते; पण हे जुलाब नसल्याने यात वजन वाढत असते. तेव्हा अशी शी १० ते १२ वेळा एका दिवसात झाली, तरी काळजी करू नये. मात्र, शीची जागा (ढुंगण) कापूस व कोमट पाणी याने स्वच्छ पुसावी. अशा जुलाबांना एक अतिशय योग्य शब्द आहे. तो म्हणजे 'हगरं बाळसं'. खरंच, ते मूल दिवसातून १५ वेळा जरी शी करत असेल, तरी त्याचं वजन रोज २५ ते ५० ग्रॅम वाढत असतं व त्याला बाळसं येत असतं, तेव्हा याची काळजी करू नये.

३. बाळ रडते. रडण्याची नेहमीची कारणे पुढीलप्रमाणे :

* भूक लागल्यामुळे
* मांडीवर घेऊन बसावं म्हणून. काही मुले हळवी असतात. त्यांना हाताच्या सुरक्षिततेची गरज असते. अशा मुलांना मांडीची सवय लागू नये म्हणून उगीचच खाली ठेवू नये.
* शू करण्याच्या आधी बरीच मुले रडतात. याचं कारण शूची पिशवी भरल्याची व शू लागल्याची जाणीव पुरेशी आलेली नसते. भूक लागल्याचं जसं

रडून सांगतात, तसंच शू किंवा शी लागल्याचं रडून सांगतात. तसेच शू किंवा शी झाल्यावर 'ओले कपडे बदल' म्हणून रडतात.

४. एक महिन्याची झाल्यावर मुले संध्याकाळी ६ ते १० या वेळात जास्त रडतात. कारण आपण त्यांना फिरायला नेत नाही. त्याच त्या वातावरणाला मुले कंटाळलेली असतात.

५. काही मुले दिवसा झोपतात व रात्री रडतात. त्याचे कारण त्यांच्या डोक्यातील घड्याळाचा क्रम लागलेला नसतो. त्यामुळे त्यांचा दिवस म्हणजे रात्र व रात्र म्हणजे दिवस असतो. बाळाच्या आईनेसुद्धा बाळाचा दिनक्रम व्यवस्थित होईपर्यंत म्हणजेच बाळ एक ते तीन महिन्यांचे होईपर्यंत बाळाप्रमाणेच झोपावे व जागावे.

जुन्या पद्धतींविषयी

१. टाळू भरण्याची गरज नसते : एकतर तुम्ही भरल्याने टाळू भरत नसते. ती आपोआप भरून येते व दुसरं म्हणजे टाळू भरताना जे तेल चोपडले जाते; ते ओघळते व कानात जाते. त्यामुळे कान फुटण्याची शक्यता असते. तेव्हा टाळूला दोन बोटं तेल लावले तर चालेल; पण भरू नका.

२. बाळाच्या कानात, नाकात, बेंबीत तेल घालू नये. कारण आपलं बाळ म्हणजे काही मशीन नाही. त्यामुळे तसं करण्याची गरज नाही.

३. बाळाला काजळ घालू नये : कारण डोळे येण्याचा त्रास होऊ शकतो किंवा अश्रुनलिका बंद होऊ शकते.

४. बऱ्याच आजारांना पहिल्या चार महिन्यांत औषधांची गरज नसते. उदाहरणार्थ, वर सांगितल्याप्रमाणे जुलाब, उलटी, रडणे तसेच डोळ्यांत रक्त दिसणे, नवजात मुलींना पाळीसारखे अंगावरून जाणे, थोडीशी सर्दी होणे, ३ ते १४ दिवसांच्या वयात पिवळेपणा दिसणे इत्यादी.

जुन्या पद्धतींपैकी काही पद्धती चांगल्या आहेत. त्या जरूर चालू ठेवाव्यात : १) मानेखाली संपूर्ण अंगाला खोबरेल तेल लावून हलक्या हाताने मालीश करून कोवळ्या उन्हात ठेवून नंतर आंघोळ घालावी. यामुळे हाडांना मजबुती मिळते. २) बाळंतिणीच्या खोलीत चप्पल बाहेर काढल्याशिवाय व हातपाय धुतल्याशिवाय प्रवेश करू नये. खरोखरी **पहिल्या सहा महिन्यांत बाळाला कमीतकमी लोकांनी हाताळावे, हेच उत्तम.** स्वच्छता पाळून बाळ आजारी पडू नये, यासाठी प्रयत्न करणे जास्त महत्त्वाचे.

आत्तापर्यंत आपण बाळाने काय खायचे, आईने काय खायचे, बाळाचे चार महिन्यांत येणारे नेहमीचे प्रश्न, त्यांची उत्तरे, बाळाची घ्यायची काळजी व

जुन्या, नेहमी वापरल्या जाणाऱ्या पद्धतींविषयी पाहिले. याप्रमाणे काळजी घेतल्यास शरीराने बाळ सुदृढ होतेच; पण बाळ बुद्धीनेसुद्धा हुशार व्हायला हवे (मेंदूची वाढ पहिल्या दीड वर्षात ८५टक्के असते). त्याच्यासाठी (आजपासून ते दीड महिन्यांचा होईपर्यंत करावयाच्या गोष्टी)

WHO या जागतिक संघटनेने मान्य केलेला बौद्धिक विकास कार्यक्रम :
* बाळ जागा असताना त्याच्या डोळ्यांत डोळे घालून गप्पा मारा.
* त्याच्यापासून १.५ ते २ फूट अंतरावर फिरत्या चिमण्या ठेवा.
* खुळखुळे आणून वाजवून खेळा.
* बाळापासून १ ते १.५ फूट अंतरावर रेडिओ/ टेप ठेवून दररोज ३ तास

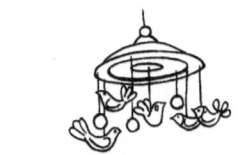

बाळाला गाणी ऐकवा.
यामुळे बाळाची नजर लवकर स्थिरावेल. बाळ १.४ ते १.५ महिन्यातच

आईकडे बघून हसायला लागेल व हुंकार द्यायला लागेल.
'यू ट्यूब व्हिडिओ 'बाळाची काळजी कशी घ्यावी?' हा डॉ. सुचित

तांबोळी यांचा **१८ मिनिटांचा व्हिडिओ** खूप उपयोगी असून तो चार लाखांपेक्षा जास्त लोकांनी पाहिला आहे.

० - ३ महिने

* सर्व मुलांना शांत व आखीव जगायला आवडत असल्याने जलद, अचानक अशा हालचाली टाळाव्यात.

* बाळाला डोक्याखाली व अंगाखाली आधार देऊन कधी उजव्या खांद्यावर, तर कधी डाव्या खांद्यावर फिरवावे.

* बाळाला कधी एका बाजूला, तर कधी दुसऱ्या बाजूला, कधी पाठीवर तर कधी पोटावर, असे वेगवेगळ्या स्थितीत दिवसा झोपवावे.

* बाळाशी बोलताना त्याच्या अगदी जवळ उभे राहा. त्याच्या डोळ्यांत बघा, हलकेच गाणंदेखील गुणगुणायला हरकत नाही.

* बाळ जन्मल्यापासून खूप झोपत असल्याने पाळणा ही त्याची नेहमीची जागा; पण जागे असताना त्याला फोम रबर मॅटवर ठेवावे.

* बाळाला फिरवताना त्याच्या डोक्याखाली नेहमी हात ठेवा. अचानक व जलद गतीच्या हालचाली टाळा.

* बाळाच्या पाळण्यापासून एक फूट अंतरावर फिरत्या चिमण्या, आकर्षक रंगाचा चेंडू, मधुर आवाजाचा खुळखुळा टांगा. एकाच जागी या वस्तू लावून ठेवा.

* बाळाला वेगवेगळ्या वेळी वेगवेगळ्या ठिकाणी ठेवा. यामुळे बाळाला वेगवेगळ्या वस्तू बघायला मिळतील, तसेच नवा दृष्टिकोन मिळेल. नव्या आवाजाकडे व वस्तू वा सृष्टीकडे बाळाला मान व शरीर वळवून बघण्यास उद्युक्त करा.

* बाळाला तुमच्या चेहऱ्याकडे बघण्यास व निरनिराळ्या आवाजाचे खुळखुळे ऐकण्यास उद्युक्त करा.

* डोळ्यांत डोळे घालून गप्पा मारणे, रेडिओ/टेपरेकॉर्डरची गाणी दररोज ३ तास ऐकवणे अत्यंत महत्त्वाचे आहे.

३ ते ६ महिने

* दिवसा बाळाला फोम रबर मॅटवर ठेवा. त्याच्याभोवती खेळणी मांडा व मोकळे खेळू द्या. त्याच्या हातापायांशी तो छान खेळेल.

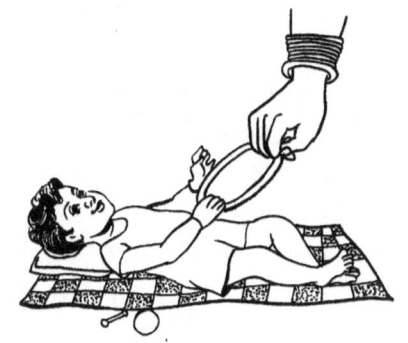

* बाळ जागं असताना बाळाला रंगीत कपडे द्या. आवाज करणारी खेळणी, चावायला व चघळायला वस्तू व दाबता येणारे रबरी खेळणे आणून द्या. बाळाला मऊ-टणक, गार-गरम स्पर्शाचे ज्ञान होऊ द्या. त्याला बाळाला पेपर चुरगळण्यास द्या.

* बाळाला सर्व जगाचे निरीक्षण करण्याची संधी द्या व त्याच्याशी त्याबाबत सारखे बोलत राहा.

* बाळापासून १ फूट अंतरावर खेळणे धरून इकडून तिकडे व गोलगोल फिरवा आणि गाणे म्हणा.

* बाळाला उजव्या व डाव्या खांद्यावर सरळ डोक्याखाली हात धरून उभे करत जा. मान धरायला लागल्यावर मानेखालील हात काढून फक्त कमरेला धरत जा.

* मऊ रजईवर बाळाला पोटावर झोपवा व डोके वर उचलायला लावा. बाळासमोर खुळखुळा वाजवा, त्याला ते बघायला लावा. नंतर खुळखुळा हळूच

बाळाला असे धरून मान धरण्यास मदत करा.

बाळाला असे धरू नका.

उभे धरताना खांदे पुढे धरा.

वर करत जा म्हणजे बाळ डोकं व खांदा, हलणारा खुळखुळा बघण्यास वर उचलेल. या प्रमाणे खुळखुळा वर-खाली करा म्हणजे डोकं व खांदा उचलण्याची बाळ सवय करेल आणि या प्रक्रियेतच बाळ स्वतःच्या हातावर डोकं व खांदा उचलण्यास शिकेल.

* बाळाच्या पायाचे स्नायू बळकट करण्यासाठी बाळाला पाठीवर झोपवा व बाळाच्या पायाखाली तुमचे हात घालून बाळाचे पाय वर-खाली असे हलवा, जसे काही बाळ सायकल चालवीत आहे. हे करताना बाळाशी हसा व गप्पा मारा. बाळाला त्याचे पाय तुमच्या हातावर मारण्यास उद्युक्त करा.

* बाळाला पालथं पाडण्यासाठी – कार्पेट/ब्लँकेटवर बाळाला झोपवा, बाळाच्या

एका बाजूला तुम्ही बसा वा गुडघ्यावर बसा. बाळाला एक आकर्षक खेळणे दाखवा. बाळ त्याच्याकडे वळल्यावर त्याचे पाय जे लांब असतात, ते जवळ करून घडी घाला. बाळ मग वळून पोटावर येईल. असं बाळाच्या दोन्हीकडे करणं आवश्यक आहे.

* बाळाच्या हाताला चौकोनी लाकडी ठोकळा, लहानसं खेळणं, रिंग, टिथर घासा व त्याला पकडायला लावा. बाळ प्रथम त्याभोवती बोट टाकेल व नंतर ते धरायला लागेल. अशा तऱ्हेने लहान वस्तू धरण्यास बाळाला शिकवा.

* दाबल्यावर आवाज येणारे मऊ, लहान खेळणे आणून बाळ बघत असताना आवाज काढा. नंतर बाळाला ते खेळणे द्या व दाबायची सवय करायला द्या. बाळाला रंगीत हलणारी खेळणी द्या. गाड्या, रिबन, फुगे घ्यायचा प्रयत्न करायला लावा. लहान वस्तू पकडायला द्या. रबरी चेंडू दाबायला द्या.

* 'अडगुळं मडगुळं' हे गाणं बाळाला गुडघ्यावर बसवून व गुडघा खाली-वर करून म्हणा. यामुळे बाळाला आवाज, गाणं तर ऐकू येईलच; पण बाळ वर उडण्याची अपेक्षा करेल व नंतर स्वत:हून वर उडेल.

* बाळाला पाठीवर झोपवून घंटी वाजवा, लहान खुळखुळा वाजवा. प्रथम डोक्यावर व नंतर दोन्ही बाजूला. बाळ त्या आवाजाकडे डोकं वळवून आवाज कोठून येतो हे शोधून काढते की नाही, ते बघा.

बाळाला झोपवून डोके उचलण्यापेक्षा उभे धरून मान उचलण्यास कमी ताकद लागेल.

६ ते ९ महिने

* बाळाला रात्री झोपण्यासाठी पाळणा, तर दिवसा जमिनीवर रबर मॅट टाकून त्यावर झोपवा.

* बाळाच्या कमरेखाली व शरीराच्या वरील भागासाठी दोन्ही बाजूंनी आधार द्या व हळूहळू आधार कमी करत पूर्ण काढून घ्या.

* बाळाला नावाने हाक मारा. त्याच्याशी सारख्या गप्पा मारा. त्याला हुंकार देण्यास व निरनिराळे आवाज काढण्यास उद्युक्त करा.

* बाळाला सुरक्षितरीत्या बसविण्यासाठी वॉकरचा उपयोग करा. बाळाला अधूनमधून त्यात बसवत चला.

* बाळाला हलक्या वजनाचे, आकर्षक रंगाचे, निरनिराळ्या आकाराचे व

स्वरूपाचे चेंडू खेळायला द्या. तसेच बाळाला ठोकळे दाबल्यावर आवाज करणारी खेळणी, भरायला व सांडायला कप यासारखीसुद्धा खेळणी द्यावीत.

* बाळाला दोन्ही अंगावर वळता यावे, यासाठी बाळाला जमिनीवर पाठ टेकवून झोपवा. त्याच्या एका बाजूला आकर्षक खेळणे दाखवा, त्याला त्याच्या पोटावर वळण्यास उद्युक्त करा. नंतर परत पाठीवर वळण्यासाठी बाळाचे खांदे हलकेच मागे सारून व हाताची घडी छातीखाली ठेवून मधुर आवाज करणारे रंगीत खेळणे पुढे-मागे करा. त्यामुळे बाळ चांगले पालथे पडायला शिकेल व दोन्ही अंगावर व्हायला शिकेल. हा व्यायाम दोन्ही बाजूस चार-पाच वेळा करा.

* बाळाला पोटावर झोपवा व त्याच्या छातीखाली गुंडाळी ठेवा. त्याला त्याच्या डोक्यावर रंगीत खेळणे दाखवा. त्यामुळे बाळ स्वत:चे डोके वर उचलेल व हातांवर आधार देऊन वर बघण्याचा प्रयत्न करेल.

* वॉटरबॉल किंवा इतर एखादं आकर्षक खेळणं दाखवून ते घ्यायला त्याला उद्युक्त करा, त्यानं ते खेळणं घेण्याचा, त्याच्यापर्यंत पोहोचण्याचा स्वत:हून प्रयत्न करायला हवा.

* बाळाला आरशासमोर धरा, त्याच्या गुडघ्याखाली एक हात व छातीखाली एक हात घालून त्याला शक्य तेवढे पुढे झुकायला लावा. नंतर छातीखालचा हात हळूहळू काढून टाका. त्याला स्वत:हून उसळी मारायला व आरशात बघण्यास उत्सुकता निर्माण करा.

* बाळ पाठीवर झोपवलेले असताना (जमिनीवर) त्याच्या मांड्यांना धरा. बाळाचा उजवा खांदा डाव्या बाजूला वळवून त्याला डाव्या खांद्यावर कलतं करून नंतर कोपर व मनगट धरून बसतं करा. त्याला परत खाली झोपवण्यास त्याचे मनगट, कोपर व खांदा हळूहळू खाली करा. अशीच हालचाल दुसऱ्या बाजूला करा, तसेच बाळाला स्वत:च्या दोन्ही हातांचा आधार देऊन बसण्यास उद्युक्त करा. यासाठी बाळाच्या डोळ्यांत बघून व 'अडगुळं मडगुळं'सारखं गाणं म्हणत आवाज करून त्याला प्रोत्साहन द्या.

* बाळाला जमिनीवर बसण्यास मदत करा किंवा कार्पेटवर बाळाला कमरेखाली आधार देऊन बसवा. त्याला रंगीत व आवाज करणारी खेळणी दाखवून इकडेतिकडे बघायला लावा व खेळणं घेण्यास उद्युक्त करा.

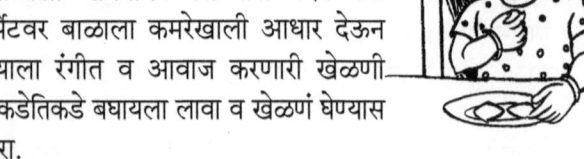

* बाळाने वाकून व जवळ जाऊन उचलून खेळ घ्यावा, यासाठी प्रोत्साहन द्या. त्याला स्वत:हून त्या खेळण्याशी खेळू द्या व तो खेळत असताना तो काय करतोय, याबद्दल तुम्ही त्याच्याशी बोला.

* बाळाला तुमच्या गुडघ्यांवर उभे करा आणि वर-खाली हलकेच उसळू द्या. स्वत:चं वजन जास्तीत जास्त प्रमाणात बाळ स्वत:हून पायावर पेलेल, यासाठी त्याला उद्युक्त करा. असे करताना 'झू-झोका' असे शब्द त्याच्याशी बोला. यामुळे बाळाचे पायाचे स्नायू मजबूत होण्यास मदत होईल.

* बाळाला निरनिराळ्या आकाराचे चमचे, हातात धरायला व आपटायला द्या, तसेच लहान व मोठ्या वस्तू धरण्यास व आपटण्यास उद्युक्त करा.

* बाळाला लहानसं खेळणं हातात धरायला द्या. त्या खेळण्याशी बाळाला थोडा वेळ (मिनिटभर) खेळू द्या व नंतर दुसरे खेळणे त्याच्या हातापाशी न्या. पहिले खेळणे टाकून न देता बाळाला दुसरे खेळणे धरण्याचा प्रयत्न करायला लावा. त्याने दुसरे खेळणे हातात धरले की, त्याला दोन्ही खेळण्याशी एकत्र खेळू द्या. यामुळे एका हातातून दुसऱ्या हातात वस्तू बदलण्यास प्रोत्साहन मिळेल.

* बाळाला पेपरचे तुकडे फाडायला द्या. हे तुकडे निरनिराळ्या रंगाचे व प्रकाराचे असतील असे बघा. बाळ हे खेळत असताना तो काय करतोय, ते कागद हाताला कसे लागत आहेत व दिसत आहेत, याबद्दल त्याच्याशी बोला.

* बाळाला रोलावर (लांब वर्तुळाकार फिरणारा पृष्ठभाग) झोपवा व रोला पुढूनमागून हलवा. त्यामुळे बाळ एकदा गुडघ्यावर, तर एकदा हातावर भार देईल व लवकरच स्वत:च्या हाताचा व गुडघ्याचा वापर करायला शिकेल. यामुळे गुडघ्यावर उभे राहण्यास त्याला प्रोत्साहन मिळेल.

९ ते १२ महिने

उभे राहणे :

१. नियंत्रण सुधारल्यावर तुम्ही हलक्या हाताने खांद्यास आधार द्या.

२. मुलाला असे धरल्याने ते उसळी मारून पायात ताकद निर्माण करण्याचा प्रयत्न करते.

३. हळूहळू बाळाला एका पायावरून दुसऱ्या पायावर वजन तोलण्याची प्रॅक्टिस करा.

४. नंतर दोरखंडाला धरायला लावा. यात जास्त नियंत्रणाची गरज असते.

५. त्याचे फक्त कपडे धरा; पण तो पडल्यास त्याला धरायला तयार राहा.

* बाळाला मोकळं जमिनीवरती जास्तीत जास्त वेळ खेळण्यासाठी ठेवा. यामुळे त्याच्या शरीराच्या हालचाली, स्नायूंचा योग्य वापर करून रांगायला व उभे राहायला मदत होईल.

* आता बाळाला कळत असल्यामुळे बाळ तुमच्या सूचनांना प्रतिसाद देईल. म्हणून सोप्या व स्पष्ट शब्दांत अंघोळ, कपडे घालणे, जेवणे, चालणे या गोष्टी चित्र, तक्ते, खेळणी व माणसांच्या साहाय्याने समजावून सांगा.

* आंघोळीच्या वेळेचा उपयोग शरीराचे अवयव शिकवण्यासाठी करा.

* बाळाला बाहेर घेऊन जा व रस्त्यावरची गंमत दाखवा. तसेच निरनिराळे पक्षी व प्राणी दाखवा. जर शक्य असेल, तर इतर मुलांबरोबर खेळण्याची संधी द्या.

* या वयातील खेळणी उदाहरणार्थ, निरनिराळ्या आकाराचे चेंडू, ठोकळे, कठपुतळ्या, टेडी बिअर, पेग बोर्ड, ढकलण्याची खेळणी, हलणारी खेळणी, भरणे व सांडण्यासाठी भांडी, मोठे मणी इत्यादीचा वापर करावा.

* बाळ बसलेले असताना त्याच्या समोर 'विठ्ठल विठ्ठल', 'टाटा' करणे, पाय आदळणे, डोके हलविणे यांसारख्या सोप्या कृती करा. यांपैकी थोड्या कृतींची बाळ नक्कल करेल.

* खोलीमध्ये एका कोपऱ्यात खेळणी पसरवून ठेवा. नंतर त्याला खेळणी कोठेकोठे आहे ते दाखवा. त्याला खेळण्यांच्या जागेकडे रांगत येण्यास उद्युक्त

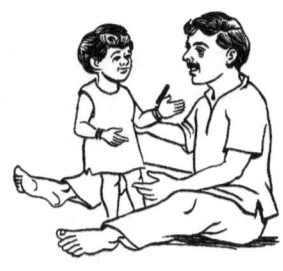

करा. ओढण्याची खेळणी आणून त्यामागे बाळाला रांगायला लावा.

* बाळाला जमिनीवर ठेवा. त्याचा कमरेखालचा भाग टाचांजवळ आणून, कमरेवरील भाग सरळ ठेवा. नंतर त्याला एक खेळणे खांद्याच्या रेषेत दाखवून ते एका बाजूला हलवा, यामुळे कमरेवरचा भाग पायापासून स्वतंत्र होऊन गुडघ्यावर उभे राहण्यास मदत होईल.

* बाळाला धरून उभे राहण्यास उद्युक्त करण्यासाठी त्याचे आवडते खेळणे कमी उंचीच्या स्टुलवर ठेवा व त्याचे लक्ष त्या खेळण्याकडे वेधा. बाळ धरून उभे राहिले असताना एक आवाज करणारे खेळणे जमिनीवर त्याच्या बाजूला टाका व बाळाला ते खेळणे वाकून उचलून घेण्यास प्रोत्साहित करा.

* बाळाला उभे राहण्यासाठी वॉकरमध्ये बसवून काही पावलं चालायला लावा.

स्वत:हून पायावर वजन तोलणे.

पुढे केल्यावर स्वत:हून चालणे.

धरून उभे राहणे.

प्रथम धरून, नंतर सुटे चालणे.

निरोगी व सुदृढ बाळासाठी । १३

* बाळाला मोठी भोके असलेले खेळणे द्या व त्यामध्ये बोट घालण्यास उद्युक्त करा.

* बाळाला जाड कार्डबोर्डचे, रंगीत चित्रांचे पुस्तक आणा व प्रत्येक चित्र पाहत असताना त्याविषयी त्याच्याशी बोला. नंतर त्याला स्वत:हून पान उलटण्याची संधी द्या. क्वचित पान उलटण्यास थोडीशी मदत करा. या प्रकारे बाळ स्वत:हून पुस्तकांची पाने उलटेल.

* बाळाचं आवडतं छोटं खेळणं, तो बघत असताना कपड्याखाली झाका व त्याला कपडा ओढून, बाजूला करून, आत लपवलेले खेळणे शोधण्यास प्रोत्साहन द्या.

* बाळाला प्रत्येक हातात एक ठोकळा द्या. दोन ठोकळे तुमच्या दोन हातात ठेवा व बाळ बघत असताना टाळ वाजवल्यासारखे ते वाजवा. बाळाला तुमचे अनुकरण करण्यास प्रोत्साहन द्या. यामुळे बाळ एका वेळेस दोन वस्तू हातात धरायला शिकेल व 'विठ्ठल विठ्ठल' करण्यास शिकेल.

* बाळाला एका वेळेस एक ठोकळा देत व ते एकमेकांवर रचण्यास मदत करत त्याच्याशी खेळ खेळा. या खेळामध्ये ठोकळे खाली पाडणे व हसत हसत एकावर एक रचण्यास प्रोत्साहन द्या. या खेळामध्ये निरनिराळ्या आकारांच्या ठोकळ्यांचा वापर करा.

* बाळाला निरनिराळ्या वस्तू, उदाहरणार्थ, ठोकळे, मणी, लहान खेळणी इ. खोक्यामध्ये (बास्केट) भरण्यास प्रवृत्त करा.

* बाळाला जाड, रंगीत, तेलकट खडू व काही कोरे कागद द्या. बाळ बघत असताना तुम्ही थोड्या रेघा काढा. नंतर त्याला रेघोट्या मारण्यास प्रवृत्त करा आणि जर तो करू शकला नाही, तर त्याचा हात हलकेच धरून रेघोट्या मारण्यास त्याला मदत करा.

* पेपरचे दोन तुकडे करून एक तुमच्याजवळ व एक बाळाजवळ ठेवा. बाळ बघत असताना तुमच्या हातातला पेपर चुरगळा व बाळालाही पेपर चुरगळण्यास मदत करा. ही कृती करताना एखादा खेळ चालू आहे असे भासवा. दुसऱ्या दिवशी हाच खेळ निरनिराळ्या आकाराचे, रंगांचे कागद वापरून खेळा. यामुळे बाळाला कागद चुरगळण्यास प्रोत्साहन मिळेल.

* बाळाला निरनिराळ्या वस्तू मोठ्या तोंडाच्या भांड्यात घालण्यास किंवा काढण्यास उद्युक्त करा.

* बाळाला आरशासमोर अशाप्रकारे बसवा की, तो स्वत:चे प्रतिबिंब आरशात पाहू शकेल. नंतर तुम्ही त्याच्या मागे बसा व त्याच्या चेहेऱ्यावरील भागांविषयी उदाहरणार्थ, कान, नाक, डोळे यांचे गाण्यातून वर्णन करा. नंतर तुम्ही बोटाने तुमचे

नाक दाखवा व बाळ तुमचे अनुकरण करत आहे किंवा नाही ते बघा. जर ते करत नसेल, तर त्याचा हात घेऊन त्याच्या नाकावर गाण्याच्या नादात लावा. असेच गाणे म्हणत म्हणत शरीराचा प्रत्येक अवयव दाखवा.

यामुळे बाळ साध्या गोष्टींचे अनुकरण करणे शिकेल व अवयवांची ओळखही होईल.

* लहान उंची असलेल्या खिडकीमध्ये बाळाला उभे करून बाहेर बघायला लावा. बाहेर बघत असताना त्याच्याशी हवामानाविषयी आणखी जास्त बोला. बाळाला वास घेण्यास, बघण्यास व ऐकण्यास जास्तीत जास्त उद्युक्त करा.

* कपडे घालताना बाळाच्या शरीराचे अवयव दाखवा व मोजा, तसेच बाळ ठोकळे खेळत असताना किंवा वस्तू खोक्यात टाकताना १-२-३ अशा आकड्यांचा उपयोग करा.

अशा प्रकारे हळूहळू बाळाला सर्व क्षेत्रांत स्वतंत्र बनवा. त्याचे निर्णय त्याच्या वेळेनुसार त्याला घेऊ द्या. एक दिवस तुम्हाला यातून शांत, आनंदी व स्वाभिमानी व्यक्ति मत्त्व तयार झालेले दिसेल.

खेळण्यांची यादी

अ. जन्मतः ते ६ आठवडे
* रंगीत व वेगवेगळ्या आकाराची खेळणी बाळाच्या तोंडापासून १० इंचावर व मध्यभागी टांगा
* संगीत/टेपरेकॉर्डर किंवा रेडिओ ३ तास रोज
* आवाजाचे खेळणे, म्युझिक बॉक्स
* खुळखुळे

आ. २ ते ३ महिने
* निरनिराळ्या आकारांची व आकर्षक रंगांची खेळणी
* मऊ, मोठी धुता येण्यासारखी खेळणी
* हलणारी खेळणी, गाड्या
* रबराची खेळणी
* रेडिओ, टेपचे संगीत

इ. ४ ते ५ महिने
* निरनिराळ्या रंगांचे व आकर्षक धरता येण्यासारखे खुळखुळे
* विविध रंगांचे स्पर्शाचे प्राणी
* प्लास्टिकचे मोठे मणी

ई. ५ ते ६ महिने
* दाबून आवाज येणारी खेळणी, खुळखुळे

* आरशाची खेळणी
* चावता येणारी खेळणी
* प्लास्टिक किल्ल्यांसारखी दातांची खेळणी
* झोका

उ. ७ ते ९ महिने
* मोठी, आकर्षक रंगांची हलत्या भागांसह असलेली खेळणी
* आरशाची खेळणी
* प्लास्टिक, लाकडी ठोकळे आणि चमचे
* स्पंजची खेळणी
* मोजमापाचे कप
* बाउल्स (भांडी)
* मोठा चेंडू
* दातांची खेळणी (किल्ल्या, रिंग इ.)
* पाण्याची खेळणी
* कप आणि चमचे
* चुरगळण्यास व फाडण्यास पेपर
* उलगडण्यास वायरचे गुंडाळे
* तालबद्ध संगीत

ऊ. १० ते १२ महिने
* पेटी व कप
* भरण्यास व सांडण्यास उपयोगी बाटल्या, भांडी इ.
* मोठे रंगीत मणी.
* बाबागाडी, पांगुळगाडा
* तालबद्ध संगीत
* उत्सुकता वाढवणारी खेळणी
* बाहुली
* मोटार
* रंगीत चेंडू
* सावकाश व स्पष्ट उच्चार
* कार्डबोर्डची पुस्तके
* दुधाची भांडी

ए. १ ते ३ वर्षे
* शरीराचे अवयव सांगणे

* बाहुलीचे खेळ
* रंगीत डबे लावणे व उघडणे
* तेलकट खडू व कागद – रेघोट्या मारण्यास
* ठोकळे एकावर एक रचणे, आगगाडी बनवणे
* त्रिकोण, चौकोन, गोल कापून लावणे
* नेहमीच्या वापरातील वस्तूंची नावे सांगणे, उदाहरणार्थ, पेन, घड्याळ, पैसे इ.
* सावकाश व स्पष्ट उच्चार करणे
* प्राण्यांचे व पक्ष्यांचे तक्ते
* कार्डबोर्डची पुस्तके
* आकार, रंग, स्पर्श, ज्ञान देणे
* गोष्टी, गाणी, गोट्या व तालबद्ध गाणे
* वस्तू बास्केटमध्ये भरणे, काढणे
* वर, खाली, बाजूला, एक इत्यादी संकल्पना स्पष्ट करणे
* ढकलता येणारी खेळणी

ऐ. ३ ते ४ वर्षे

* घर घर खेळण्यासाठी उपयुक्त वस्तू
* तीनचाकी सायकल, चारचाकी गाड्या
* झोका, घसरगुंडी, जिम इ.
* खडू व इतर कार्डबोर्डच्या पेट्या
* रंगीत खडू, पाण्याचे रंग, रंगवायची पुस्तके
* मातीचे आकार, माती, प्लास्टिसीन इ.
* टेलिफोन
* बाहुलीचे घर
* ड्रम (ढोलकी)
* शेतावरच्या प्राण्यांचा व शेतीचा सेट
* खेड्याचा सेट, गाड्या
* विमाने, हेलिकॉप्टर्स, ट्रक्स
* सोप्या शब्दांची मोठ्या आकाराची पुस्तके
* पालकांनी मुलांना वाचून दाखवायची गोष्टीची पुस्तके
* कागद, कात्री, डिंक
* बाहुली, प्राणी
* शिवण्याचे कार्ड्स (आकार बनवण्यास)

* संगीत खेळणी
* चित्रे जुळवणे, समानार्थी, विरुद्ध भाग इ.
* कपडे घालणे

ओ. ४ ते ७ वर्षे

* गोष्टी, गाणे सांगणे
* मैदानी खेळ
* मेकॅनोसारखे खेळ

औ. ७ ते ८ वयोगटांतील खेळ

* संग्रह करणे (तिकिटे, कार्ड्स, नाणी इ.)
* मुलांनी वाचण्यासारखी पुस्तके
* कार्ड व खेळणी (सापशिडी, ल्युडो, व्यापार इ.)
* कोडी
* ट्रॅक्स, गाड्या, रॉकेट्स, विमाने (स्वत: बनवण्यासारखी) इ.
* चित्रकलेचे सर्व सामान, रंग, कागद इ.
* दोनचाकी सायकल
* मैदानी खेळ
* रॅकेट (बॅडमिंटन इ.)
* रचनात्मक खेळ (उभे करणे, निर्माण करणे इ.)

अं. ९ ते १० वर्षे

* पुस्तके
* चित्र काढणे, रंगवणे
* संग्रह करणे (तिकिटे वगैरे)
* नाचणे
* पोहणे
* समूह खेळ
* सायकल चालवणे
* स्केटिंग
* टेबल टेनिस, क्रिकेट इ. खेळ
* वैज्ञानिक खेळणी जी स्वत:हून तयार करता येतात व मोडता येतात. त्यातून विज्ञानाची तत्त्वे सहज समजावून सांगता येतात.

❖

वाढ व विकास

शारीरिक वाढीसाठी तक्त्यांचा वापर आपण फारच कमी प्रमाणात करतो. हे तक्ते जास्तीतजास्त प्रमाणात वापरले गेले पाहिजेत. डॉ. वामन खाडिलकर यांच्याबरोबर डॉ. सुचित तांबोळी यांच्या सहा सदस्य समितीने IAP Growth Chart हे प्रमाणित केले आहेत. स्वातंत्र्यानंतर प्रथमच भारतीय मुलांच्या वाढीचे मापन तक्ते प्रमाणित केले आहेत. यासाठी ८७,००० मुलांचा अभ्यास केला गेला. याबद्दलचे **ॲप विकसित केले** असून **IAP Growth Chart** असे ॲप आहे. या ॲपवर पालक मुलांचे वजन व उंची टाकून माहिती मिळवू शकतात.

भारतात स्वातंत्र्यानंतर प्रथमच भारतीय बालरोगतज्ज्ञ संघटनेने प्रमाणित केलेले जन्मत: ते १८ वर्षे वयापर्यंतच्या वाढीचे तक्ते जानेवारी २०१५ मध्ये प्रकाशित झाले. संपूर्ण भारतातून ८७,००० मुलांचा अभ्यास करून हे तक्ते बनविण्यात आले. या समितीच्या अध्यक्षपदी डॉ. वामन खाडिलकर होते. भारतातील फक्त सहा बालरोग तज्ज्ञांची समिती या तक्त्यांच्या प्रमाणीकरणासाठी निवडली गेली होती. त्या समितीत मी सदस्य म्हणून काम पाहिले. या तक्त्यांचा उपयोग सर्व थरांतील पालकांना होणार आहे. मुलांची वाढ योग्य तऱ्हेने होत आहे की नाही यासाठी पालकांनी यावर नोंदी ठेवाव्यात. कुपोषण असो वा स्थुलता, बुटकेपणा, वाढीचे अडसर यांच्या निदान व उपचारासाठी हे भारतीय तक्ते खूप मोठी मदत करतील यात शंकाच नाही.

पहिल्या ६ महिन्यांत २ आठवडे, ७ ते १२ महिन्यांत १ महिना, तर १ वर्षानंतर २-३ महिने वाढ जरी कमी असेल, तर डॉक्टरी सल्ला आवश्यक असतो. WHO व IAP Charts च्या नवीन वाढीच्या तक्त्यानुसार जगातील सर्व मुलांमध्ये सारखीच वाढीची संधी असते, असे म्हटले आहे. म्हणजे आपली मुलेसुद्धा साडेसहा फूट होऊ शकतात; अर्थात त्यासाठी आईची वाढ, गर्भाची

वाढ, आहार, व्यायाम, वातावरण या सर्वांचे महत्त्व खूप मोठ्या प्रमाणात आहे. आई-वडिलांच्या उंचीनुसार १० सें.मी. अलीकडे-पलीकडे बाळाची उंची सांगता येते.

वाढीचे मापन तक्ते हे कुपोषणच नाही तर स्थूलतासुद्धा लवकर ओळखण्यात मदत करतात. वाढीची गती जास्त महत्त्वाची असते. पहिल्या वर्षात जन्माच्या वेळेचे वजन तिप्पट वाढते व उंची २५ सें.मी. तर २ ते १० वर्षांत वर्षाला १$^{१}/_{२}$ ते २ किलो व उंची ५ सें.मी. वाढते. वयात येताना परत वाढ खूप चांगली होते. उंची २५ टक्के तर वजन २० ते ३० टक्क्यांनी वाढते. वाढीची विविध मापने समाजात वापरली जातात. शाकिर टेप दंडाचे माप घेतो, गोवर, टी.बी., मलेरिया, रक्तक्षय, लघवीचा जंतुसंसर्ग, जुलाब, डांग्या खोकला अशा आजारांनी वाढीवर परिणाम होत असतो. आपण आपल्या मुलामुलींचा तक्ता नीट ठेवला तर आपण आजाराचे परिणाम, वातावरणाचा संबंध ओळखून लवकर हस्तक्षेप करून चांगली वाढ व्हावी म्हणून प्रयत्न करू शकतो.

$$\underset{\text{(Final HT)}}{\text{मुलाची उंची}} = \frac{\text{आईची उंची (सें.मी.) + वडिलांची उंची (सें.मी.) + १३}}{\text{२}}$$

$$\underset{\text{(Final HT)}}{\text{मुलीची उंची}} = \frac{\text{आईची उंची (सें.मी.) + वडिलांची उंची (सें.मी.) - १३}}{\text{२}}$$

❖

IAP - Indian Academy of Pediatrics

भारतीय बालरोग चिकित्सक अकादमीचे डॉ. खाडिलकर व डॉ. सुचित तांबोळी वाढ व विकास तक्ता २०१५

वयोगट ५ ते १८ वर्षे : मुले उंची व वजन तक्ता

वडिलांची उंची________आईची उंची________अपेक्षित उंची________

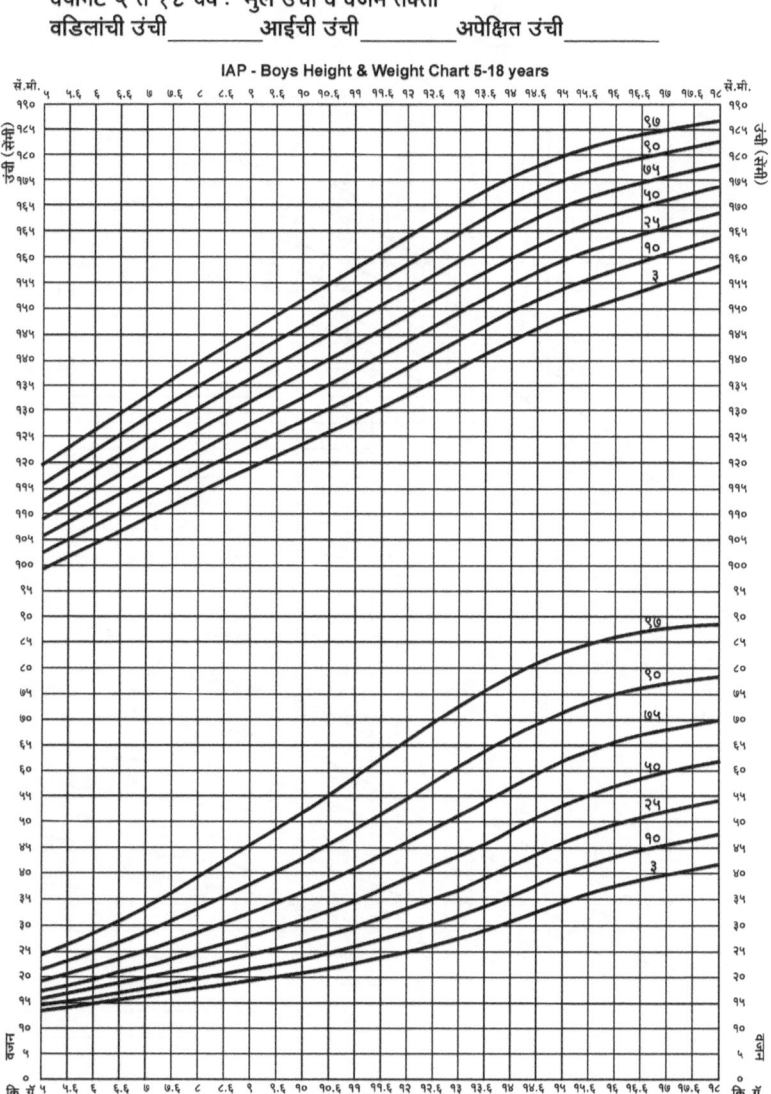

IAP - Boys Height & Weight Chart 5-18 years

IAP - Indian Academy of Pediatrics

भारतीय बालरोग चिकित्सक अकादमीचे डॉ. खाडिलकर व डॉ. सुचित तांबोळी वाढ व विकास तक्ता २०१५

वयोगट ५ ते १८ वर्षे : मुली उंची व वजन तक्ता

वडिलांची उंची________आईची उंची________अपेक्षित उंची________

IAP - Girls Height & Weight Chart 5-18 years

वय वर्षे

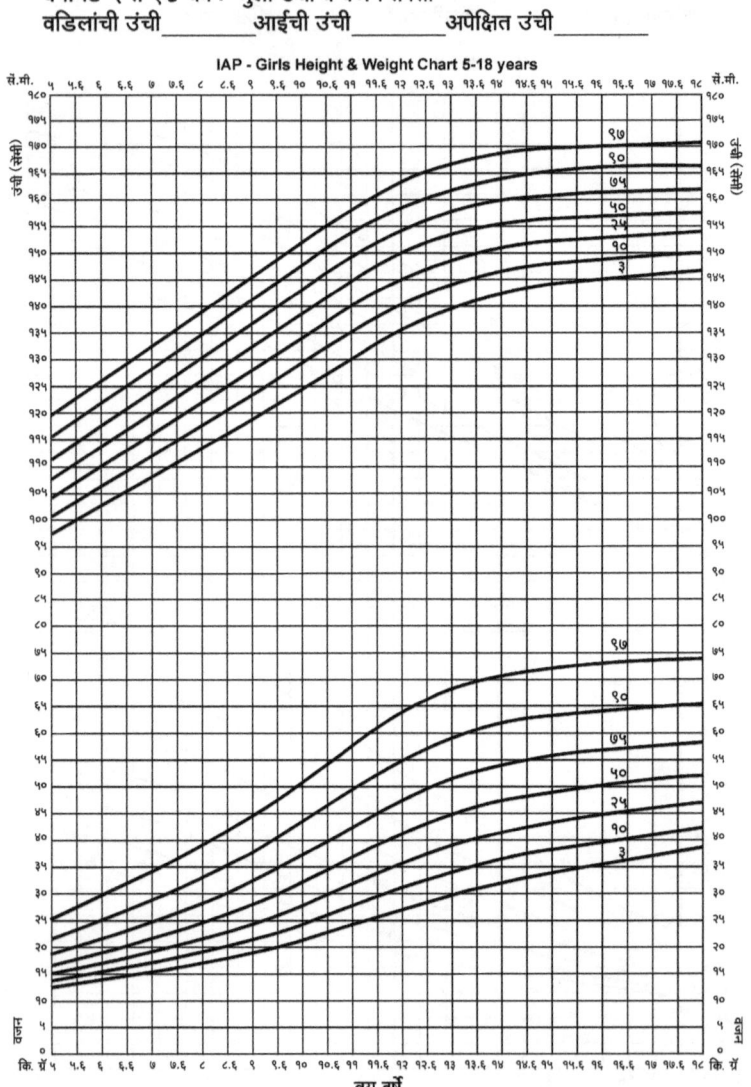

IAP - Indian Academy of Pediatrics

भारतीय बालरोग चिकित्सक अकादमीचे डॉ. खाडिलकर व डॉ. सुचित तांबोळी वाढ व विकास तक्ता २०१५

५ ते १८ वर्षे आय.ए.पी मुले बॉडीमास इंडेक्स तक्ता

नाव : ____________________

जन्म तरीख : ____________________

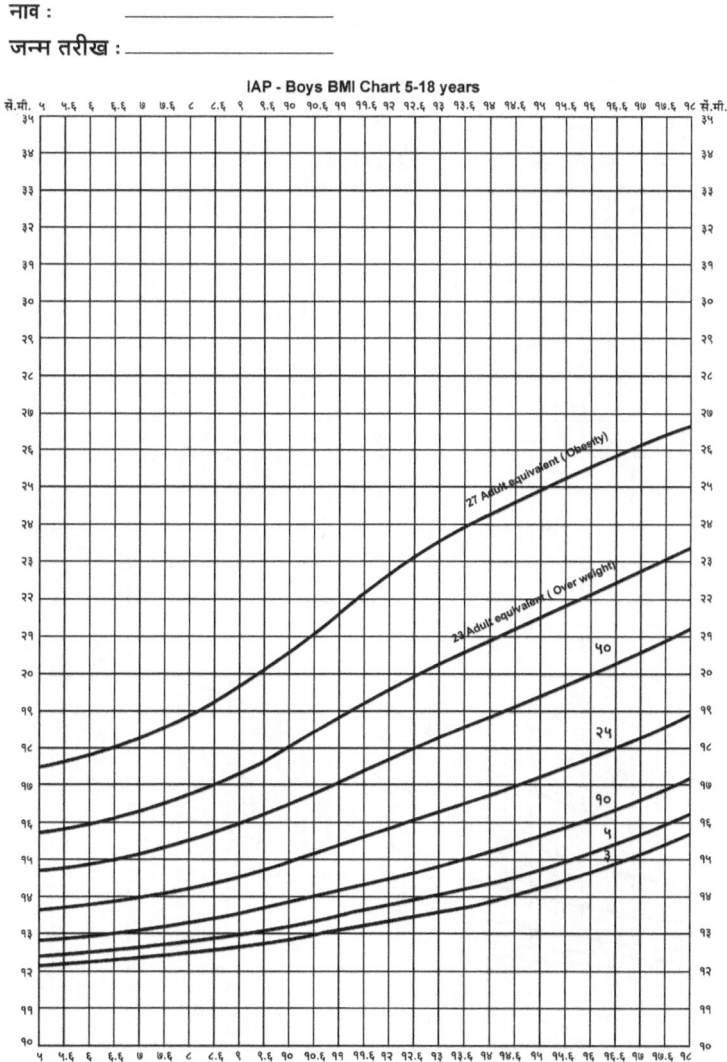

IAP - Boys BMI Chart 5-18 years

IAP - Indian Academy of Pediatrics

भारतीय बालरोग चिकित्सक अकादमीचे डॉ. खाडिलकर व डॉ. सुचित तांबोळी वाढ व विकास तक्ता २०१५

५ ते १८ वर्षे आय.ए.पी मुली बॉडीमास इंडेक्स तक्ता

नाव :

जन्म तरीख :

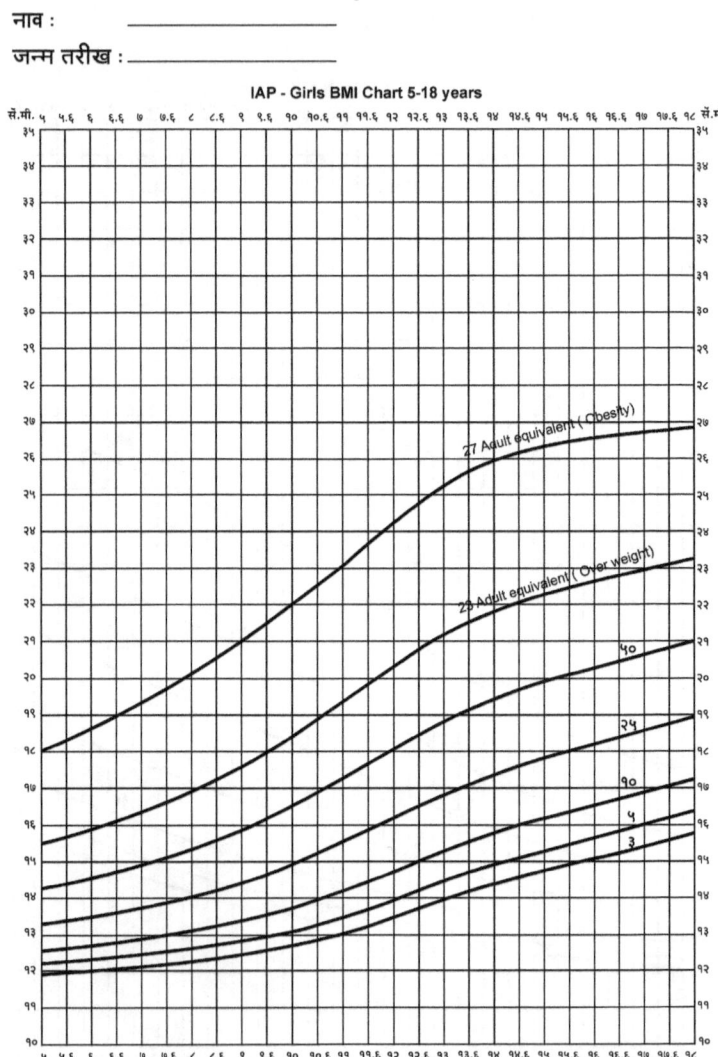

२४ । मुलांच्या समृद्ध जीवनासाठी

WHO - Indian Academy of Pediatrics

० ते ५ डब्ल्यु. एच. ओ मुले लांबी, उंची, वजन व डोक्याचा घेर तक्ता

नाव : ____________________

जन्म तरीख : ____________________

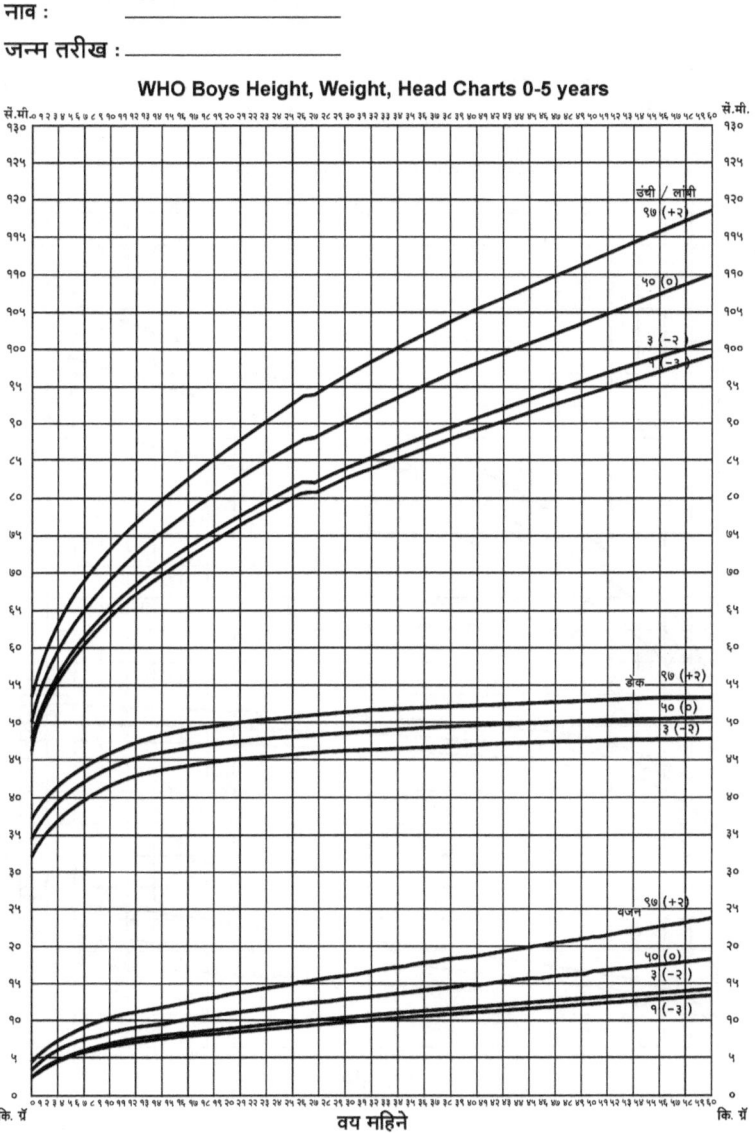

WHO Boys Height, Weight, Head Charts 0-5 years

WHO - Indian Academy of Pediatrics
० ते ५ डब्ल्यु. एच. ओ मुली लांबी, उंची, वजन व डोक्याचा घेर तक्ता

नाव : _____

जन्म तरीख : _____

WHO Girls Height, Weight, Head Charts 0-5 years

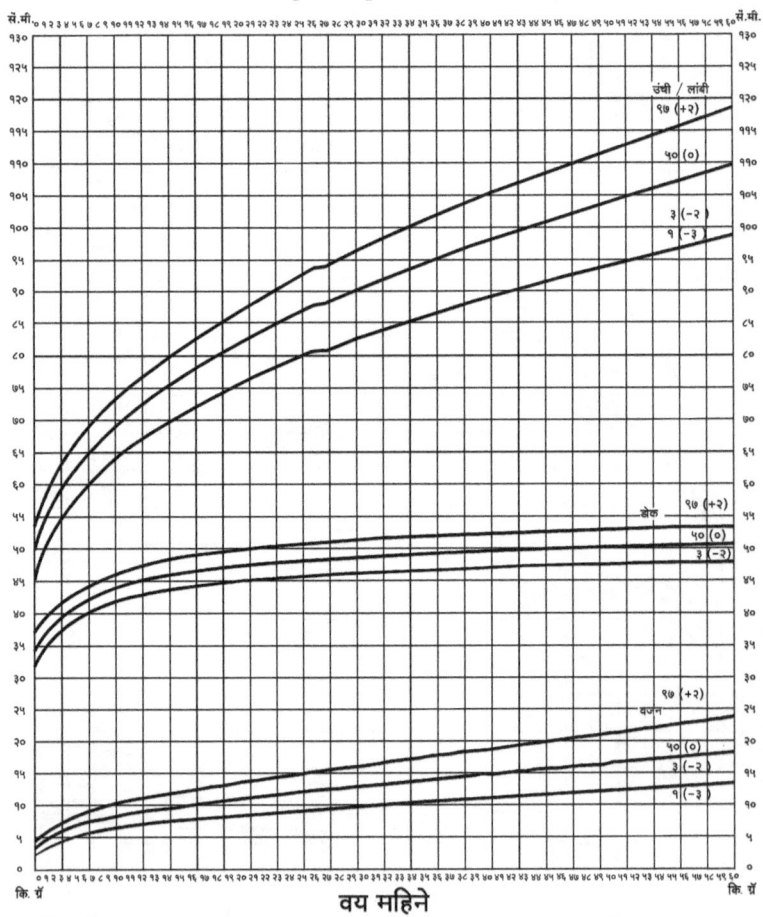

वय महिने

२६ । मुलांच्या समृद्ध जीवनासाठी

बाळाचे लसीकरण

रोगप्रतिबंधक लसी या बाळाची कवचकुंडले असतात, हे आता सर्वांनाच माहीत आहे. लसीकरण वेळापत्रक हे दर ३ ते ५ वर्षांनी बदलत असते. कारण नवीन लसींचा शोध, आजारांचे स्वरूप, आजारांचे प्रमाण, संशोधनाद्वारे सिद्ध झालेले बदल इ. असंख्य गोष्टींचा अंतर्भाव असतो.

सप्टेंबर २०१८ मध्ये असलेले लसीकरण वेळापत्रक (बालरोगतज्ज्ञ संघटनेने सुचवलेले) आपण बघू या.

बालरोगतज्ज्ञ संघटना यांनी सुचवलेले वेळापत्रक

वय	बालरोगतज्ज्ञ संघटना
जन्मत:	बी.सी.जी पोलिओ ० कावीळ ब ० (हेपाटायटिस बी)
६ आठवडे.	**सहा लसी एकत्र** ट्रिपल १ + पोलिओ १ कावीळ ब १, हिंब मेंदूज्वर १ पोलिओ इंजेक्शन १ रोटाव्हायरस १ सॅनप्लोरिक्स / प्रेवनार १
१० आठवडे	ट्रिपल २ + पोलिओ २

	सहा लसी एकत्र { हिब मेंदूज्वर २ पोलिओ इंजेक्शन १ सॅनप्लोरिक्स / प्रेवनार २
१४ आठवडे	ट्रिपल ३ + पोलिओ ३ **सहा लसी एकत्र** { हिब मेंदूज्वर ३ पोलिओ इंजेक्शन ३ रोटाव्हायरस २ सॅनप्लोरिक्स / प्रेवनार ३
१८ आठवडे	पोलिओ ४
६ महिने	कावीळ ब ६, पोलिओ ५, फ्लु ची लस २ डोसेस २ महिन्यांनंतर
९ महिने	एम एम आर १ / एम आर लस सरकारतर्फे
१ ते २ वर्षे (१२ महिने)	कावीळ अ ०
१५ महिने	कांजिण्या १, एम एम आर २
१८ महिने	**पहिला बुस्टर** ट्रिपल + पोलिओ बुस्टर १ पोलिओ इंजेक्शन बुस्टर हिब मेंदूज्वर बुस्टर सनप्लोरिक्स / प्रेवनार बुस्टर कावीळ अ ६
१ वर्षे	नवीन टाइफॉइड लस टाइप बार सी. व्ही २ डोसमध्ये २०वर्ष संरक्षण देते. फ्लूची लस दरवर्षी द्यावी.
४ ते ५ वर्षे	**दुसरा बुस्टर** कांजिण्या २ ट्रिपल पोलिओ बुस्टर २ एम.एम.आर. ३
१० वर्षे	**तिसरा बुस्टर** टी.डी. / टीडॅप
१५ वर्षे	डी.टी. / टीडॅप, मुलींसाठी कॅन्सर प्रतिबंधक लस ०,२,६ असे ३ डोसमध्ये घ्यावीत.

ऐच्छिक लसींविषयी थोडेसे

बालरोगतज्ज्ञ संघटनेने जाहीर केलेल्या लसीकरण कार्यक्रमात टाइफॉइड किंवा विषमज्वर, हिमोफिलस ही मेंदूज्वर व न्यूमोनियावरील लस, तसेच कावीळ 'अ' (हेपाटायटिस ए) आणि कांजिण्यांची लस यांचा समावेश आहे.

विषमज्वराची नवीन लस 'Conjugate' या नावाने ओळखली जाते. या लसीच्या दोन डोसांमुळे १० ते २० वर्षे संरक्षण मिळते असे मानले जाते.

न्यूमोनिया व मेंदूज्वराच्या अनेक कारणांपैकी एक महत्त्वाचे कारण हिमोफिलस हा जंतू असतो. त्याची लस १ वर्षाच्या आत दिल्यास २-२ महिन्याच्या अंतराने ३ डोसेस किंवा १ ते १$^{१}/_{२}$ वर्ष यादरम्यान दिल्यास २ डोसेस व १$^{१}/_{२}$ वर्षानंतर दिल्यास १ डोस द्यावा लागतो. ही लस ट्रिपलबरोबर 'टेट्रा' नावाने उपलब्ध आहे आणि ट्रिपलबरोबर २, ४, ६ महिने असे ३ डोसेस त्या वयात देणे सर्वांत श्रेयस्कर आहे. आता हिब, ट्रिपल व कावीळ अशा ५ लसी एकत्र एकाच इंजेक्शन (सिरिंज)मधून देता येतात. (पेन्टा वॅक्सिन किंवा पंचगुणीलस)

कावीळ 'अ' हा खाण्या-पिण्यातून होणारा आजार आहे. कावीळ 'ब' हा रक्तातून पसरणारा आजार आहे. कावीळ 'ब'ची लस सध्या सर्वत्र उपलब्ध आहे. त्याला सामान्य लोक 'पांढरी कावीळ' म्हणतात. खरंतर कावीळ 'अ'सुद्धा आपल्या देशातला एक महत्त्वाचा आजार आहे व यकृताच्या (लिव्हरच्या) आजारांमध्ये त्याचे स्थान महत्त्वाचे आहे. हा आजार १५ ते २१ दिवस राहतो. काही वेळेस रौद्ररूप धारण करतो.

ह्या आजारावरची लस एकदा व सहा महिन्यांनंतर एकदा असे दोन डोसेस दिल्यास वीस वर्षांनंतर बूस्टर द्यावा लागतो. ही लस एक वर्षानंतर द्यावी लागते. सध्या ती बरीच महाग म्हणजे १६०० रु.च्या आसपास एक डोस अशी उपलब्ध आहे.

कांजिण्या येऊन गेल्या नसल्यास कांजिण्यांची लस ३ ते ५ वर्षांनंतर द्यावी. या एकाच डोसने आयुष्यभर संरक्षण मिळते. कांजिण्या हा आजार वय जास्त असल्यास जास्त त्रासदायक असतो. ही लस १८०० रु.च्या दरम्यान मिळते. **आपल्याकडे शालेय प्रवेशावेळी लसीकरण व शारीरिक तपासणी सक्तीची असली पाहिजे.**

याशिवाय नवीन लसींपैकी रोटा व्हायरस ही जुलाबावरील लस भारतात उपलब्ध आहेत. मलेरिया, जुलाबाचे काही जंतू, एड्स, न्यूमोनियाचे काही उपप्रकार यासाठीच्या लसी संशोधनाच्या वेगवेगळ्या टप्प्यात आहेत. २०२५ साली १ वर्षाच्या मुलाला ३३ लसी दिल्या जातील. अर्थात, बऱ्याच लसी एकत्रित करण्याचे कामही सुरू असल्याने ३३ वेळा टोचावे लागणार नाही!

खालील गोष्टी आपणा सर्वांना माहिती असाव्यात.

१. बी.सी.जी. दिल्यानंतर ४ ते ८ आठवड्यांनंतर पुरळ येतो. पू बाहेर पडतो व खूण डाव्या हातावर राहते. हा या लसीचा नैसर्गिक क्रम आहे.

२. ट्रिपल दिल्यानंतर काही मुलांना ताप येतो, तर काही मुलांना गाठ येते, काही मुले किरकिर करतात; पण हा सर्व त्रास जास्तीत जास्त ४८ ते ७२ तासच होतो. बाळाला पॅरासिटामॉल (paracetamol/phenargan) देऊनही त्रास कमी झाला नाही, तर डॉक्टरांना दाखवावे. गाठ आल्यास बर्फाने शेकावे. जर बाळ सलग ४ तास रडत असेल अथवा झटके आले, तर बाळाला पुढचा ट्रिपल डोस देऊ नये. ट्रिपलमधल्या 'P'मुळे हा त्रास जास्त प्रमाणात होऊ शकतो.

३. पोलिओचे ५ डोसेस व बूस्टरशिवाय पल्स पोलिओ देणे अत्यंत महत्त्वाचे व गरजेचे आहे. त्यामुळे तुमच्या मुलाचे संरक्षण व पोलिओ निर्मूलन दोन्हीही साध्य होते. पोलिओच्या केसेस २००१ साली कमी झाल्या होत्या; परंतु परत २००५ साली त्या वाढल्या. याला कारणे अनेक आहेत. पालकांची पल्स पोलिओ कार्यक्रमाबाबतची उदासीनता हे महत्त्वाचे कारण आहे. पालकांनी याबाबत सतर्कता न दाखवल्यास निर्मूलनात अडचणी येतील.

२०१५ साली आपण आता पोलिओ निर्मूलन झालेले असले तरी काही वर्ष आपणास काळजी घ्यावी लागणार आहे.. पालकांनी पल्स पोलिओ आपल्या मुलांना त्या त्या वेळेस देऊन ही मोहीम यशस्वी करण्यास आपला हातभार लावावा.

४.एम.एम.आर. (M.M.R.) ९व्या महिन्यात देणे आवश्यक आहे. एम.एम.आर.मध्ये गोवरचा डोस + जर्मन गोवर + गालगुंड याची लस असते आणि ही लस ९व्या महिन्यात पहिला, १५व्या महिन्यात दुसरा आणि ५व्या वर्षाला तिसरा डोस दरम्यान देणे सर्वांत चांगले. (बालरोगतज्ज्ञ संघटना शिफारसीनुसार)

यूके व यूएसएमध्ये शाळा व कॉलेज प्रवेशाच्या वेळेस एम.एम.आर. दिली जाते. बालरोगतज्ज्ञ संघटनेच्या

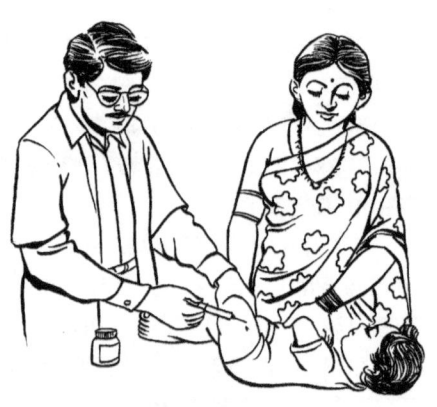

शिफारशीप्रमाणे एम.एम.आर.परत ५व्या वर्षी घ्यावी.

५. बीसीजी (BCG) व गोवरची लस एकाच दिवशी देऊ नये.

६. सर्व लसी एकदा वापरून फेकून द्यायच्या (Disposable) सिरिंजनेच द्याव्यात.

७. काविळीवरची HEPATITIS B ही काविळीच्या ७ उपप्रकारांपैकी एका प्रकारच्या काविळीपासून संरक्षण करते व ही कावीळ 'रक्तातली कावीळ' म्हणून ओळखली जाते. WHO या जागतिक संघटनेच्या शिफारशीवरून ही लस ०,१,६ महिने व १० वर्षांनी १ बूस्टर अशाप्रकारे जन्मत:च भारतातल्या सर्व मुलांना दिली पाहिजे. कावीळ 'ब'बाबत खूप घाबरून न जाता योग्यप्रकारे लसीकरण करावे. ही लस आता खूपच स्वस्त झाली आहे. ही लस आता ट्रिपलबरोबर एका सिरिंजमध्येसुद्धा देता येऊ शकते.

८. टाइफॉइड होऊ नये म्हणून नवीन विकसित Typhoid Conjugate ही लस द्यावी.

९. रोटाव्हायरस जुलाबावरील लस

विषाणूजन्य अतिसार टाळण्यासाठी अत्यंत उपयुक्त लसीचे सहा महिन्यांच्या आत दोन डोसेस घ्यावे लागतात. ही लस तोंडाने पाजावयाची असते. ही लस महाग असली, तरी जुलाबामुळे अॅडमिट करण्याची वेळ आल्यास त्यापेक्षा नक्कीच कमी खर्चिक आहे.

१०. Cervirix किंवा Gardasil कॅन्सरविरोधी लस

Cervirix ही मुलींसाठी गर्भपिशवीच्या तोंडाचा कॅन्सर टाळणारी लस आहे. १२ ते ४३ या वयोगटातील मुली/महिलांसाठी उपयुक्त, पण महाग असून ०, २, ६ महिने असे ३ डोसेस घ्यावे लागतात. कॅन्सर टाळणारी पहिलीच लस. जरूर घ्यावी.

११. स्वाइन फ्लू व फ्लू साठी दरवर्षातून १ वेळा लस घेणे आवश्यक आहे.

दर ३ वर्षांनी लसीकरण वेळापत्रकात होणाऱ्या सुधारणा, नवीन उपयुक्त व उपलब्ध लसींची माहिती आपल्या फॅमिली डॉक्टरांकडून जरूर करून घ्यावी.

नवीन लसी व लसींचे एकत्रीकरण यावर संशोधन ही आपल्या आयुष्यातील एक महत्त्वाची गोष्ट आहे. कितीतरी भयानक आजार लसीकरणामुळे आटोक्यात आलेले आहेत किंवा समूळ नष्ट होण्याच्या मार्गावर आहेत. काही लसींमुळे त्या आजारांची तीव्रता नक्कीच कमी होते. उदाहरणार्थ, बीसीजी, गोवर तर काही आजार पोलिओ, घटसर्प नामशेष होण्याच्या मार्गावर आहेत.

❖

मुलांचा सुयोग्य आहार

माझा मुलगा खात नाही? काय काय व किती खाणं आवश्यक आहे या वयात? असे असंख्य प्रश्न प्रत्येक बालरोगतज्ज्ञाला आई विचारत असते. शिवाय आपण लहान मुलांच्या कुपोषणाबद्दल अजूनही बातम्या वाचत असतो. खरंतर **कुपोषणाला दारिद्र्यापेक्षा अज्ञान हे जास्त जबाबदार असते.**

मुलांच्या आहाराबाबत विचार करताना आपण जन्मल्यापासूनचा विचार करू या. जन्मल्याबरोबर अर्धा तासाच्या आत अंगावरचे दूध पाजणे हे अत्यंत आवश्यक आहे. पूर्वीच्या समजुतीप्रमाणे पहिले तीन दिवस अंगावर न पाजणे व मध चाटवणे अशासारख्या प्रथा बाळाला धोकादायक ठरू शकतात. **अंगावर दूध पाजण्याचे असंख्य फायदे आहेत.** १. पहिले तीन दिवस जो चिक येत असतो (Colostrum), त्यात बाळाची रोगप्रतिकारशक्ती वाढावी, या दृष्टीने काही विशिष्ट पदार्थ उदाहरणार्थ, IgG, IgM, IgA (रोगप्रतिकारकशक्ती वाढवणारे पदार्थ) जास्त प्रमाणात असतात, त्यामुळे बाळ कमी आजारी पडते.

२. बाळाला लवकरात लवकर अंगावर पाजल्याने बाळ-आई यांच्यातील मानसिक नाते दृढ होण्यास मदत मिळते.

३. **पहिले सहा महिने बाळाला फक्त अंगावरचेच दूध पाजावे.** वरचे पाणीसुद्धा देऊ नये. अशा प्रकारची सूचना WHO या जागतिक संघटनेने १९८९ सालापासून केली आहे. पाणी न पाजण्याची दोन कारणे त्यांनी दिली आहेत. * अंगावरच्या दुधामध्ये पाण्याचे प्रमाण योग्य असते. * पाणी उकळताना आपण कधी पंधरा मिनिटे, तर कधी पाच मिनिटे उकळतो. त्यामुळे बाळाला जंतूंचा प्रादुर्भाव होण्याचा संभव असतो. पाणीसुद्धा देऊ नये म्हटल्यावर घुटी, मध यांचा प्रश्नच उद्भवत नाही. तेव्हा बाळाला फक्त अंगावरचे दूध पाजणे पहिले चार महिने अत्यंत आवश्यक आहे. भूक व तहान दोन्हीसाठी अंगावरच पाजावे. अंगावर दूध चांगले येण्यासाठी काय करावे? फक्त तीन गोष्टी महत्त्वाच्या – आईने किमान चार वेळा भरपूर हवे ते जेवावे, आईने

संपूर्ण विश्रांती घ्यावी, आईचे मन प्रसन्न असावे. एवढे पाळल्यास दूध भरपूर प्रमाणात येणारच व बाळाचे वजन दुपटीने वाढणारच; एवढी खात्री असावी. **भारत सरकारने आता ६ महिने स्तनपान रजा तसेच बाळ १ वर्षाचे होईपर्यंत किंवा १८ महिन्यांपर्यंत ६ महिने संगोपन रजा मंजूर केली आहे.**

स्तनपानाचे इतर फायदे

फक्त स्तनपानच देणाऱ्या मातांच्या मुलांना पोलिओ, इंटेरोकोलायटिस, व्हायरसचे आजार इत्यादी आजारांपासून संरक्षण मिळते. या मुलांना ॲलर्जीचा त्रास कमी होतो, तसेच जंतुसंसर्गाची शक्यता फारच कमी असते. बाळाच्या आईला स्तनपानाने कॅन्सरपासून संरक्षण मिळते, तसेच मुलांमध्ये अंतर राखण्याच्या दृष्टीने उपयोग होतो. अंगावरचे दूध हे सहज उपलब्ध असते, स्वस्त असते व पोषक असते. बाळाचे संरक्षण करण्यास पहिले चार महिने ते समर्थ असते.

बाळाला कधी पाजावे? तर बाळाच्या मागणीनुसार साधारण १ ते ४ तासांच्या अंतराने कधीही. किती वेळ पाजावे? साधारण पहिल्या ५ ते १० मिनिटांत ९० टक्के दूध आलेले असते, तेव्हा एका बाजूला १५ मि.पेक्षा जास्त पाजू नये. बसून पाजणे, ढेकर देणे, उभे धरणे, पोटावर झोपवणे याविषयी आधी सांगितले आहेच. बाळाला दूध पुरते आहे का नाही, हे कसे ठरवावे? बाळाचे वजन कसे वाढते आहे, त्याला शू पुरेशी होते आहे ना आणि इतर वाढ चांगली असेल, तर वरच्या दुधाच्या भानगडीत पडू नये. बऱ्याच वेळा आपल्याकडे बाळ रडतं म्हणजे त्याला दूध कमी पडतं, असं घरी ठरवलं जातं. त्याच्या रडण्याच्या इतर कारणांचा विचारच केला जात नाही. वरचे दूध सुरू केले की, पोट भरल्याने बाळ कमी ओढत, खरंच अंगावरचे दूध कमी होते आणि बाळ आजारी पडायला सुरुवात होते.

बाळाला दूध पुरते की नाही, हे आजीपेक्षा तुमच्या बालरोगतज्ज्ञांना वजन करून ठरवू द्या. बाळाच्या आईने वर उल्लेख केलेल्या तीन गोष्टी पाळल्यास दूध भरपूर येतेच. त्यामुळे पहिले चार महिने बाळाला औषधांपासून लांबही ठेवता येईल.

नोकरीला तीन महिन्यांनी रुजू व्हायचं म्हणून तिसऱ्या, चौथ्या दिवसापासून वरचे दूध देणारी आई बाळाचे निश्चित नुकसान करत असते. तेव्हा हे झालं पहिल्या चार महिन्यांसाठी. त्यानंतर बाळाला अंगावरचे दूध पाजणे सुरू ठेवावेच; पण त्याचबरोबर वाढतं वय लक्षात घेऊन वरचे अन्न सुरू करणे अत्यंत आवश्यक आहे. **६ ते ९ महिने** या दरम्यान मऊ पदार्थ द्यावेत. उदाहरणार्थ, सर्व प्रकारचे सूप, मऊ वरण-भात, तांदळाची पेज, डाळ आणि तांदळाची पेज, साबुदाणा अथवा रवा यांची पेज, नाचणीची खीर, सातूचे पीठ इ. नवीन पदार्थ सुरू करत असताना एक गोष्ट लक्षात ठेवावी, ती म्हणजे दोन नवीन पदार्थ एकाच दिवशी

सुरू करू नयेत. कारण काही त्रास झाला तर नेमका कशामुळे झाला हे समजत नाही. कोणताही नवीन पदार्थ पहिल्या दिवशी २ चमचे, नंतर ४ चमचे, ६ चमचे असा वाढवावा. जुने झालेले पदार्थ ३-४ दिवसांनंतर अर्धी-अर्धी वाटी दिले तरी चालेल. मऊ अन्न म्हणजे उदाहरणार्थ, गुरगुटा वरण-भात, उकडलेला बटाटा किसून व मीठ लावून, कुस्करलेल्या भाज्या, कुस्करलेली फळे, उकडलेले अंडे, (आधी पिवळा बलक द्यावा). **९ ते १२ महिने** या काळात बाळाला घट्ट व कडक अन्न देण्यास सुरुवात करावी. उदाहरणार्थ, पोळी, पापड, काकडी इ. हा काळ दात येण्याचा काळ मानला जातो. जुने लोक मनगटाला खारीक किंवा खोबरे बांधायचे. माझ्या मते ही चांगली पद्धत आहे.

अर्थात खोबरे किंवा खारीक घशात अडकू शकते; त्यामुळे आता नवीन दाताची खेळणी आली आहेत; ती चावता येतात व स्वच्छ ठेवता येतात. रंग न जाणारी चांगली खेळणी चावायला द्यावीत.

या वयात होणारे जुलाब हे, हिरड्यांची सळसळ थांबवण्यासाठी मुले खालचे उचलून तोंडात टाकतात व त्यावर असलेल्या धुळीमुळे होतात. तेव्हा स्वच्छ गोष्टी तोंडात गेल्या, तर दाताचे जुलाब होणार नाहीत. कारण मुळात ते दाताचे नसतात तर जंतुसंसर्गाचेच असतात. महागड्या डब्यांच्या नादी लागण्यापेक्षा घरात तसे पदार्थ बनवून देता येतात. ते जास्त स्वस्त, ताजे व पौष्टिक असतात.

ताजे अन्न घरी कसे बनवता येईल, तर डाळ व तांदूळ रात्री ओल्या फडक्यात बांधून ठेवावेत, सकाळी त्यांना मोड येतात किंवा ते फुगतात. नंतर ते उन्हात वाळवावेत. त्यानंतर ते भाजून घ्यावेत आणि त्यांची मिक्सरमधून पावडर तयार करावी आणि या पिठाचे शिरा, खीर, कांजी अशाप्रकारे गोड व मऊ अन्न तयार करून द्यावे. ते जास्त पौष्टिक व ताजे असते. 'हैदराबाद मिक्स' हे आपल्या राष्ट्रीय आहार संस्थेने बनवलेले अन्न किंवा 'बाल आहार' या प्रकारच्या अन्नामध्ये मोड आलेल्या डाळी, शेंगदाणे हे भाजून, दळून चवदार बनवले जातात. एक वर्षानंतर मुलांनी हाताने व घरात आपण जे खातो ते सर्व अन्न खाल्ले पाहिजे. मुले १ वर्षाच्या वेळेस ताटातले अर्धे अन्न खाली सांडून जेवतात जे नैसर्गिक असते.

मुलांचा आदर्श आहार असा असावा

(१ ते ५ वर्षांसाठी) नाष्टा : दूध एक कप + २ चमचे साखर + १ चमचा प्रोटिनेक्स/ इतर. सातूचे पीठ/नाचणीची खीर/शिरा/पोहे/लाह्या इ. (अंडी-आम्लेट).

येथे लक्षात घेतले पाहिजे की, खारी, बिस्किटे, ब्रेड यांसारख्या पदार्थांना आहाराच्या पौष्टिकतेच्या दृष्टीने फार कमी महत्त्व आहे. अशासारख्या आहाराने पोट भरते; पण आवश्यक उष्मांक किंवा जीवनसत्त्वे मिळत नाहीत. एका बिस्किटामध्ये

फक्त १५-२० कॅलरीज (उष्मांक) असतात. येथे मी जो आहार देतो आहे तो अनेक पर्यायांसह याच्यासाठी देतो आहे की, ज्यांना जे परवडेल ते द्यावे; पण पौष्टिक आहार द्यावा.

जेवणासाठी मुलांना सारखं खा-खा करून मागे लागू नये. त्यांच्या जेवणामध्ये वा खाण्यामध्ये साधारण ३-४ तासांचे अंतर ठेवावे. त्यांना आवडेल अशा स्वरूपात अन्न द्यावे म्हणजे काही मुलांना हिरवी पातळ भाजी आवडत नाही; पण पराठ्यात हिरवी भाजी चालते. तसेच केळं आवडतं, शिकरण नाही इ. तेव्हा खाण्याचे स्वरूप आकर्षक व मुलांना आवडेल असे असावे. आपल्या जशा आवडीनिवडी असतात, तसेच मुलांचे स्वतंत्र व्यक्तिमत्त्व असते व त्यांच्याही काही आवडीनिवडी असतात. तेव्हा योग्य आवडीनिवडीचा मान राखायला शिकावे. जेवणामध्ये खायला वरण-भात, पोळी/भाकरी, एक वेळच्या जेवणात हिरवी भाजी व एका वेळच्या जेवणात उसळ असावी. फळभाजी आठवड्यात ३ वेळा व हिरवी भाजी ४ वेळा असे प्रमाण असावे. त्याचबरोबर कच्चे अन्न गाजर, काकडी, मुळा, कांदा इ. सारखे असावे. कोशिंबीर/चटणी स्वरूपात असल्यास काही मुले जास्त आवडीने खातात.

मधल्या वेळचे खाणे : त्या मोसममध्ये उपलब्ध असलेले ताजे व स्वस्त फळ दुपारी रोज एक द्यावे व गूळ-शेंगदाण्याचा लाडू/चिक्की द्यावी.

तेव्हा अशा प्रकारे जर घरातील पौष्टिक अन्नाचा वापर केला गेला, तर मुले सुदृढ बनतात. अशा प्रकारचा आहार गरीब व श्रीमंत दोन्ही प्रकारचे पालक देऊ शकतात. फक्त महत्त्व कशाला द्यायचे, हे पालकांना समजले पाहिजे. शेव, खारी, बिस्किटे हे लाडके; पण निरुपयोगी अन्न टाळून गूळ-शेंगदाणे, उसळी, हिरव्या भाज्या यांचा वापर वाढवणं हे महत्त्वाचं आहे. तेव्हा आर्थिकदृष्ट्या श्रीमंती आहार महत्त्वाचा नसून पौष्टिक आहार महत्त्वाचा हे समजणं आवश्यक आहे. तसेच फक्त दुधाचा जास्तीत जास्त वापर केल्याने Vitamin D Deficiency (मुडदूस) व इतर जीवनसत्त्वांचा अभाव निर्माण होण्याची शक्यता खूप जास्त असते. बरेचसे पालक सांगतात की, एक दूध सोडून तो काहीच खात नाही, पण अशा केसेसमध्ये पालकांनी ६ व्या महिन्यापासून तशी सवय लावायला हवी. सर्व प्रकारचे अन्न खाण्याची सवय लावलेली नसते. दूध व डब्याचे अन्न यांवर भर दिलेला असतो, असेच लक्षात येते. १०० पदार्थ देण्याचा प्रयत्न केल्यास

त्यातील ५० पदार्थ मुले नक्कीच खातील, तसेच पहिल्या ६ महिन्यांत काही मुलांची जीभ बाहेर काढण्याची सवय गेलेली नसते. त्याचा अर्थ त्यांना नको असते किंवा ते आवडत नाही, असे नसते. हे समजून घेणे तितकेच आवश्यक आहे.

अनावश्यक टॉनिकपेक्षा वजनानुसार आहार देणे गरजेचे असते. पौष्टिक व ताजे अन्न हाच खरा आहार. आता वजनानुसार तुमच्या मुलानं किती खावे ते बघू या.

१ ते १० किलो – १०० कॅलरीज प्रतिकिलो.

उदाहरणार्थ, ८ किलोच्या बाळाने ८०० कॅलरीज दिवसभरात खायला हव्यात. बाळाच्या वजनाप्रमाणे नव्हे, तर तक्त्यातील वजनाप्रमाणे कॅलरीज मोजाव्यात.

१० ते २० किलो – १००० कॅलरीज + ५० कॅलरीज प्रतिकिलो.

उदाहरणार्थ, १३ किलोच्या मुलाने १००० + ५० × ३ = १५० + १००० = ११५० कॅलरीज घ्यायला हव्यात.

२० ते ४० किलो – १५०० कॅलरीज + ३० कॅलरीज प्रतिकिलो.

उदाहरणार्थ, २५ किलोच्या मुलाने १५०० + ५ × ३० = १५० + १५०० = १६५० कॅलरीज घेणे आवश्यक आहे.

आता तुम्ही म्हणाल, 'पण या कॅलरीज कोणत्या प्रकारात किती, हे आम्हाला कसे समजणार', तर त्यासाठी मी सोबत पदार्थांची यादी व वाटी-चमच्याच्या भाषेत कॅलरीज मोजू शकाल, असा तक्ता दिला आहे.

प्रथम आपण वजन, उंचीचा तक्ता बघू या (सर्वसाधारणपणे) (IAP Chart)

वय	वजन (कि.ग्रॅ.)	उंची (से.मी.)
जन्मत:	२.६	४७.१
३ महिने	५.२	५९.१
९ महिने	७.३	६८.२
१२ महिने	८.४	७३.९
२ वर्षे	१०.१	८१.६
३ वर्षे	११.८	८८.८
४ वर्षे	१३.५	९६.०
५ वर्षे	१४.८	१०२.१
६ वर्षे	१६.३	१०८.५
७ वर्षे	१८.०	११३.९
८ वर्षे	१९.७	११९.३
९ वर्षे	२१.५	१२३.७
१० वर्षे	२३.५	१२४.४

सकाळचा नाष्टा

अ. क्र.	पदार्थाचे नाव	कॅलरीज
१	एक कप दूध (गाईचे)	०७०
२	एक कप दूध (म्हशीचे)	०८५
३	ब्रेड १ स्लाइस	०५०
४	मध १ चमचा	०३०
५	साखर १ चमचा	०१६
६	जाम १ चमचा	०२०
७	बिस्किट १ क्रीमचे	०२४
८	मारीचे	०२०
९	खारे	०१५
१०	केक-फ्रूटकेक, २ स्लाइस	११७
११	चॉकलेट केक, मोठा स्लाइस	१६५
१२	अमूल १ चमचा	१५०
नाष्ट्याचे इतर पदार्थ – मधल्या वेळचे खाणे		
१३	इडली २	१२०
१४	डोसा १ (९ इंच व्यास)	१५०
१५	पॉपकॉर्न (५० ग्रॅ.चे पाकीट)	१७०
१६	अर्धा कप सांबर	१५०
१७	१ कप रसम	०१२
१८	उपमा १ प्लेट	३७०

नाष्ट्याचे/मधल्या वेळचे खाणे यासाठी इतर पौष्टिक पदार्थ – सातूचे पीठ, भाजणीचे थालीपीठ, नाचणीची खीर, शिरा, पोहे यांचा वापर करावा. अंदाजे १५० कॅलरीज १ बशीत असतात.

सकाळचे/रात्रीचे जेवण

१	व्हेजिटेबल सूप १ वाटी	०६५
२	टोमॅटो क्रीम सूप	०८५
३	चिकन सूप	०८५

	तेल शेंगदाणे/ सोयाबीनचे वापरावे	
४	पोळी मध्यम आकाराची	१२०
५	पोळी लहान फुलका	०८०
६	पराठा	२७५
७	भाकरी ज्वारी/बाजरी	२२५
८	भात + वरण १ वाटी	११०
९	नाचणीची भाकरी	२५०
१०	रवा १ वाटी	३४८
११	साबुदाणा १०० ग्रॅम	३५०

भाज्या

अ.न.	भाजीचे नाव	कॅलरीज
१	अर्धी वाटी पालक	०२६
२	अर्धी वाटी मेथी	०४९
३	उकडलेला बटाटा १ कप	२४५
४	अर्धी वाटी हरभरा भाजी	०६५
५	अर्धी वाटी कांदा	०५०
६	अर्धी वाटी गाजर	०४८
७	अर्धी वाटी दुधी भोपळा	०१२
८	अर्धी वाटी वांगी	०२४
९	अर्धी वाटी भेंडी	०२५

पालेभाज्यांमध्ये कॅलरीजपेक्षा जीवनसत्त्वांना महत्त्व अधिक आहे. पालेभाज्यांमध्ये लोह (IRON) जास्त असलेल्या भाज्या – लाल माठ, राजगिरा, मेथी, तांदुळसा, पालक या भाज्या मुलांना आवडतील त्या प्रकारात बनवून द्याव्यात व रोज एकदा जेवणात असाव्यात.

उसळी

मोड आलेल्या धान्यात प्रथिने (प्रोटिन्स) जास्त असतात. उसळींचा वापर आठवड्यातून ४-५ वेळा करावा. चवळी, उडीद, मूग, मटकी, राजमा, चणाडाळ, तूरडाळ इ.

साधारण पाऊण वाटीपासून १००-१५० कॅलरीज व योग्य प्रोटीन्स मिळतात.

सुकामेवा

१	बदाम १०	७०
२	काजू १०	८८
३	सुके खोबरे १०० ग्रॅम	६६२
४	शेंगदाणे (मूठभर), अर्धी वाटी	५००

दररोज १ गूळ-शेंगदाण्याचा लाडू देणे उत्तम.
फळे – फळांमध्ये जीवनसत्त्वे खूप असतात.

सफरचंद	५६ ते ७६
केळी	१५०
पेरू	०६६
आंबा	०५० ते ८०
पपई एक तृतीयांश	०३२
चिकू	०९४
अननस २ फोडी	०७०
२५ द्राक्षे	०७०
१ संत्र	०६८

अ. क्र.	पदार्थाचे नाव	कॅलरीज
१	बर्फी १ तुकडा	१००
२	२ गुलाबजाम	१५०
३	२ बालुशाही	४६९
४	१ रसगुल्ला	१००
५	३ जिलेबी	२००.३०
६	नानकटाई (१०० ग्रॅम)	५०४

मधल्या वेळचे इतर पदार्थ

१	५ ढोकळे	१५०
२	कांदा भजी	२००

३	१ वाटी चिवडा	४२०
४	२ सामोसे	२५६
५	१ बटाटा कचोरी	१५६
६	पोटॅटो चिप्स, १० तुकडे	११०
७	आइसक्रीम १ कप	२००
८	दहीवडा १	८३
९	कटलेट १	१२५
१०	नारळाचे पाणी २०० मि.ली.	५०
११	लिमका १ बाटली	५०
१२	संत्र्याचा रस १ ग्लास	९५
१३	आंब्याचा रस	६५
१४	सफरचंदाचा रस	९५
१५	चहा १ कप	२२
१६	कॉफी १ कप	२५

पौष्टिकतेचा तक्ता

पोषक तत्त्वे	ही तत्त्वे देणारे पदार्थ	त्यांचे महत्त्व
प्रोटीन्स	दूध, डेअरी उत्पादने, गहू व अन्य – धान्ये, अंडी, मांस, मासे, कडधान्य	वाढ होण्यासाठी व स्नायूंना बळकटी येण्यासाठी उपयोगी.
कार्बोहायड्रेट्स	धान्य, साखर, बटाटा, दूध, केळी, सीताफळ, द्राक्षे	उत्साही आणि सतेज राहण्यासाठी ऊर्जा पुरवतात.
व्हिटॅमिन 'ए'	हिरव्या पालेभाज्या, गाजर, आंबा पपई, अंड्याचा बलक, संत्रे, चिक्कू, पिकलेली केळी, बाजरी	दृष्टी स्वच्छ होते. रातांधळेपणा टाळते.
व्हिटॅमिन बी१, बी२, बी३, बी ६	कडधान्ये, धान्ये, हिरव्या पालेभाज्या, धान्याचा कोंडा, मश्रूम, फळे	अन्नातून ऊर्जा निर्माण करायला मदत होते. त्वचा व स्नायू संस्थेचे आरोग्य जपले जाते.

लोह, फोलिक ॲसिड	धान्य, कडधान्य, हिरव्या पालेभाज्या, मांस, गूळ, खजूर, खारीक, शेंगदाणे.	शुद्ध रक्त मिळते. रक्तक्षयरोग टाळतो.
व्हिटॅमिन 'सी'	संत्रे, मोसंबी, आवळा, लिंबू, द्राक्षे, पेरू इ. फळे	त्वचा निरोगी होते. जखम झटपट बरी होते. लोह शोषले जाते.
व्हिटॅमिन 'डी'	अंड्याचा बलक (पांढरे), कॉड-लिव्हर ऑइल, सूर्यप्रकाशातही शरीर व्हिटॅमिन 'डी' तयार करते.	शरीराला कॅल्शियम व फॉस्फरस शोषण्यास मदत करते. हाडे ठिसूळ होऊ देत नाही.
कॅल्शियम आणि फॉस्फरस	दूध, डेअरी उत्पादने, टोमॅटो, रागी, गाजर, बदाम, अळीव, मेथी, नाचणी	निरोगी दात, बळकट हाडांसाठी.
आयोडिन	दूध, अंडी, मांस, समुद्री आहार	कंठग्रंथींची सूज टळते.
झिंक	बटाटे, सर्व धान्ये, भुईमूग, दूध, अंडी, मांस	वाढीसाठी व विकासासाठी उपयुक्त, प्रतिकारशक्तीत वाढ.

तेव्हा तुम्ही तुमच्या मुलाचे वजन, उंची किती पाहिजे?

वजनानुसार कॅलरीज कशा मोजाव्यात?

कॅलरीज वाटी-चमच्याच्या भाषेत कशा माहिती करून घ्याव्यात?

कॅलरीज कशा द्याव्यात?

उदाहरणार्थ, समजा मुलाचे वजन १० किलो आहे, तर

अ. ब्रेकफास्ट/नास्ता २०टक्के २०० कॅलरीज

ब. दुपारचे जेवण ३०टक्के ३०० ”

क. मधल्या वेळचे खाणे २०टक्के २०० ”

ड. रात्रीचे जेवण ३०टक्के ३०० ”

सारखे २-२ तासांनी खा-खा करू नये. पौष्टिक व ताजे अन्न द्यावे. डब्यांच्या नादी न लागता घरीच ताजे पदार्थ बनवून द्यावेत. तेव्हा खालील तक्त्याप्रमाणे कॅलरीज मिळतात किंवा नाही ते बघावे.

पेशंटचे नाव :

वय : अपेक्षित वजन : सध्याचे वजन :

आवश्यक कॅलरीज :

क्रमांक	वेळ	प्रकार	कॅलरीज
१.	स. ७ ते ९	नाष्टा	२०टक्के
२.	दु. ११ ते २	दुपारचे जेवण	३०टक्के
३.	दु. ४ ते ६	मधल्या वेळचे खाणे	२०टक्के
४.	रा. ७ ते ९	रात्रीचे जेवण	३०टक्के
एकूण			**१००टक्के**

स्थूलपणा

याचे प्रमाण दिवसेंदिवस वाढत चालले आहे. बार्कर नावाच्या शास्त्रज्ञाने हे सिद्ध केले आहे की, **मोठेपणी होणाऱ्या मधुमेह, हृदयविकार, ब्लडप्रेशर यांसारख्या आजाराचे मूळ गर्भावस्थेत असते.** जी मुले जन्माच्या वेळेस बारीक असतात व पुढे जाड बनतात, त्यांना हे आजार होण्याची शक्यता जास्त असते. वजन अनियंत्रित वाढल्याने आजार लवकर होतात. 'किलोग्रॅममध्ये वजन/उंची मीटर स्क्वेअरमध्येचा वर्ग' याला बी.एम.आय किंवा 'बॉडी मास इंडेक्स' म्हणतात. १८.५ असेल तर कुपोषित, १८.५ ते २३ नॉर्मल, २३-२५ जास्त वजन, २५-३५ जाडेपणा असे मानले जाते.

स्थूलपणाची कारणे : गुणसूत्राद्वारे, वातावरणामुळे, खाण्याच्या सवयींमुळे, कमी व्यायाम, ऊर्जेचा वापर कमी झाल्याने, शरीरप्रकृती, हार्मोन्समुळे. उदाहरणार्थ, लेफ्टिन, ग्रोथ हार्मोन्स, इन्शुलिन, कॉर्टिसॉल यातील बदल, शारीरिक आजार उदाहरणार्थ, हायपोथायरॉयडिझम, कुशिंग डिसीज, ब्रेन ट्युमर.

तपासण्या : बी.एम.आय., त्वचेची जाडी मोजणे, वजन वाढीची गती, संपूर्ण शारीरिक तपासणी, डोळ्यांची विशेष तपासणी, ब्लडप्रेशर, इसीजी इ.

स्थूलपणाचे दुष्परिणाम : हृदयविकार, ब्लडप्रेशर, लिपिड वाढणे, त्वचेवर काळे डाग, डोके दुखणे, दमा, घोरणे, पित्ताशयातील खडे, कावीळ, ठिसूळ हाडांचे आजार, कॅन्सर, विमनस्कता, चिंतातुरपणा इ.

स्थूलपणा उपचार : वजन कमी करण्यासाठी दररोज $^{१}/_{२}$ ते $^{३}/_{४}$ तास व्यायाम करावा. मैदानात चालणे, दोरीच्या उड्या, सूर्यनमस्कार, योगासने, प्राणायाम

विशेषत: कपाल भाती असे व्यायाम करावे. नियमित वजन करावे. पुढील पदार्थ टाळा – साखर, गोड पदार्थ, तळलेले पदार्थ, शीतपेये, ज्युस, आइसक्रीम, चॉकलेट, पराठा, पिझ्झा, बेकरीचे पदार्थ, पापड, चटणी, लोणचे इ. केळ, चिक्कू, सीताफळ, आंबा, द्राक्षे, बटाटा, सुरण, बीट, मटार, साबुदाणा यांचा मर्यादित वापर करावा. नारळ, सुकामेवा, शेंगदाणे टाळावेत. मटण, चिकन, मासे यांचा वापर टाळावा. तूप, लोणी, क्रीम, चीज, पनीर, खवा यांचा वापर करू नये.

आहारात २५ टक्क्यांचा नियम पाळावा. १ फुलका / पोळी, अर्धी भाकरी/ १ वाटी भात घेतल्यास त्याच्याबरोबर १ वाटी उसळ किंवा घट्ट साधे वरण, १ वाटी सलाद, १ वाटी फळभाजी घ्यावी. भरपूर प्रमाणात पालेभाज्या, फळे, शेंगाच्या भाज्या यांचा वापर करावा. साधारणपणे नाष्ट्याला १ कप दूध साखर किंवा साय न घालता (गाईचे दूध) टोस्ट २ (जॅम/लोणी न लावता) किंवा २ इडली किंवा १ प्लेट उपमा, १ फळ (संत्रे, मोसंबी, पेरू), दोन्ही जेवणात १ फुलका तेल न लावता, १ छोटी वाटी भात, भाजी १ वाटी, दाल १/२ वाटी, ताक किंवा दही १/२ वाटी, भरपूर सॅलड; तर मधल्या वेळच्या खाण्यात १ कप चहा किंवा कॉफी १/२ चमचा साखर घालून बरोबर २ मारी बिस्किटे किंवा सॅलड भरपूर किंवा १ फळ किंवा १ ग्लास ताक.

खाण्या-पिण्याबरोबर आयुष्य जगण्याच्या सवयींमध्येसुद्धा बदल केल्यास स्थूलपणा कमी होतो. **व्यायामाला पर्याय नाही हे लक्षात ठेवावे.** पोहणे, मैदानी खेळ वाढवणे, टीव्ही, व्हिडीओ गेमचे तास कमी करणे, समुपदेशन, वर्तन उपचार यांचा उपयोग उपचारात नक्कीच महत्त्वाचा असतो. ५, ४, ३, २, १ लक्षात ठेवावे. हा आरोग्याचा मूलमंत्र आहे.

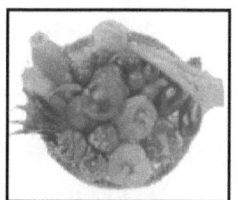

* ५ – वेळा ताजी फळे, भाज्या

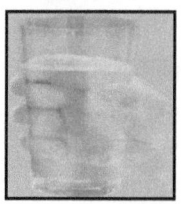

* ४ – पेक्षा जास्त ग्लास पाणी

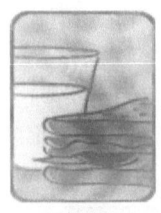
* ३ – पेक्षा कमी डेअरी व फॅट कमी असलेले अन्न

* २ – जास्तीत जास्त २ तास TV, Computer इत्यादी

* १ – १ तास नियमित व्यायाम

मेटफॉरमीन, ऑरलिस्टॅट, ऑक्ट्रेटाइड अशी औषधे, तसेच ऑपरेशनचा वापर विशिष्ट स्थूलपणात करावा लागतो. स्थूलपणाचा उपचार करणारी 'ओबेसिटी क्लिनिक' आता शहरांतून दिसू लागली आहेत. तज्ज्ञांचा सल्ला घेऊन केलेले उपचार नक्कीच उपयुक्त व फायदेशीर ठरतात.

आता दीक्षित डाएट तसेच त्रिपाठी डाएट किंवा दिवेकर डाएट असे खूप वेगवेगळे प्रकार सांगितले जातात. स्वत:ला जे योग्य वाटेल ते करावे. मूळ उद्देश एकच **कॅलरीज कमी करा, प्रोटीन वाढवा** आणि **नियमित व्यायाम** करा.

बाटलीची सवय घातक

बाटलीला आम्ही पुतना मावशी म्हणतो. बाटली ही बाळाच्या आरोग्याला हानिकारक आहे. बाटलीचे दुष्परिणाम असंख्य आहेत. त्यात महत्त्वाचे म्हणजे सारखे सारखे जुलाब होणे. बाटलीतल्या हवेचा दाब पडून कानाचा पडदा फाटून सारखा कान फुटणे, व्यसन लागणे, नेहमी सर्दी-खोकला व घशाचा त्रास होणे, किरकिर करणे, खाण्याच्या अयोग्य सवयी लागल्याने व्हिटॅमिन्स-प्रोटीन्सची कमतरता राहणे. उदाहरणार्थ, मुडदूस, रातांधळेपणा इ. यामुळेच बाटली लहानपणापासूनच घरात आणूच नये,

कारण बाटलीची काळजी घेणे हे फार अवघड काम आहे. आपली वाटी-चमच्याने दूध पाजायची पद्धत सुरक्षित, सोपी, स्वच्छ, कमी खर्चिक, कमी त्रासाची व उपयोगी आहे. फक्त आईला काम बाटलीने सोपे वाटते. कारण एकदा बाटली तोंडात दिली की झालं! नाहीतर वाटी-चमच्याने सारखे पाजत राहावे लागते. पण बाटलीचे दुष्परिणाम बघता थोडासा त्रास सहन केलेला परवडतो. तेव्हा बाटलीची सवय मोठेपणी असो वा लहानपणी; परंतु ती वाईटच.

डॉक्टरांनी बाटलीचे दूध काही अपरिहार्य कारणास्तव जर पाजायला सांगितलेच असेल, तर पुढील काळजी घेणे आवश्यक असते. घरात कमीतकमी ४ ते ६ काचेच्या बाटल्या असणे आवश्यक आहे. प्रत्येक बाटली १५ मिनिटे उकळत्या पाण्यात उकळून घ्यावी, बूच ५ मिनिटे उकळावे, उकळणे सकाळी सर्व बाटल्यांचे व्हावे व परत दिवसा दूध देण्याआधी व नंतर करावे. ब्रशने बाटल्या स्वच्छ कराव्यात. बाटल्या स्टरलायझेशन सोल्यूशनमध्ये ठेवाव्यात. एकतर एवढा खटाटोप कोणीही करत नाही आणि एवढा खटाटोप केल्यावरसुद्धा बाळाला जंतुसंसर्ग होण्याची शक्यता १५ टक्के असतेच. त्यामुळे उत्तम मार्ग म्हणजे बाटलीने दूध न पाजता वाटी-चमच्याने पाजावे. वाटी-चमचा आधी व नंतर उकळावा. ग्लास/सिपरची सवय पाचव्या महिन्यापासून लावावी व **बाटली घरी कधी आणूच नये.**

जर बाटली सुरूच असेल, तर मात्र तिची **सवय मोडण्यासाठी** पुढील गोष्टी कराव्यात.

बाटली घरातून फेकून द्यावी. त्यानंतर पुढील आठ दिवसांसाठी घरातील सर्वांनी मन घट्ट करणे आवश्यक असते. नाहीतर 'बाळ रडते आहे, पाहवत नाही, काहीच खात नाही, जाऊ दे, देऊ बाटली' असं म्हटलं, तर ही सवय जात नाही. एकदा बाटली मिळणार नाही हे नक्की समजलं (म्हणजे कितीही आकांडतांडव केला तरीही) तर तुमचं बाळ काही अन्न खायला सुरुवात करेल. यासाठी सर्वांनी निश्चयी राहणं आवश्यक आहे. बाळ २ ते ४ दिवस रडेल. कदाचित कमी खाईल. त्याने काहीही बिघडणार नाही. एक लक्षात ठेवा, कोणतेही चांगले वळण लावण्यासाठी बऱ्याचदा मन कठोर करावे लागते; पण दूरदृष्टीने पाहिल्यास ते उपयोगी पडते.

बाटलीची सवय मोडणे व त्यानंतर बाळ जेव्हा वरचे अन्न खायला लागेल, त्यावेळेस त्याला योग्य सवयी लावणे म्हणजे त्याला आवडेल त्या प्रकारात पदार्थ बनवणे.

आहार व अपंगत्व

आहारशास्त्र हे आरोग्याशी निगडित आहे. 'युनिसेफ'ने आहाराचे तीन विभाग सांगितले आहेत – अन्न, आरोग्य, काळजी घेणे. काळजी घेणे हा आहाराचा एक नवीन विभाग आहे. काळजी घेणे म्हणजे ज्या पद्धतीने आपण मुलांना खाऊ घालतो, वाढवतो, शिकवतो, मार्गदर्शन करतो आणि ज्या पद्धतीने वैयक्तिक किंवा सामाजिक पातळीवर त्याचे दर्शन होते. ही काळजी सामाजिक व घरगुती मार्गदर्शन किंवा संस्कारांवर अवलंबून असते.

अपंगत्व हे प्रथम आजार→असहायता→दुर्बलता→अपंगत्व असे ते निर्माण होते. असहायता म्हणजे शारीरिक, मानसिक रचना किंवा कार्यामध्ये अडथळा निर्माण होणे किंवा ते कार्य किंवा रचना नाहीसे होणे. दुर्बलता म्हणजे एखाद्या व्यक्तीने त्याच्या अपेक्षित वय, लिंग याप्रमाणे ज्या नैसर्गिक कृती मानल्या जातात, त्या कृती करण्यास असमर्थता दर्शवणे किंवा त्या कृती करण्यात खूप बंधने दर्शवणे.

युनिसेफच्या संशोधनानुसार भारतात २ $^{१}/_{२}$ किलोच्या आत जन्माला येणाऱ्या मुलांचे प्रमाण ३० टक्के आहे. आपल्या संपूर्ण आरोग्य व्यवस्थेचा कणा या प्रमाणावर अवलंबून आहे. कमी वजनाची मुले निर्माण होणे हे आईचे खाणेपिणे, लवकर बाळंतपण, लहान चणीची आई यामुळे होऊ शकतात. डेव्हिड बार्कर या शास्त्रज्ञाच्या संशोधनानुसार मोठेपणी होणारे डायबेटिस, ब्लडप्रेशर, हृदयाचे आजार इ. सर्वांचे मूळ, पोटात असणारे मूल ज्या तडजोडी करते, त्यावर अवलंबून असते. त्यांच्या म्हणण्यानुसार मोठेपणी होणाऱ्या आजाराचे प्रोग्रॅमिंग हे पोटात असतानाच ठरते. ते पुढे म्हणतात, या मुलांचे गुणसूत्र हे कमी खाण्यासाठी तयार झालेले असतात; पण आधुनिक जमान्यात मूल बाहेर आल्यावर त्याला खूप खाऊ घातले जाते आणि शारीरिक कृती कमी असतात. त्यामुळे मेद (फॅट) शरीरात पसरण्यास लहानपणापासून सुरुवात होते व इन्शुलीन प्रतिरोध आजार होतो. या मुलांना गर्भात कमी अन्न मिळाल्याने त्यांचा रक्त प्रवाह बदलतो. प्रथम मेंदूत रक्त पोहोचवले

जाते. पोटातील अवयव व स्नायूंची वाढ त्यानंतर होते. त्यामुळे खुजे बाळ तयार होते. बाळाच्या लिव्हर (यकृत) मध्ये शारीरिक व कार्यातील बदल घडतात तसेच त्यामुळे लिपिड (कोलेस्टोरॉल)चे प्रमाण वाढते, ब्लडप्रेशर वाढते इ. बदल घडतात.

आपल्याकडे कमी वजनाची मुले जन्मण्याच्या महत्त्वाच्या कारणांमध्ये आईला असलेला पंडुरोग (रक्ताचे प्रमाण कमी), आईचे निरनिराळे आजार, जास्त वेळा गर्भ राहणे इ. असतात. २ १/२ किलोपेक्षा कमी वजन असणाऱ्या या मुलांमध्ये नवजात अर्भक मृत्यूचे प्रमाण हे २ १/२ किलो पेक्षा वजन जास्त असणाऱ्या मुलांपेक्षा २ टक्क्यांनी जास्त असते. जे नक्कीच महत्त्वाचे व लक्ष देण्यासारखे आहे.

कमी वजनाची मुले कशी टाळता येतील? एकतर सरळ कृतीद्वारे, म्हणजे अन्न घेण्याचे प्रमाण वाढवून, तसेच जंतुसंसर्गाचे प्रमाण नियंत्रणात आणून करता येईल. तसेच कुटुंब नियोजन, सांडपाणीव्यवस्था सुधारणे या मार्गांनी पण करता येईल. सर्वांत महत्त्वाचे म्हणजे वयात येणाऱ्या मुलीचे वजन ४५ किलो व उंची १४५ सें.मी. असली पाहिजे. त्यासाठी या मुलींच्या खाण्यापिण्याकडे, व्यायामाकडे जास्त लक्ष देणे गरजेचे आहे. बाळंतपणात या मुलींचे वजन ६ ते ९ किलोने वाढले तर नक्कीच जन्माला येणारे मूल अडीच किलोपेक्षा जास्त असू शकेल. यासाठी प्रयत्न होणे आवश्यक आहेत. यामुळे आपण आरोग्य क्षेत्रात क्रांती घडवू शकतो.

कुपोषण ही शांत आणीबाणी मानली तरी त्याचे परिणाम सत्य आहेत, दूरगामी आहेत; तसेच भीतिदायक आहेत. कुपोषण हे फक्त ज्या मुलांना पुरेसे खायला मिळत नाही अशा मुलांमध्येच आढळते असे नसून, ज्या मुलांची भूक भागली जाते, पण अयोग्य प्रकारचे अन्न वापरले जाते, त्यामुळेसुद्धा ही मुले कुपोषित राहू शकतात. जगातील ३/४ मुले कुपोषणाने मरतात. कुपोषण हे कमी अन्न खाल्ल्याने, तसेच आजारामुळे होते. बाळाची व आईची अपूर्ण काळजी, सांडपाणी निचरा व शुद्ध पिण्याच्या पाण्याचा, तसेच आरोग्य सेवांचा अभाव यामुळेसुद्धा कुपोषण होते.

खुजेपणा म्हणजे बाळाची वाढ त्याच्या वयाप्रमाणे लागणाऱ्या उंचीपेक्षा खूप कमी असते. अल्प कुपोषित म्हणजे नुकतेच झालेले कुपोषण. खुजी मुले लहान असतात, तर कुपोषित मुले बारीक असतात. खुजेपणा म्हणजे पहिल्या काही वर्षांतील गरजा समाधानपूर्वक भागवल्या न गेल्याने होतो, तर कुपोषित म्हणजे मूलभूत गरजांपासून मूल वंचित राहिल्याने कुपोषण होते. अपंग मुलांना नीट खाता येत नाही. हाताच्या हालचाली चांगल्या नसतात म्हणूनसुद्धा अन्न कमी खाल्ल्याने कुपोषण होते. आहारामुळे येणारे अपंगत्व टाळण्यासाठी सरकारने आरोग्यदायी निर्णय घेण्याची गरज आहे.

❖

कुपोषणाचा तक्ता

कुपोषण मृत्यू किंवा अपंगत्व
परिणाम
कमी अन्न सेवन केल्यामुळे
आजारामुळे
त्वरित
आईची व बाळाची कमी काळजी घेतल्याने
पाणी व सांडपाणी अव्यवस्थता तसेच आरोग्य सेवांचा अभाव
कौटुंबिक व घरगुती कारणे
अन्न मिळविण्याचे मार्ग कमी झाल्याने
संख्यात्मक व गुणात्मक उपाय मानवी, आर्थिक संस्थांद्वारे किंवा त्यांच्या नियंत्रणाद्वारे
अपुरे ज्ञान किंवा अज्ञान तसेच घरगुती उपायांमुळे खऱ्या सोप्या तरणोपायांकडे दुर्लक्ष
मूळ कारणे सामाजिक पातळीवर
राजकीय, सांस्कृतिक, धार्मिक पद्धती स्त्रियांचे अस्थित्व यामुळे संभाव्य उपाय वापरण्यात येणाऱ्या
संभाव्य उपाय वातावरण, लोकांद्वारे, औद्योगिकीकरणाद्वारे

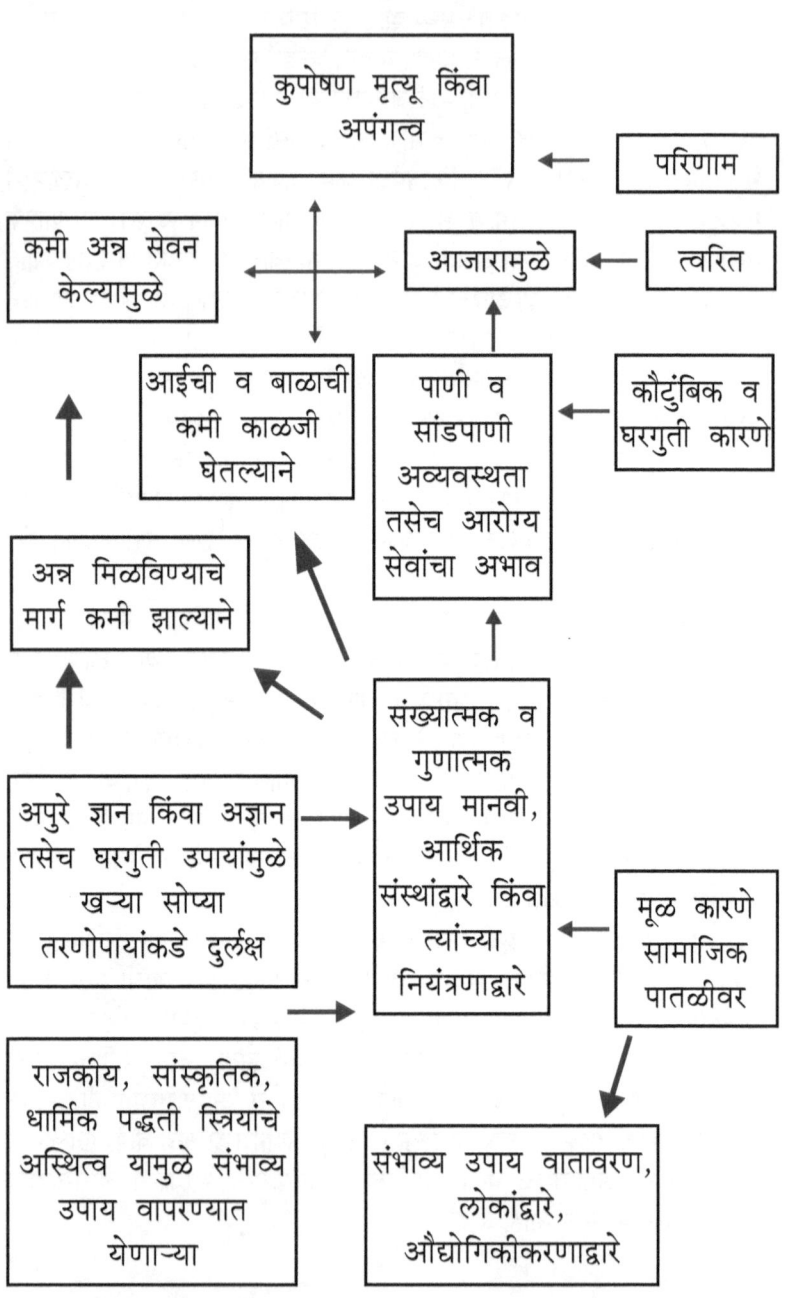

मुलांचे आजार, औषधे व प्रतिबंध

मुलांची औषधे देताना काय काळजी घ्यावी?

१. मुलांची औषधे वजनावर आधारित असल्याने अंदाजाने म्हणजे अर्धा चमचा, एक चमचा अशा मापात औषधे न देता मिलीच्या मापात द्यावे. बालरोगतज्ज्ञ संघटनेच्या शिफारशीमुळे आता बहुतेक लहान मुलांच्या औषधांच्या बाटल्यावर प्लॅस्टिकचे मापक असते.

२. आजार एकसारखा दिसत असला तरी कारणे व स्वरूप वेगवेगळे असू शकते, तेव्हा मनाने औषधे वापरू नये. कारण बरेच रुग्ण सांगतात, त्याला मागच्या वेळेस तुम्ही जे औषध दिले तेच वापरले; पण काही उपयोग झाला नाही किंवा २ दिवस झाले ताप उतरतच नाही. तेव्हा ताप व सर्दी जरी मागच्या वेळेसारखी असली तरी कधी घशाला सूज असते, तर कधी फुप्फुसात कफ झालेला असतो. ताप तात्पुरता उतरवणे व तापाचे कारण शोधून ताप नाहीसा करणे, अशा दोन वेगवेगळ्या गोष्टी आहेत हे लक्षात ठेवावे व तापाचे कारण शोधण्याचे काम डॉक्टरांना करू द्यावे.

३. ताप काही वेळेस मुदतीचा, तर कधी टाइफॉइडचा, तर कधी इतर असंख्य कारणाने येऊ शकतो. तो तात्पुरता उतरवणे व औषधांचा गुण येईपर्यंत ४८ तास लागू शकतात याची जाणीव असल्यास सारखी औषधे बदलण्याचे, डॉक्टर बदलण्याचे रुग्ण टाळू शकतील व औषधांना निर्माण होणारा प्रतिकार व भरमसाट औषधे लिहिण्याची प्रवृत्ती कमी करता येऊ शकेल. पण अर्थात यासाठी डॉक्टर व पेशंटमध्ये विश्वास असणं जेवढं महत्त्वाचं, तेवढंच डॉक्टरांची निदानापर्यंत पोहोचण्याची प्रवृत्ती महत्त्वाची.

४. आजारी पडल्यावर मेडिकल दुकानातून डॉक्टरांच्या सल्ल्याशिवाय औषधे खरेदी करणे अत्यंत धोकादायक ठरू शकते.

५. सारखा सारखा होणारा आजार उदाहरणार्थ, सर्दी, बाळदमा, ताप, झटके अशा आजारांसाठी औषधोपचाराच्या पायऱ्या ठरलेल्या असतात, तसेच डोसमध्येही बदल करावे लागतात. आजाराची तीव्रता, स्वरूप तसेच किती किती दिवसांनी आजार होतो हे बघून तात्पुरता आजार बरे करण्याचे उपचार, आजार सारखा होऊ नये, यासाठी नियमित घ्यायची औषधे व त्यांचा कालावधी ठरवावा लागतो. याबरोबर आजार होऊ नये याची काही इतर बंधने पाळावी लागतात.

६. पावडरपासून बनवलेली औषधे ५ दिवसांच्या आत संपवावी, न संपल्यास (खरंतर योग्य प्रमाणात दिल्यास संपतातच) फेकून द्यावी. पावडरपासूनचे औषध बाटलीवरील खुणेपर्यंत, उकळून कोमट केलेले पाणी टाकून एकदम तयार करणे आवश्यक असते.

७. घरातील शिल्लक व मुदत न संपलेल्या औषधांची यादी डॉक्टरांकडे जाताना नेहमी खिशात ठेवावी. ती डॉक्टरांना दाखवल्यास, शक्य असल्यास डॉक्टर आधी घरातील औषधे वापरतील. त्यामुळे घरात औषधांचा साठा बनणे टळू शकेल.

८. औषधांच्या चवी बऱ्याचदा कडवट असतात, त्यामुळे मुले उलट्या करतात. तेव्हा औषध जर कडू असेल, तर भरपूर साखरेतून वा मधातून द्यावे. औषध व जेवण/खाणे यात किमान १/२ तासाचे अंतर असावे. औषध दिल्यावर १/२ तासांच्या आत उलटी झाल्यास परत पाजावे. २-३ औषधे द्यायची असल्यास काही अंतराने द्यावीत. तीनच्या वर औषधे असल्यास त्याची खरंच गरज आहे काय, आजाराचे नेमके स्वरूप काय आहे, असे प्रश्न डॉक्टरांना विचारावेत. क्वचित ४ औषधे वापरावी लागतात.

९. औषधे ज्या कालावधीकरिता दिलेली आहेत त्या कालावधीसाठी देणे अत्यंत महत्त्वाचे आहे. त्यामुळे ती पुढच्या वेळेस लागू पडू शकतात व प्रतिकाराचे (Resistance) प्रमाण कमी करता येऊ शकते. बरं वाटल्यानंतरही पुढे किमान २ दिवस प्रतिजैविकासारखी औषधे देणे आवश्यक असते हे लक्षात ठेवावे.

१०. औषधे नेहमी व जास्त वापरल्यानेसुद्धा ताप येऊ शकतो (ड्रग्ज फीवर). तेव्हा योग्य प्रमाणात आणि योग्य कालावधीसाठी औषधे वापरल्यास औषधांचा गैरवापर टाळता येईल.

११. औषधाच्या कंपन्यांचे सध्या पेवच फुटलेले आहे. तेव्हा मेडिकल दुकानदार व डॉक्टर, प्रमाणित आणि चांगल्या कंपन्यांचीच औषधे देत आहेत ना, याची खात्री करून घ्यावी. बऱ्याचदा बंदी घातलेली डुप्लिकेट अशी औषधे पेशंटला खपवली जातात. तेव्हा याबाबत ग्राहक म्हणून पेशंटने जागरूक राहणे आवश्यक आहे. आपल्या डॉक्टरांच्या सल्ल्याने औषधे त्याच कंपनीची घेतल्यास बराचसा प्रश्न सुटण्यास मदत होते.

लहान मुलांना येणाऱ्या तापाची कारणे

ताप येण्याची कारणे असंख्य आहेत; पण त्यातील महत्त्वाची कारणे :

अ. घसा सुजणे : यात टॉन्सिल्स तसेच श्वासनलिका यांचे विकार – मुलांना सर्दी, खोकला, ताप येणे, उलट्या होणे, गिळायला त्रास होणे अशी लक्षणे दिसतात. ब. जुलाब, उलट्या यांमुळे येणारा ताप; औषधांच्या अतिवापराने येणारा ड्रग फीवर. क. थंडी वाजून येणारा, मलेरिया, टाइफॉइडचा ताप. ड. मेंदूज्वराचा ताप. इ. इतर कारणे – गोवर, कावीळ, लघवीची जळजळ इ.

फ्लू किंवा व्हायरल फीवर याची लक्षणे – प्रथम डोळ्यांतून पाणी येणे, डोळे लाल होणे, अंगावर पुरळ उठणे, अंग दुखणे, पाय, डोके दुखणे. या प्रकारच्या आजारात थंडी वाजून ताप येऊ शकतो, तसेच ताप येत/जात राहतो. फ्लू आणि स्वाइन फ्लूची लक्षणे साधारण सारखीच असतात. स्वाइन फ्लू हा गंभीर आजार आहे; परंतु त्याच्यासाठी **प्रतिबंधक लस उपलब्ध आहे. ही लस दरवर्षी घ्यावी लागते.** फ्लूचे जंतू दरवर्षी स्वत:मध्ये बदल घडवतात; त्यामुळे लसही बदलावी लागते. हा आजार स्वत:हून बरा होणार असल्याने त्याला ४ ते ५ दिवस लागतात. सुरुवात, वाढत जाणे, कमी होणे असा नैसर्गिक क्रम या प्रकारच्या तापासाठी मानला जातो; परंतु ताप अजिबात उतरत नसेल व तापाचे घरगुती औषध निरुपयोगी ठरते. तेव्हा हा दुसरा आजार असू शकतो किंवा मुदत संपेपर्यंत येत/जात राहतो. बऱ्याच वेळा रुग्ण अशा तापासाठी डॉक्टर्स बदलत राहतात. जेव्हा ताप आपोआप बरा होणार असतो, त्या वेळी तो ज्याचे उपचार घेत असतो, त्या डॉक्टरला तो बरा झाल्याचे श्रेय मिळते. पहिल्या दोन दिवसांत कित्येक वेळा ताप कशाने येतो आहे, याचे डॉक्टरांना निदान होत नाही. कारण आजाराचे स्वरूप निश्चित नसते व स्वरूप बऱ्याचदा बदलते. कावीळ, टाइफॉइडसारख्या आजाराचे निदान करणे पहिल्या दोन दिवसांत अवघड जाते. यासाठी रुग्णांनी पुढील गोष्टी लक्षात ठेवाव्यात :

१. बाळाला ताप असंख्य कारणांमुळे येऊ शकतो व पहिल्या २-३ दिवसांत बरेचसे ताप निदान करण्यास अवघड असतात. तेव्हा स्वरूप निश्चित होईपर्यंत डॉक्टरांना रोगनिदान व उपचार यांसाठी योग्य संधी द्यावी.

२. डॉक्टरांना रोगनिदानासाठी मदत करण्यास थर्मामीटरने ताप मोजावा (दर ३ तासांनी व काखेत १ मिनिट थर्मामीटर ठेवून). यामुळे खूपच फायदे होतात. कारण ताप मोजून, नोंदवून ठेवला तर रोगाचे निदान किंवा रक्ताची, लघवीची तपासणी करायची गरज आहे का, हे समजते. अनावश्यक तपासण्या, हॉस्पिटलमध्ये दाखल करणे टळू शकते. बऱ्याचदा अंग गरम लागते; पण ताप ९९च्या पुढे

नसतो अशा वेळेस भारी औषधे वापरणे डॉक्टर्स टाळू शकतात.

३. ताप त्वरित बरा होण्याच्या आशेमुळे रुग्ण व डॉक्टर्स दबावाखाली औषधे बदलत राहतात व काही वेळेस हे धोकादायक असते. बऱ्याचदा औषधांविरुद्ध शरीरात अँटिबॉडीज तयार होतात व औषध लागू पडत नाही. यामुळे चांगली चांगली औषधे काळाच्या पडद्याआड जातात. पूर्वी क्लोरेमायसटीनचे औषध टाइफॉइडचे रामबाण औषध होते; पण अयोग्य व अनावश्यक वापरामुळे आता फारसे उपयोगी पडत नाही. अशी खूप उदाहरणे आहेत की, जी औषधे अयोग्य व अनावश्यक वापरामुळे पूर्वी लागू पडत. पण आता पडत नाहीत. एखाद्या रुग्णाला लागू पडतात, तर दुसऱ्याला लागू पडत नाही. याला 'औषधांची सहनशीलता' (ड्रग्ज रेझिस्टन्स) असे म्हणतात.

ताप हा शत्रू नसून मित्र असतो. ताप जंतुसंसर्गाचे निदान करतो. पहिले दोन-तीन दिवस विषाणूजन्य तापामध्ये पॅरासिटामॉल सोडून इतर औषधे द्यायची गरज नसते.

४. नेहमी एक गोष्ट लक्षात ठेवा. औषधे कोणतीही असोत, डॉक्टरांनी दिलेले डोसेस, सांगितलेल्या वेळा व दिवसांपुरतीच द्यावीत; अन्यथा ती पुढच्या वेळेस लागू पडत नाहीत व डॉक्टरला हे माहीत नसल्याने तो लिहितो. म्हणून रुग्ण स्वत:ची चूक न समजल्याने डॉक्टरच्या हाताला हल्ली गुण कमी झाला असे म्हणतो. कारण बऱ्याचदा रुग्ण बरा झाला की, औषधे दिली जात नाहीत व परत आजारी पडल्यावर पहिल्या वेळच्या बाटल्या वापरल्या जातात. हल्ली बऱ्याचदा रुग्ण येताच म्हणतात की, कालपासून ताप आहे. ॲमॉक्सिसिलिन प्रतिजैविक दिले; पण उतरत नाही. आता बघा, ॲमॉक्सिसिलिनसारखी प्रतिजैविके (अँटिबायोटिक्स) वापरणे हे सर्रास चालू आहे व काही आजार बरे होतात व काही खूप वाढतात. तेव्हा कृपया पॅरासिटामॉलसारखे औषध सोडले, तर स्वत:च्या मनाने प्रतिजैविके वापरू नका. ते तुमच्या डॉक्टरांनाच ठरवू द्या. **लहान मुलांचे डोस वजनावर आधारित असतात व त्यासाठी डॉक्टरांना दाखवूनच औषधे ठरवा.**

जर ताप उतरला नाही तर रक्त, लघवीच्या तपासण्या करणे उत्तम. भरमसाट तपासण्या करण्यापेक्षा ताप नोंदवलेला असेल, तर कमी तपासण्यांत उत्तम व अचूक रोग निदान होऊ शकते.

खालील परिस्थितीत तापाच्या काळात ॲडमिट करणे श्रेयस्कर असते. १. औषधे तोंडाने पचत नाहीत. उलट्या होतात. २. काहीही खात-पित नाही व औषधे पचत नाहीत. ३. ताप १०२ अंशांच्या पुढे आहे व उतरतच नाही. ४. तापामुळे बरळणे वा वागण्यात फरक पडणे. ५. तापातील पहिला झटका, काही विशिष्ट झटके. ६. तापाबरोबर शरीरातील पाणी कमी होणे. ७. तोंडाने नियमित औषधे देऊनही २-

३ दिवस ताप १००च्या पुढे राहतो आहे व खाणे-पिणे कमी झाले आहे. ८. कानातून पू येऊन मेंदूत ताप पोहोचला तर. ९. संध्याकाळचा ताप वाढणे व खोकला येणे. १०. मान (हनुवटी जर छातीला टेकवताना त्रास होत असेल तर त्वरित दाखवावे) दुखत असेल तर दाखवावे. ११. खूप जास्त ताप, पोट फुगणे, छाती किंवा पोट उडणे. १२. ताप जास्त असून, औषध दिल्यावर घाम येऊ शकत नाही, नाडी अतिजलद चालते, त्वचा गरम व कोरडी होते व श्वसन क्षीण होते.

जर ताप मोजण्याची सोय नसेल व हाताला खूप गरम लागत असेल, तर पॅरासिटामॉलचे औषध योग्य मात्रेत देऊन अंग नळाच्या पाण्याने त्वरित पुसून घ्यावे.

तेव्हा ताप हा तापदायक ठरू नये यासाठी

१. ताप थर्मामीटरने मोजायची व लिहायची सवय ठेवा.

२. ताप ९९ पेक्षा जास्त असेल, तर पॅरासिटामॉलचे औषध १५ मि.ग्रॅ./किलो या डोसमध्ये द्या. ताप सारखा व जास्त येत असेल, तर हे औषध ४-६ तासांनी द्या.

३. एक लक्षात ठेवा, ताप तात्पुरता उतरवण्याचे काम पॅरासिटामॉलचे आहे; परंतु तापाचे कारण शोधून नाहीसे करणे, यासाठी डॉक्टरांना दाखविणे आवश्यक आहे.

४. ताप जर २ ते ४ दिवसांत न उतरल्यास रक्त, लघवीच्या तपासण्या करणे श्रेयस्कर असते; त्यामुळे अनावश्यक व जास्त औषधांचा वापर आपण टाळू शकतो.

तापात येणाऱ्या झटक्यांची कारणे

तापात येणारे झटके हे सर्वसाधारणपणे ६ महिने ते ५ वर्षे वयात येतात. तापातला झटका व झटक्यांचा आजार यात खूपच फरक आहे. पहिला झटका जर १३ महिन्यांच्या आत आला असेल, तर परत दुसरा झटका येण्याची शक्यता ७० टक्के जास्त असते. जर पहिला तापातला झटका ३-४ वर्षे वयात आला, तर दुसरा झटका येण्याची शक्यता पहिल्या दोन वर्षांच्यापेक्षा कमी असते.

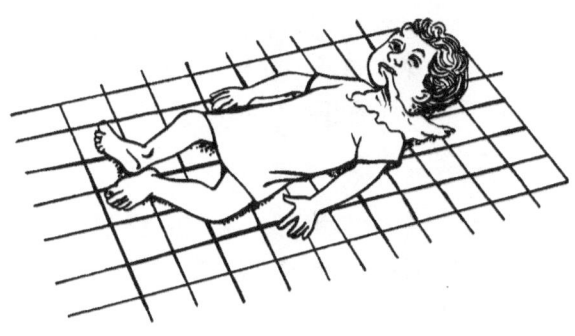

तापात येणाऱ्या झटक्यात खालील गुणधर्म असतील, तर ते झटके धोकादायक नसतात. १. पहिला झटका ६ महिने ते ५ वर्षे या काळात आलेला असेल तर. २. झटक्याच्या वेळेस तापाचे प्रमाण १०२ पेक्षा जास्त असेल, तर बऱ्याचदा या मुलांना झटका आधी येतो व ताप नंतर चढतो. ३. झटक्याचा कालावधी १५ मिनिटांपेक्षा कमी असेल तर. ४. त्या मुलाला आधी झटक्यांचा आजार नसेल तर. ५. झटक्यानंतर मेंदूत काही दोष निर्माण झालेला नसेल तर. ६. मेंदूज्वरासारख्या कारणाने झटका आलेला नसेल तर.

तेव्हा या प्रकारच्या तापातल्या झटक्यांच्या बाबतीत पालकांनी सतर्क राहणे ६ वर्षांपर्यंत आवश्यक असते. ताप कोणत्याही कारणाने आला असेल, तरीही ही मुले ६ वर्षांची होईपर्यंत खालील काळजी पालकांनी घेणे आवश्यक आहे.

१. ताप नेहमी थर्मामीटरने मोजायला शिकावे. २. ताप ९९ अंशांच्या पुढे असेल, तर पॅरासिटामॉलचे औषध वजनाप्रमाणे योग्य मात्रेत द्यावे. (१५ एम.जी.प्रति किलो प्रति डोस) ३. ताप १०० अंशांच्या पुढे असेल, तर पॅरासिटामॉलचे औषध द्यावे. अंग ओल्या पंच्याने पुसावे. (नळाचे पाणी वापरावे; बर्फ किंवा थंड पाणी नको). संपूर्ण अंग पंचा ओला करून सारखे ताप उतरेपर्यंत पुसत राहावे. फक्त डोक्यावर पट्टी ठेवून उपयोग होत नाही. ताप उतरत नसेल तर झटक्याची प्रवृत्ती असलेल्या मुलांना Frisium ५ मि.ग्रॅ. ही गोळी योग्य मात्रेत द्यावी. ४. खोली गार ठेवावी. बाळाला सुती व आवश्यक तेवढेच कपडे घालावेत, तापात जास्त गुंडाळल्याने ताप वाढतो. ५. ताप १०१ किंवा त्यापेक्षा जास्त असेल तर वरील सर्व गोष्टी कराव्यात व स्पंजिंग करूनसुद्धा ताप न उतरल्यास त्वरित नाकात सोडण्याचा नवीन स्प्रे MIDAZOLAM चा आला आहे. हा स्प्रे दोन्ही नाकपुड्यांत मारणे आवश्यक असते. ज्याच्यामुळे झटका त्वरित थांबतो. म्हणजे झटका येण्याचे टळेल.

लक्षात ठेवा : तापातील झटक्याच्या मुलांसाठी कोणत्याही झटक्यावरील औषधांची दीर्घकाळ गरज नसते. (उदाहरणार्थ, Gardenal वगैरे) उलट अशा औषधाने एकाग्रता व बुद्धीवर दुष्परिणाम होण्याची शक्यता असते, तेव्हा फक्त ताप तात्पुरता उतरवण्याची काळजी तुम्ही घ्या व तापाचे कारण शोधून त्यावरील उपचारासाठी डॉक्टरांकडे जा. यामुळे तुमचे बाळ नक्कीच छान राहणार आहे.

जुलाब होता बाळराजा

कुठल्याही प्रकारचे जुलाब किंवा जुलाबासह उलट्या किंवा आधी उलट्या व नंतर जुलाब असा त्रास बाळाला होत असेल, तर पुढील गोष्टींची काळजी प्रत्येक आईने/पालकांनी घ्यावी.

जुलाब सुरू होताच त्वरित : बाळाला WHO ने प्रमाणित केलेले जलसंजीवनी कोणतेही वापरा. १ छोटे पाकीट + १ ग्लास उकळून गार केलेल्या पाण्यात मिसळून ते पाणी भरपूर पाजावे. घरी जलसंजीवनी पुढीलप्रमाणे तयार करावी – १ तांब्याभर उकळून गार केलेले पाणी घेऊन त्यात ३ बोटांच्या चिमटीएवढे मीठ व मूठभर साखर व चवीला लिंबू पिळावे.

बाळाला मऊ अन्न सूप, कांजी, तांदळाचे पदार्थ, मऊ भात-वरण, मूगडाळ-तांदूळ यांची खिचडी, आरारूट कांजी, साबुदाणा कांजी, केळी, मऊ अन्न द्यावे; पाणी ५ मिनिटे फुल गॅसवर, १० मिनिटे मंद ज्योतीवर उकळावे. एकूण १५ मिनिटे उकळलेले पाणी नंतर माठात घालून दिले तरी चालेल.

दूध/दुधापासूनचे पदार्थ टाळावेत.

बाळ ६ महिन्यांच्या आतील असेल व फक्त अंगावरचे दूध पीत असेल, तर बाळाला अंगावरचे दूध + वरचे जलसंजीवनी पाजावे.

बाळ जेवढं पाणी मागेल तेवढं त्याला द्या. बाळाला त्याच्या वजनाच्या दर किलोमागे ५० मिली दर चार तासांनी पाजणे आवश्यक असते. उदाहरणार्थ, आठ किलोचे किंवा एक वर्षाच्या बाळाने जुलाब होताना ४०० मिली म्हणजेच दोन ग्लास जलसंजीवनी

दर चार तासांत पिणे आवश्यक आहे. असे केल्यास बाळाला हॉस्पिटलमध्ये दाखल करण्याचे टळू शकते. जलसंजीवनी पाजताना एकदम ग्लासने अथवा वाटीने पाजण्यापेक्षा चमच्याने थोडे-थोडे; परंतु सारखे पाजत राहावे, यामुळे उलट्या होत नाहीत.

बाळाला खायला भरपूर द्या : बाळाला अंगावरचे दूध चालूच ठेवा. ६ महिन्यांपेक्षा जास्त वय असेल, तर तांदूळ + मूगडाळ खिचडी, सर्व प्रकारचे सूप, भात-वरण, मासे, हिरव्या भाज्या, कुस्करलेले फळ, फळांचा रस इ. सारखे छोटे-छोटे खाणे जुलाब सुरू असताना (निदान दिवसातून सहा वेळा) व १ जास्तीचे जेवण (नेहमीपेक्षा) जुलाब थांबल्यावर पाच आठवडे झीज भरून काढण्यासाठी द्यावे. बाळाला डॉक्टरांकडे खालील परिस्थितीत दाखवणे अत्यंत आवश्यक आहे.

१. बाळ जर पाण्यासारखे पातळ जुलाब करत असेल तर... २. बाळाला जलसंजीवनी व औषधाने फरक पडला नाही तर... ३. बाळ जर सारख्या उलट्या करत असेल तर... ४. बाळाला खूप जास्त तहान लागत असेल तर... ५. बाळ जर तोंडाने नीट खात किंवा पित नसेल तर... ६. बाळाला खूप ताप असेल तर...

७. बाळाला संडासमधून रक्त किंवा शेम पडत असेल तर... ८. बाळाला (विशेषत: १ वर्षाच्या आतील) जुलाब सुरू होतात जंतूमुळे, पण नंतर रूपांतर होते दुधाच्या जुलाबामध्ये, ज्यात पांढरे मोठे जुलाब होऊ शकतात व बाळाला दूध किंवा दुधापासूनचे पदार्थ पूर्ण थांबविल्याशिवाय हे जुलाब थांबत नाहीत. या जुलाबांना Lactose-intolerance किंवा 'दूध-अपचन जुलाब' असे म्हणतात.

यामुळे बऱ्याच वेळा बाळाची शी तपासल्यावर जुलाबांचे अगदी योग्य निदान करता येते. वरवर तपासून बऱ्याच वेळा काही गोष्टी समजत नाहीत.

१,२,३,४,५ या परिस्थितीत कित्येक वेळा तोंडाने औषध देऊन उपयोग न झाल्यास रुग्णालयात दाखल करणे आवश्यक असते.

* बाळाला औषधे स्वत:च्या मर्जीनुसार कृपया वापरू नका. त्यामुळे पुढील धोके उद्भवतात.

* औषधे अर्धवट डोसमध्ये वा सांगितल्यापेक्षा कमी दिवस दिली गेली, तर हल्ला करणारे जंतू त्या औषधांपेक्षा शिरजोर ठरतात व औषधे पुढच्या वेळेस निकामी ठरण्याची शक्यता असते.

* बाळाच्या प्रतिकारशक्तीवर प्रतिकूल परिणाम, अर्धवट डोस वा कमी काळासाठी दिलेली औषधे करू शकतात.

* लक्षात ठेवा – जुलाब झाल्यावर जलसंजीवनी व खायला घालणे हे औषधांपेक्षासुद्धा बऱ्याच वेळा जास्त महत्त्वाचे असते.

* औषधाचे डोस लहान मुलांमध्ये वजनावर आधारित असतात. तेव्हा औषध वापरण्याचे डॉक्टरांना ठरवू द्या व डोस व कालावधी डॉक्टर सांगतील तेवढा द्या.

* मनाने तुम्ही जलसंजीवनी द्या, खायला घाला व अंगातले पाणी कमी होऊ देऊ नका. काही वेळेला औषध वापरावे लागणार नाही.

सर्वांत महत्त्वाचे म्हणजे **जुलाब होऊ नये म्हणून घ्यायची काळजी –**

१. बाळाला **पहिले ६ महिने फक्त अंगावरचे दूध पाजा.** वरचा पाण्याचा थेंबसुद्धा देऊ नका. गुटी, मध कशाचीही गरज नसते. २. बाळाला सहाव्या महिन्यापासून हळूहळू वरचे अन्न सुरू करा. ६ ते ९ महिने मऊ अन्न (सूप, खिरी इ. असे पातळ अन्न) व ९ ते १२ महिने घट्ट अन्न द्या. १ वर्षानंतर तुमच्यासारखे सर्व प्रकारचे अन्न बाळाने स्वत:च्या हाताने खाणे आवश्यक आहे. ३. बाळाला नेहमी ताजे व गरम अन्न व स्वच्छ पिण्याचे पाणी द्या. (१ वर्षापर्यंत उकळलेले व नंतर किमान फिल्टरचे गाळलेले द्या.) ४. बाटली ही बाळाची शत्रू आहे, तेव्हा दूध, सूप वा पातळ पदार्थ वाटी-चमच्यानेच द्या व वाटी-चमचा उकळून घ्या. (आधी व नंतर) ५. सर्व घरातल्या व्यक्तींनी संडासला जाऊन आल्यावर, अन्न तयार करण्याआधी आणि जेवणाआधी हात स्वच्छ पाण्याने व साबणाने धुवून

घ्यायची सवय लावून घ्या. ही सवय बाळाला जुलाबापासून वाचवण्यास मदत करेल. ६. शौचासाठी संडासचा वापर करा. बाहेर रस्त्यावर वगैरे बसण्याची घाणेरडी सवय मोडा. त्यामुळे तुमच्या बाळाचे संरक्षण होईल. २ वर्षांच्या आतील मुलाची शी कागदातून संडासमध्ये टाका. ७. बाळाच्या लसी वेळेवर द्या. लक्षात ठेवा ती बाळाची कवचकुंडले आहेत. ८. उघड्यावरचे पदार्थ, अस्वच्छ पाणी, माश्या इ. असंख्य कारणांपासून बाळाला वाचवा. कारण जुलाब झाल्यावर उपचार करण्यापेक्षा ते होऊ नयेत म्हणून प्रयत्न करणे जास्त महत्त्वाचे आहे.

'बाळ-दमा' किंवा ॲलर्जीचा कफ

अ. लक्षणे : १. डोक्यावरून आंघोळ घातल्यावर सर्दी होणे. सर्दीचे कफमध्ये रूपांतर होणे. २. छाती घरघर वाजणे. ३. पोट उडणे. ४. ढास लागल्यावर खोकला येणे. ५. विशेषतः रात्रीचा खोकल्याचा त्रास होणे. ६. उलटीवाटे/संडासावाटे चिकट कफ बाहेर पडणे. ७. शिट्टीसारखा आवाज श्वास घेताना होणे. ८. नाक बंद होणे, श्वास घ्यायला त्रास होणे. ९. खाण्या-पिण्यावर या सर्वांचा परिणाम होणे, श्वास घेण्यास त्रास होणे. १०. जोराच्या वाऱ्यातून आल्यावर/जास्त हसल्यावर/पळाल्यावर धाप लागणे वा श्वास घेण्यास त्रास होणे. ११. सारखा सर्दी-खोकला असणे. यापैकी काहीही लक्षणे असल्यास डॉक्टरांना दाखवून बाळ-दमा आहे किंवा नाही याची खात्री करून घ्या.

ब. खालील समज मनातून काढून टाका :

१. बाळ-दमा म्हणजे मोठ्या माणसांच्या दम्यासारखा असतो आणि आयुष्यभर राहतो का?

उत्तर : हा आजार एक वर्षाच्या आत झाला असेल, तर ९० टक्के मुले यातून बाहेर पडतात. हा जर १ ते ३ वर्षं वयात झाला, तर ८० टक्के मुले पूर्ण बरी होतात व हा आजार ३ वर्षांपेक्षा जास्त वयात झाला, तर ७० टक्के मुले पूर्ण बरी होतात.

२. वाफ व स्प्रेची सवय लागते का?

उत्तर : तोंडाने औषधे दिल्यावर ते आतड्यातून रक्ताभिसरणातून फुप्फुसात जाते. परंतु स्प्रेचे औषध 'डायरेक्ट' फुप्फुसात जाते. तोंडाने दिलेल्या औषधांचा डोस मिलीग्रॅममध्ये असतो, तर स्प्रेचा डोस मायक्रोग्रॅममध्ये असतो. वाफ, स्प्रे यांमुळे डोस कमी जातो व सवय लागत नाही, परंतु परिणामकारकता खूप पटींनी वाढते.

३. हा आजार कायम राहत नाही व १ ते ३ वर्षे येत-जात राहतो. ३ वर्षांनंतर या आजाराचे प्रमाण व कालावधी कमी होण्याची ७०

टक्के शक्यता असते.

क. हा आजार पुढील गोष्टींमुळे वाढू शकतो (या गोष्टी टाळा) :

१. थंडगार पदार्थ, आइसक्रीम, चिकट गोड, उदाहरणार्थ, जिलेबी, लाडू, चॉकलेट, द्राक्षे. या पदार्थांमुळे सर्दी-घरघर-कफ होण्याचे प्रमाण जास्त असल्याने ते टाळावेत. दुधात साखर घातल्याने कफ होत नाही. क्रीम बिस्किट, जिलेबी यांसारखे पदार्थ टाळूला चिकटले जातात व जंतुसंसर्ग होतो.

२. ज्या मुलांना सर्दी-कफची प्रवृत्ती असते, अशा मुलांना १-२ वर्षे डोक्यावरून अंघोळ घालण्याचे सर्दी असताना टाळावे. त्यांना खांद्यावरून अंघोळ घालावी व डोके पुसून घ्यावे. जर डोक्यावरून अंघोळ घातली, तर ते पाणी/साबण/घाण पाणी हे नाकातून वा तोंडातून फुफ्फुसात जाते आणि सर्दी व घरघर ४८ तासांत सुरू होते.

३. मुलांना सिनेमा थिएटरसारख्या बंद व गर्दीच्या ठिकाणी नेण्याचे टाळावे.

४. अशा मुलांना थंड हवेत नेण्याचे टाळावे. (उदाहरणार्थ, पावसाळी हवेत/समुद्रकिनारी).

५. जोराच्या वाऱ्याचा झोत जर सारखा अंगावर घेतला, तर उदाहरणार्थ, बस/रेल्वे/कारमध्ये खिडकीच्या सीटवर बसल्याने त्रास होतो.

६. धूळ, कासवछाप अगरबत्ती, गुड नाइट, काँग्रेस गवत, पराग कण, सिमेंट, नवीन रंग इत्यादीशी संपर्क टाळावा. हा त्रास ऋतू बदलल्यानेही होतो; पण ते टाळणे शक्य नाही. उशी व गाद्यांवरील धुळीमुळे हा त्रास रात्री जास्त होतो, तेव्हा गाद्या व उशा उन्हात ठेवणे व त्यांना प्लॅस्टिकच्या खोळी (कव्हर्स) शिवणे. गालिच्यावरील धुळीमुळेसुद्धा हा त्रास होऊ शकतो. कुत्र्या-मांजराशी खेळल्यानेसुद्धा हा त्रास वाढू शकतो. आपल्याकडे प्रदूषणामुळेच बाळ-दम्याचे प्रमाण जास्त आहे. रस्त्यांवरील धूळ, पेट्रोलचा धूर, घरातील झुरळे, डस्टमाइट, ओझोनचा कमी झालेला थर यांमुळे हा आजार जगात सर्वत्र वाढलेला दिसतो. झुरळांवर औषधे फवारल्याने त्या औषधामुळेसुद्धा हा आजार वाढतो, म्हणूनच झुरळे होऊ नये म्हणून उपाय हे झाल्यानंतरच्या उपायापेक्षा यशस्वी ठरतात.

७. जर याशिवाय एखादा पदार्थ/परिस्थिती अशी आढळली की, ज्यामुळे सर्दी/कफ होतो, तर ती टाळावी. यासाठी डायरी पद्धत उपयोगी पडते म्हणजे मागील वेळेस त्रास झाला, त्याच्या आधी आपण कुठे गेलो होतो, काय खाल्लं होतं, डोक्यावरून अंघोळ घातली होती का नव्हती, किती दिवस त्रास झाला, कशाने कमी झाला किंवा जास्ती झाला, या नोंदी ठेवल्याने ॲलर्जी शोधणे अत्यंत सोपे जाते. अर्थात, सर्व केसेसमध्ये कारण सापडतेच असे नाही.

८. मोठ्याने बोलणे, मोठ्याने हसणे, सारखे हसणे, सारखे जोरजोरात ओरडणे हेसुद्धा टाळावे. खालच्या पातळीवर सावकाश अंतर राखून बोलायची सवय करावी.

९. घरात सिगारेट ओढणारे पालक त्यांच्या सिगारेटच्या धुरामुळे मुलांना त्रासदायक ठरू शकतात.

ड. खालील परिस्थितीत डॉक्टरांना दाखवावे : १. खोकला व ताप असेल तर... २. सारखा न थांबता येणारा ढास लागणारा खोकला. ३. घरघर आवाज येणे. ४. खोकला व श्वासोच्छ्‌वासात होणारा त्रास गती १ मिनिटामध्ये ४० पेक्षा जास्त. ५. पोट/छाती उडणे. ६. ओठ/नख काळेनिळे पडणे. ७. काहीही न खाता सारख्या उलट्या.

परिस्थिती १ ते ७मध्ये ॲडमिट करावे लागते. १ ते ७ यात १-२ दिवसांत औषधांनी फरक न पडल्यास 'वाफ', नियमित एका दिवसात चार वेळेला घ्यावी. वाफ सकाळ-संध्याकाळ घेणं हा या आजारातला सोपा व कमी दुष्परिणाम (side effects) असलेला व खात्रीशीर उपाय आहे.

२ ते ४ दिवसात ९० टक्के मुलांना गुण येतो. वाफेबरोबरच हा त्रास सारखा होणाऱ्या मुलांसाठी स्प्रे खूपच उपयुक्त आहे. स्प्रेमुळे तत्कालिक खर्च जास्त वाटला तरी दूरवरचा विचार केल्यास हा खर्च कमी व फायदेशीर ठरतो.

इ. तेव्हा या प्रकृतीच्या मुलांच्या पालकांनी खालील गोष्टी लक्षात ठेवाव्यात : सर्वांत महत्त्वाचं हे लक्षात ठेवा की, वर दिलेल्या सर्व कारणांनी सर्व बाळांना त्रास होतोच असे नाही, तर प्रत्येकाचा स्वभाव व तुमच्या बाळाला कशामुळे त्रास होतो हे तुम्हाला शोधले पाहिजे.

१. हा ॲटॅक सुरू होतो : विषाणूंमुळे/अन्य ॲलर्जीच्या व इतर कारणांमुळे.

२. नियंत्रित राखता येतो : जर लवकर ओळखून उपचार केले, तर (औषधे व वाफ स्प्रे इ.) डायरी पद्धतीने कारणे ओळखता येतात व उपचारास मदत होते.

३. टाळता येतो : जर कारणे टाळता आली (वर दिलेली) वा नाहीशी करता आली तरच.

४. फुप्फुसाची क्षमता उंचीच्या तक्त्याप्रमाणे भारतीय मानांकनाप्रमाणे मोजून, वाफेआधी व नंतर क्षमता मोजून उपचार केल्यास ते जास्त उपयोगी पडतात.

५. बाळ-दम्याच्या उपचारात नवीन संशोधनामुळे खूप बदल होत आहेत. आजार झाल्यावर देण्याचे स्प्रे वेगळे असतात व आजार सारखा होऊ नये व नियंत्रित राहावा यासाठी वेगळे फवारे (स्प्रे) असतात. यांचा कालावधी डॉक्टर रुग्णाच्या परिस्थितीवरून ठरवतात. स्प्रे देण्याच्या पद्धतीमध्ये आधुनिक प्रकार आले आहेत, यामुळे बाळ-दमा

हा आजार घाबरण्यासारखा अजिबात राहिलेला नाही.

मुलांची सर्दी

सर्दी हा आजार मुदतीचा असून सर्दीबाबत एक म्हण अशी आहे की, सर्दीसाठी औषधे दिली तर ती एक आठवड्यात बरी होते व नाही दिली तर ७ दिवसांत बरी होते. काही प्रकारच्या सर्दीमध्ये नाक वाहते तर काही वेळा नाक बंद होते. सर्दीमुळे नाकाच्या आतून सूज येते.

सर्दी हा आजार जसा स्वत:हून बरा होणारा आहे तसेच काही वेळेस तो त्रासदायक ठरत असल्यामुळे यात मुलांकडे लक्ष देणे आवश्यक असते. सर्दीमुळे कान फुटणे, कफ होणे, घरघर होणे, न्यूमोनिया होणे, जंतुसंसर्ग होऊन घशाला सूज येणे, डोके दुखणे, सायनसचा त्रास होणे अशा प्रकारचे गुंतागुंतीचे आजारसुद्धा होऊ शकतात. सर्दी हा आजार हवेतून होतो, तसेच एखाद्या पदार्थाच्या अथवा वातावरणातील घटकाच्या ॲलर्जीमुळेसुद्धा होतो.

फक्त सर्दी असेल तर ॲलर्जी शोधणे, ती टाळणे व तात्पुरते औषधे घ्यावे. ही सर्दी संपूर्ण बरी झाल्याची खात्री करून घ्यावी. सर्दीबरोबर ताप असल्यास तापाचे तात्पुरते औषध प्रथम वापरावे. उदाहरणार्थ, पॅरासिटामॉल. ताप चढ-उतार करत असेल व तापाला ३ ते ४ दिवसांपेक्षा जास्त दिवस झाले असतील व तो १०० किंवा १००च्या पुढे जात असेल किंवा कफ जास्त झाला असेल, तरच डॉक्टरांच्या सल्ल्याने ॲंटीबायोटिक्स वापरावे. ॲंटीबायोटिक्स एकदा चालू केल्यानंतर त्याचा कोर्स पूर्ण करावा व ते योग्य प्रमाणात, जेवढे दिवस सांगितले असेल तेवढे दिवस द्यावे. सर्दीकरता पाण्याची वाफ रोज घ्यावी. गरम पाण्याच्या गुळण्या करव्यात.

सर्दी असताना डोक्यावरून अंघोळ घालू नये. कारण कफ होण्याची संभावना असते. सर्दी जास्त प्रमाणात झाल्यावर काही वेळेस कानातून वाहायला लागते व कान फुटतो. सारखा सारखा कान फुटल्यामुळे ऐकायला कमी येऊ शकते. १२ महिन्यांच्या आतील छोट्या बाळांमध्ये बऱ्याचदा रडण्याचे कारण कान फुटणे असू शकते, त्यामुळे या मुलांची कानाच्या आतून पडद्याची तपासणी Otoscope या यंत्राच्या साह्याने तज्ज्ञ डॉक्टरांमार्फत करून घ्यावी.

सारखी सर्दी होणाऱ्या मुलांना ॲलर्जी शोधणे, याबरोबरच काही औषधे, बरा असताना नियमित ३ ते ६ महिने देण्यात आल्यास सर्दीची तीव्रता व प्रमाण नियंत्रणाखाली ठेवता येऊ शकते, तसेच सर्दीमुळे होणारे गुंतागुंतीचे आजार टाळता येतात. सर्दीमुळे नाक बंद झाल्यास घरी अर्धी वाटी पाण्यात ३ चिमूट मीठ टाकून ते उकळून, गार करून नाकात एक एक थेंब टाकल्यास मिठामुळे नाकाच्या

आतील सूज शोषली जाते व पाण्यामुळे मार्ग खुला होतो. या मिठाच्या पाण्यासारखे बाजारात नॉर्मल सलाइनचे नाकात घालण्याचे थेंबसुद्धा उपलब्ध आहेत. इतर औषधे असलेले, काही नाकात घालण्याच्या औषधाचे थेंब नाकात टाकल्यास त्यांची सवय लागण्याची शक्यता असते.

हिवताप निर्मूलन व नियंत्रणासाठी घ्यावयाची दक्षता

हिवतापाचा प्रसार थेट एका व्यक्तीकडून दुसऱ्या व्यक्तीकडे होत नाही.

* ॲनाफिलिस डासाच्या मादीकडून हिवतापाचा प्रसार होतो म्हणून डास चावणार नाहीत, यासाठी स्वत:चे संरक्षण करा.

* डासांची उत्पत्तिस्थाने नियंत्रित करा. ॲनाफिलिस डासांची उत्पत्तिस्थाने –

१. घरात व घराच्या सभोवार मातीची भांडी, मोडके किंवा फेकून दिलेले पत्र्याचे डबे, भांडी, कुकर, नळ किंवा हातपंपाभोवती साचलेले पाणी, छपरावर साचलेले पाणी, गोठा, तुंबलेली गटारे, पाण्याच्या टाक्या, विहिरी, परसबागेत साचलेले पाणी, बैलगाडीच्या चाकांमुळे झालेल्या खाचेत साचलेले पाणी, खुरांच्या छापात साचलेले पाणी, टायर्सचे छाप, कालवा किंवा झऱ्याचे पाणी (कारंजाच्या रूपात), फेकून दिलेले टायर्स, नदीच्या तळातील डबके, झाडांच्या ढोली, बंद कालवे.

२. गावामध्ये डबकी किंवा नाल्यातील पाणी, डबक्यातील पाणी, पावसाने झालेली डबकी, कालवा/नाला, रस्त्याच्या बाजूला असलेली डबकी, कालवे, छोटे कालवे, शेतातील भाताचे खाचर, विहिरी.

डासांची पैदास नियंत्रित करण्याचे उपाय :

१. पाण्याची भांडी घट्ट झाकणांनी बंद करा.

२. पाण्याचा साठा असलेली भांडी, डबे, बरण्या प्रत्येक आठवड्याला रिकामे करा.

३. कुलरचे साठवलेले पाणी, हातपंप, टाक्या, विहिरीजवळ साचलेले पाणी काढून टाका.

४. परसबाग, गोठा, छप्पर, पटांगण, रस्ते, कालव्यांच्या बाजूस झालेले खड्डे बुजवणे व भरून काढणे.

५. तळी व डबक्यामध्ये डासांच्या अळ्या खाणारे मासे सोडणे.

हे करा :

१. ताप आल्यास नजीकच्या प्राथमिक आरोग्य केंद्रावर जाऊन निदानासाठी रक्तचाचणी करा.

२. जर हिवताप असेल, तर संपूर्ण उपचार घ्या.

३. क्लोरोक्वीनच्या गोळ्या सांगितलेल्या मात्रेप्रमाणे घ्या; परंतु रिकाम्यापोटी घेऊ नका.

४. डासांची उत्पत्ती व वाढ होऊ नये, यासाठी तुमच्या घराच्या आजूबाजूस पाणी साठू देऊ नका.

५. विशेषत: गर्भवती स्त्रिया व मुलांनी मच्छरदाणीशिवाय झोपू नये.

६. डासांचा प्रतिबंध करण्यासाठी पाण्याच्या टाक्या, तळी, डबक्यांमध्ये डासांच्या अळ्या खाणारे मासे सोडा.

७. तापामुळे काही गुंतागुंत आढळल्यास त्वरित जवळच्या दवाखाना/आरोग्य केंद्राची मदत घ्या.

८. तुमच्या घराच्या खिडक्यांना जाळ्या लावा, त्यामुळे डास चावणार नाहीत.

९. टाक्या, कुलर, डबक्यातील पाणी, वापरत नसलेले टायर्स, फेकून दिलेले प्लॅस्टिकचे डबे, मातीची भांडी यांतील पाणी काढून टाका.

१०. घरात वापरात येणारी भांडी दर आठवड्यास रिकामी करा. त्यामुळे डासांच्या उत्पत्तीवर प्रतिबंध घातला जाईल.

हे करू नका :

१) कोणत्याही तापाकडे दुर्लक्ष करू नका. तो मलेरिया असू शकतो.

२) उघड्यावर मच्छरदाणीशिवाय झोपू नका.

३) हिवताप प्रतिबंधक औषधे रिकाम्या पोटी घेऊ नका.

४) हिवतापावरील प्रतिबंधक औषधे स्वत:च्या मर्जीने घेऊ नका.

५) डासांच्या प्रतिबंधासाठी नव्याने घराजवळ पाणी साठू देऊ नका.

डेंग्यू आजाराविषयी माहिती

हा आजार एडीस इजिप्ताय या डासांमुळे होतो. हे डास आजारी माणसाच्या अंगातील रक्त पितात व दुसऱ्या सुदृढ माणसाला चावतात. अशा तऱ्हेने हा आजार पसरत राहतो. हा आजार सप्टेंबर ते फेब्रुवारी या काळात जास्त प्रमाणात आढळतो. या आजाराचे दोन प्रकार आहेत.

१. डेंग्यू क्लासिकल फीवर लक्षणे : डास चावल्यानंतर १ ते ५ दिवसांनी ताप येणे, घसा सुजणे, सर्दी, खोकला, डोके दुखणे, पाठ दुखणे, स्नायू तसेच हाडांमध्ये दुखणे, तापानंतरच्या पहिल्या २ दिवसांच्या आत अंगावर पुरळ उठतात, भूक मंदावते, ताप चढ-उतार करीत राहतो आणि तो १०३ ते १०६ डिग्रीपर्यंत जाऊ शकतो. घोळणा फुटणे किंवा रक्तस्राव होणे, झटके

येणे. या आजाराची लक्षणे नेहमीच्या सर्दी-खोकल्याच्या आजारासारखी असतात. त्यामुळे आजाराचे निदान नीट होण्यासाठी दररोज लक्षणांचा आढावा घेणे महत्त्वाचे असते.

२. डेंग्यू हिमरेजीक फीवर आणि डेंग्यू शॉक सिन्ड्रोम : हा आजार अत्यंत गंभीर असतो. सुरुवातीला थोडासा ताप, अंग दुखणे, उलट्या, डोके दुखणे, खोकला येणे. नंतर २ दिवसांनी पेशंटचे हात-पाय थंड पडतात, चेहरा लाल दिसू शकतो. अंग गरम असते, अस्वस्थ वाटते, पोटात दुखणे, यकृताला (लिव्हर) सूज येणे, पुरळ उठणे, रक्तस्राव होणे, श्वास मंदावणे, हृदयाची गती वाढणे, नंतर कमी होत जाणे. या आजारामध्ये तापाचे प्रमाण जास्त असतेच असे नाही. या रुग्णांना योग्य वेळेत उपचार मिळाले नाहीत, तर रुग्ण दगावण्याची शक्यता असते. हा आजार जास्त करून १२ वर्षांच्या आतील मुलांमध्ये दिसतो; परंतु मोठ्या माणसांनासुद्धा होऊ शकतो. सर्वसाधारणपणे हा आजार आधी नकळत येऊन गेलेल्या डेंग्यूमुळे निर्माण झालेल्या अँटिबॉडीज शरीरात असलेल्या रुग्णांमध्ये आढळतो.

या रोगाचे निदान व उपचार :

या रोगाचे निदान लक्षणांवरून करावे लागते. काही रक्ततपासण्या यासाठी मदत करू शकतात. डेंग्यू क्लासिकल फीवर हा स्वत:हून बरा होणारा आजार असतो. या आजारात विश्रांती घेणे, ताप तात्पुरता उतरवणे, योग्य प्रमाणात शरीरातील पाणी राखणे, ॲस्परीनसारखी औषधे न वापरणे यामुळे तो बरा होता. या आजारासाठी विशिष्ट औषध नसते. लक्षणांवर उपचार करीत राहिल्याने आणि लक्षणे नियंत्रणात ठेवल्याने हा आजार बरा होऊ शकतो.

डेंग्यू हिमरेजीक फीवर आणि डेंग्यू शॉक सिन्ड्रोम हे आजार मात्र गंभीर असून, या आजारांना योग्य वेळेत हॉस्पिटलमध्ये ॲडमिट करून उपचार करावे लागतात. या आजारासाठी रक्तातील घटक प्लाझ्मा व ब्लड प्रेशर नियंत्रित राखण्यासाठी अतिदक्षता विभागाची गरज असते.

प्रतिबंधक उपाय : हा आजार एडीस इजिप्ताय या मादी डासाने चावल्याने होत असल्यामुळे या डासांचे निर्मूलन करणे, हा यावरचा खरा महत्त्वाचा प्रतिबंधक उपाय आहे. हे डास साठवलेल्या पाण्यामध्ये, टाक्यांमध्ये, फ्लॉवर पॉट, नारळाची करवंटी, फुटलेल्या बाटल्या, पाण्याची भांडी यात सापडू शकतात. सर्वसाधारणपणे हे डास दिवसा चावणारे डास म्हणून ओळखले जातात. ते जास्त लांब अंतरावर उडू शकत नाहीत. त्यांच्या अंगावर पांढऱ्या आणि काळ्या पट्ट्या असतात, ज्यामुळे त्यांना 'टाइगर मॉस्क्युटो' म्हणून ओळखतात.

महानगरपालिकेने रस्त्यांवरील खड्ड्यांमध्ये साठलेल्या पाण्यामुळे होणाऱ्या डासांचे

निर्मूलन करण्यासाठी मोहीम हाती घेणे अत्यंत आवश्यक आहे, तसेच आपण सर्वांनी साठवलेले पाणी उघडे न ठेवता त्यांना झाकणे लावणे आवश्यक आहे. नाली व गटारे बंद करणे हे अत्यंत महत्त्वाचे आहे. डासांच्या निर्मूलनासाठी औषध मारणे, आपल्या घरांमध्ये आणि सगळीकडे स्वच्छता पाळणे, यामुळे हा आजार नियंत्रणात राहू शकतो अन्यथा या आजाराचे रौद्र स्वरूप आपणा सर्वांना सहन करावे लागेल.

कावीळ

कावीळीचे सात उपप्रकार आहेत. 'अ' कावीळ ही खाण्यापिण्यातून होते, ब ही रक्तातून संक्रमित होते. मळमळ, कमी खाणे, पोट दुखणे, लघवी पिवळी, डोळ्यांत पिवळेपणा ही कावीळ 'अ' ची लक्षणे आहेत. औषधोपचारानंतर काविळीच्या मुलांना दुप्पट भूक लागू शकते. हा या आजाराच्या नैसर्गिक चक्राचा भाग आहे. तेव्हा त्यांना खाऊ द्यावे. फार पथ्य पाळू नये. लिव्हरचा आजार असल्याने कर्बोदके जास्त व प्रथिने व फॅट कमी एवढेच महत्त्वाचे. तेलकट, तुपकट खाऊ नये म्हणजे भजी, वडा असे पदार्थ; पण भाजीत फोडणी चालेल. भात, वरण, भाजी, पोळी, फळे असे नेहमीचे पदार्थ चालतात. ऊस, दूध-भाकरी-साखर इत्यादी जास्त द्यावे. उसळी, अंडी, मांस टाळावे. हा आजार ३ आठवड्यांत पूर्ण बरा होतो. क्वचित वेगळी लक्षणे दिसल्यास, खाणे-पिणे कमी असल्यास सोनोग्राफी, ॲडमिट करणे असे करावे लागते. जरी हा आजार स्वत:हून बरा होणारा असला, तरी डॉक्टरांचा सल्ला महत्त्वाचा असतो. कारण आजाराचे गंभीर स्वरूप लवकर ओळखणे महत्त्वाचे असते. माळ घालणे, पान खाणे, नाकात औषध सोडणे यांसारखे अघोरी उपाय करू नयेत.

गोवर

डोळे लाल होणे, ताप, सर्दी, खोकला, पुरळ येणे ही लक्षणे. ताप २ ते ७ दिवस येत जात राहतो. पुरळ वरपासून खालपर्यंत जातात. पायातून गोवर बाहेर पडल्यावर ताप उतरतो. गोवर, कावीळ, कांजिण्या हे आजार संसर्गजन्य असल्याने ते झाल्यावर ७ ते १० दिवस शाळेत पाठवू नये; परंतु आपल्याकडे या आजाराच्या साथी येण्याचे कारण अशी मुले शाळेत येतात व आपला आजार मित्राला/मैत्रिणीला भेट देतात. गोवर झाल्यावर गोवरचा न्यूमोनिया, गॅस्ट्रो, कान फुटणे असे आजार होऊ शकतात. ते लवकर ओळखून त्यावर नीट उपचार होणे महत्त्वाचे असते. व्हिटॅमिन 'ए' दिल्याने गोवराच्या आजाराचा कालावधी व पुढचे दुष्परिणाम दोन्हीवर परिणाम होतो, असे संशोधकांना आढळले आहे. घरात संसर्गजन्य आजाराच्या मुलांना, तसेच सर्दी-खोकल्याच्या मुलांना वेगवेगळ्या खोलीत झोपवावे.

कारण रात्रभर हवेतून होणारा जंतुसंसर्ग तरी टळतो.

गोवराची लस ९ महिने, एम.एम.आर.ची लस १५ महिने व परत ५ ते ८ वर्षे या वयात द्यावी, त्यामुळे आजार होत नाही किंवा आजाराची तीव्रता फारच कमी असते.

कांजिण्या

प्रथम पुरळ छाती किंवा पाठीवर मध्यरेषेच्या जवळ येतात. काही फोड पाण्याने भरलेले, काही काळे तोंड असलेले, काही कोरडे असे वेगवेगळ्या अवस्थेतील फोड हे आजाराचे वैशिष्ट्य असते. हे फोड खाज निर्माण करतात. ते शरीरभर पसरतात. ७ ते १० दिवसांत खपली धरून बरे होतात. हाही संसर्गजन्य आजार आहे. खाज थांबण्यासाठी तात्पुरती औषधे, मलम डॉक्टरांच्या सल्ल्यानुसार घ्यावीत. जेवढे वय जास्त तेवढे आजाराचे स्वरूप जास्त. २ ते ५ टक्के मुलांना कांजिण्या मेंदूत जाऊन सेरेबेलायटिस, डिमायलिनेशन असे आजार होऊ शकतात. तर काही वेळेस हे जंतू त्वचेच्या विशिष्ट भागात सुप्तावस्थेत राहिले, तर मोठेपणी प्रतिकारशक्ती कमी झाल्यावर नागीण होऊ शकते. लस १ ते ३ वर्षे वयानंतर जरूर द्यावी. त्यामुळे पुढचे प्रश्न निर्माण होत नाहीत. गोवर, कावीळ, कांजिण्या या आजारांनी १०-१५ दिवस नक्कीच वाया जातात. हे आजार ४ ते ५ वर्षांपुढे मुलांमध्ये आढळण्याचे प्रमाण वाढते आहे. लसीकरण, संसर्ग टाळणे व योग्य उपचार ही त्रिसूत्री साथीच्या रोगांत याचे रूपांतर न करण्यास नक्कीच उपयोगी पडेल.

चिकुनगुन्या (Chikungunya)

चिकुनगुन्या हा रोग आफ्रिकेतून दक्षिणपूर्व आशियात मोठ्या प्रमाणावर पसरला. याचे निदान १९५३ साली आफ्रिकेत टांझानियात झाले. भारतात १९६० साली चेन्नईत ४ लाख लोकांना चिकुनगुन्याची बाधा झाली होती. त्यानंतर कर्नाटकात या रोगाचा प्रसार मोठ्या प्रमाणावर झाला. आज महाराष्ट्रात २६ जिल्ह्यात या रोगाचे सव्वादोन लाख रुग्ण आहेत. आज देशातील ५ राज्यांत याचा प्रादुर्भाव दिसून येत आहे.

चिकुनगुन्या हा एक आफ्रिकन शब्द आहे. या शब्दाचा अर्थ वाकणे Which bend up – ज्या रोगामुळे माणूस वाकतो (या रोगात तीव्र सांधेदुखीमुळे माणूस वाकून चालतो.) या रोगाचा बर्डफ्लूशी काहीही संबंध नाही. चिकुनगुन्या याचा उच्चार 'चिकुनगुन्या' असा केल्यामुळे या रोगाचा चिकन म्हणजे कोंबडी या पक्षाशी संबंध जोडला गेला. त्यातून महाराष्ट्रात बर्डफ्लूची लागण मोठ्या प्रमाणावर होऊन लाखो कोंबड्या मेल्या व मारल्या गेल्याने सर्वसामान्य लोकांनी चिकुनगुन्याचा संबंध बर्डफ्लूशी जोडला.

डेंग्यूप्रमाणे हा रोग एडीस इजिप्टी, एडीस अल्बोपिक्ट्स व एडीज स्कूटेलोरिस या चिकुनगुन्या डासाच्या मादीद्वारे प्रसारित होतो. हा विषाणुजन्य आजार आहे. चिकुनगुन्याबाधित माणसाला या डासाची मादी चावल्यावर रक्तातून हा विषाणू मादीच्या शरीरात शिरतो. तेथे त्याची वाढ होते. या डासाची मादी स्वच्छ पाण्यात अंडी घालते. पूर्ण विकसित डासांची निर्मिती होण्यास ८ ते १० दिवसांचा अवधी लागतो. चिकुनगुन्याबाधित डासाची मादी दिवसा माणसाला चावते. माणूस जागृत अवस्थेत असल्याने एका चाव्यात डासाला पुरेसे रक्त मिळत नाही, त्यामुळे ती दुसरी शिकार शोधते. अशा रितीने या डासाची मादी दोन-चार माणसांना चावते व त्यामुळे या रोगाचा फैलाव झपाट्याने होतो. बाधित डासाची मादी चावल्यापासून दोन-चार दिवसांत या रोगाचा परिणाम दिसून येतो.

या रोगाची लक्षणे

या रोगाची बहुतांश लक्षणे डेंग्यूसारखी असली तरी त्या लक्षणाची तीव्रता डेंग्यूबाधित व्यक्तीच्या लक्षणाएवढी तीव्र नसतात. थंडी वाजून तीव्र ताप येणे, तीव्र डोकेदुखी, लसीका ग्रंथीची सूज, कंबर व तीव्र सांधेदुखी, दोन-तीन दिवसाने पोटात, पाठीवर पुरळ येणे. सदर लक्षणे ४ ते ५ दिवसांत कमी होतात. सांधेदुखी व संधिवाताची लक्षणे कमी होण्याला काही आठवडे लागतात.

या रोगावर औषधोपचार

चिकुनगुन्या या रोगावर औषध नाही. रुग्णावर लक्षणानुसार औषधोपचार करावा लागतो. रुग्णाने पूर्ण विश्रांती घेणे आवश्यक असते. तीव्र ताप आल्यास मीठमिश्रित पाण्याची पट्टी कपाळावर ठेवावी. स्पंजिंग करण्यास हरकत नाही. रुग्णांनी भरपूर प्रमाणात पाणी प्यावे. त्याचप्रमाणे हलका द्रव आहार, फळांचा रस घ्यावा. या रोगावर प्रतिजैविकांचा फारसा उपयोग होत नाही. पॅरासिटामॉल, क्लोरोक्वीन व वेदनाशामक औषधे डॉक्टरांच्या सल्ल्याने द्यावी. प्रत्येक रुग्णाला सलाइन लावण्याची आवश्यकता नाही, असे बऱ्याच तज्ज्ञांचे मत आहे.

रोगाचा प्रादुर्भाव व प्रसार टाळण्याकरिता उपाययोजना

पावसाळ्यात व पावसाळ्यानंतर लगेच साचलेल्या स्वच्छ पाण्यात चिकुनगुन्याबाधित डासांची मादी अंडी घालते. त्याकरिता –

१. घरामध्ये पाण्याचे साठे पाच दिवसांपेक्षा जास्त दिवस करून ठेऊ नयेत.

२. घरामध्ये असणाऱ्या फ्रीज, एअकूलर, फ्लॉवर पॉट्स, पाण्याच्या टाक्या, कुंड्या, पत्र्याचे व प्लॅस्टिकचे डबे, निरुपयोगी टायर्स, घराभोवतालचे खड्डे यांमध्ये पावसाचे पाणी साठून डासांची पैदास होते. या वस्तूंची विल्हेवाट लावा.

३. उपयोगात नसलेली पाण्याची भांडी पालथी घालून ठेवावीत. बिल्डिंग कॉम्प्लेक्समध्ये असलेली शोभेची कारंजी, पाण्याचे हौद, बहुतेक शहरात सध्या सिव्हिल कन्स्ट्रक्शनची कामे मोठ्या प्रमाणावर चालू आहेत. कामासाठी ठिकठिकाणी साठवलेले पाणी, गच्चीवरील उघड्या टाक्या यांत डासांची पैदास मोठ्या प्रमाणावर होते, याची दखल घेऊन योग्य उपाययोजना करावी.

४. व्हेंट पाइपवर जाळी लावावी.

५. अंधाऱ्या जागेत कपडे वाळत घालू नयेत. अशा जागेत डास लपून बसतात.

६. खिडक्यांवर शक्य असल्यास डास प्रतिबंधक जाळी लावावी, मॉस्किटो रिपेलंट (ओडोमॉस) क्रीम लावावे. डासविरोधी उदबत्या लावाव्यात, शक्यतो मच्छरदाणीचा उपयोग करावा.

चिकुनगुन्या, डेंग्यू, मलेरिया या डासांमुळे पसरणाऱ्या रोगाचा प्रादुर्भाव टाळणे आपल्या हातात असते. कारण प्रदूषण आपणच निर्माण करतो व त्यामुळे विषाणुजन्य रोगाचा प्रादुर्भाव दिवसेंदिवस वाढत आहे.

स्वाइन फ्ल्यू

लक्षणे :

१. ताप येणे, खोकला, घसा दुखणे. २. अतिसार, उलट्या होणे. ३. श्वास घेण्यास त्रास होणे.

उपचार :

१. लक्षणे ओळखून योग्य पद्धतीने उपचार केल्यास लवकर बरा होतो.

२. इतर कोणत्याही फ्ल्यूच्या आजारांसारखा हा आजार घाबरण्यासारखा नक्कीच नाही.

३. आता नाकात फवारण्याची तसेच टोचण्याची लस उपलब्ध आहे, दर वर्षी एकदा घ्यावी लागते.

४. गंभीर आजार खूप कमी पेशंटांमध्ये सापडतो.

गोचिड ताप (रिकेटशियल फीवर)

या आजाराचे महाराष्ट्रातील प्रमाण गेल्या काही वर्षांत खूप वाढले आहे. तापाबरोबर पुरळ येणे तसेच काही वेळेस यकृत व पांथरीला सूज येणे. हा आजार प्राण्यांकडून संक्रमित होतो. हासुद्धा डेंग्यूसारखा गंभीर बनू शकतो. तेव्हा पुरळांसह तापाकडे दुर्लक्ष करू नका. पाळीव प्राण्यांना स्वच्छ ठेवा. त्यांना हाताळू नका. या आजारावर अद्याप लस नाही. योग्य उपचारांनी हा ताप ३ ते ४ दिवसांत उतरतो.

❖

दुर्बलता व दिव्यांगत्वाचा सामना

या जगामध्ये सर्व प्राण्यांना आपल्या कुवतीप्रमाणे श्रेष्ठ जीवन जगण्याचा अधिकार आहे. सर्वांना बुद्धिमत्ता थोड्या-अधिक प्रमाणात असतेच. त्याचा वापर कसा करायचा व सरावाने कौशल्य आत्मसात कसे करायचे, याला सर्वांत जास्त महत्त्व आहे. तेव्हा शिक्षण देऊन अगदी मानसिकदृष्ट्या अपंग मुलांमध्येसुद्धा सुधारणा ही होतेच.

हल्लीच्या काळात मूल हे अपेक्षा व आव्हानांच्या जगात जन्म घेत असते. मुलाची कुवत काय आहे, यापेक्षा त्यानं काय करायला हवं, याकडे पालक जास्त लक्ष देतात. त्याच्याबद्दल खूप काही अपेक्षा ठेवून पूर्णत्वाला न्यायचा प्रयत्न करतात. मुलांनी काय साध्य करायचं याची तयारी पालकच करत असतात. मुलांनी शाळेत चमकावं, चांगलं वागावं, आज्ञाधारक असावं इ. असंख्य अपेक्षांचं ओझं त्यांच्या डोक्यावर लादताना पालक हे विसरतात की, आपलं मूल कसं, कुठपर्यंत जाऊ शकतं? त्याची बलस्थानं कोणती व कमतरता कोणत्या आहेत? याचं चांगलं उदाहरण म्हणून मी एक केस सांगतो. एक सुशिक्षित जोडपे माझ्याकडे एका मुलीला घेऊन आले व तिची संपूर्ण तपासणी झाल्यावर 'मंगोलिझम' या मतिमंदत्वातील प्रकाराचे निदान झाले. ही मुलगी इंग्रजी माध्यमाच्या शाळेत जात होती. तिला मतिमंद मुलांच्या शाळेत घालण्याचा सल्ला दिला. सुरुवातीला त्यांना हे मानणे अवघड गेले; पण बऱ्याच चर्चेनंतर त्यांची त्या दृष्टीने मानसिक तयारी झाली. त्यांनी तिची शाळा बदलली. त्या शाळेत तिला आत्मसन्मान मिळू लागला. आत्मविश्वास गमावलेली मुलगी परत हसू लागली. तिच्यात विश्वास निर्माण झाला, आता ती छान नाच करते व पेपर वाचते, तसेच तिने सहावीपर्यंत तोंडी शिक्षण घेतले आहे आणि स्वत:च्या पायावर उभी राहण्याचा प्रयत्न करते आहे. **खरेच ही मुले अपंग नसून वेगळ्या पात्रता असलेली असतात आणि त्या वेगळ्या पात्रता शोधून त्याचा सराव करून त्यांना स्वत:च्या पायांवर उभे**

करणे हे आपले उद्दिष्ट असले पाहिजे. आता या मुलांना 'दिव्यांग' असे संबोधले जाते.

मुलांच्या शिक्षण व विकासात त्यांच्या भावनांना आपण थाराच देत नाही. नवजात अर्भक अतिदक्षता विभागामुळे व नवीन वैज्ञानिक संशोधनामुळे आपण आपला नवजात अर्भक मृत्युदर खाली आणत आहोत व दर हजारी १२५ वरून दर हजारी ६०पर्यंत आणला आहे. देशाचा विकास नवजात अर्भक मृत्युदराच्या साहाय्याने ठरवला जातो. युरोपीय देशात हा दर १०च्या आत आहे; परंतु या विभागांमुळे आणि शास्त्रज्ञ व डॉक्टरांमुळे आपण मृत्युदर नुसता खाली नेऊन उपयोग नाही, तर ज्या मुलांना नवजात अर्भक अवस्थेत धोका असतो व त्याचा दुष्परिणाम पुढे दुर्बलता किंवा अपंगत्व निर्माण होण्यात होऊ शकतो, अशी मुले लवकर ओळखणं व त्यात हस्तक्षेप करून उपचार सुरू करणे (शक्यतो जन्मल्यावर लगेचच) यालाच 'लवकर हस्तक्षेप उपचार पद्धती' (Early Intervention) असे म्हणतात.

लवकर हस्तक्षेप उपचार पद्धती :

'पहिल्या सहा वर्षांत बालकांचा विकास करण्यासाठी वातावरणातील बदलांद्वारे व प्रयोगांद्वारे शास्त्रीयदृष्ट्या व नियोजनपूर्वक कौशल्य विकसित करण्यासाठी केलेले प्रयत्न 'लवकर हस्तक्षेप' होय.'

'लवकर हस्तक्षेप' हे खऱ्या अर्थाने 'लवकर' म्हणण्यासाठी ते अशा अवस्थेत ओळखायला हवे की, ती काही लक्षणे दाखवायच्या आतच ओळखता आली पाहिजे.

१. लग्नाआधी : गुणसूत्राच्या तपासणीद्वारे आई-वडिलांमार्फत कोणता आजार मुलांना होऊ शकतो हे समजले पाहिजे. खरेतर कुंडलीपेक्षा गुणसूत्र, रक्तगट, एड्स तपासणी हे जास्त आवश्यक आहे.

२. लग्नानंतर : गर्भारपणात ८व्या किंवा ९व्या आठवड्यात सोनोग्राफी, गर्भजल तपासणी, फिटोस्कोपी (दुर्बिणीतून बालकाची तपासणी) कोरिऑनिक व्हिला सॅम्पल इत्यादी चाचण्यांमुळे आपल्याला त्वरित निदान होते व गर्भपाताचा मार्ग खुला असतो. गुणसूत्र उपचार पद्धतीमुळे २१व्या शतकात क्रांती होणार असून, ज्या गुणसूत्रामुळे अपंगत्व येते ते गुणसूत्र काढून नवीन गुणसूत्र बसवणे शक्य होणार आहे. जगातील ७ केंद्रांमध्ये हे काम २००१ सालापासून सुरू आहे. २०२५ सालापर्यंत हे उपचार सर्वसामान्य माणसांपर्यंत पोहोचतील अशी अपेक्षा आहे. क्लोनिंगने जन्माला आलेले पहिले बालक जानेवारी २००३मध्ये घोषित झाले. क्लोनिंगमुळे सामाजिकदृष्ट्या दूरगामी परिणाम होणार आहेत. आपल्याला हवे तसे 'मेड टू ऑर्डर' बाळ मिळण्याची येत्या २०-२५ वर्षांत खूप शक्यता आहे. या शतकातला सर्वांत क्रांतिकारक शोध हा मानवी गुणसूत्रांची संपूर्णपणे

झालेली उकल हाच ठरणार आहे.

बहुधा आपल्या देशात या मागे पडणाऱ्या मुलांचे प्रश्न फारच उशिरा लक्षात येतात, जेव्हा काही करायची वेळ निघून गेलेली असते.

विकास व हस्तक्षेप – उपचार हा योग्य पद्धतीने त्वरित जन्मानंतर सुरू केला तर अशा मुलांचे खूप प्रश्न कमी करता येऊ शकतात, हे विकसित राष्ट्रांच्या उदाहरणांवरून दिसते. ही मुले लवकर ओळखून उपचार करण्यासाठी सुइणीपासून ते बालरोगतज्ज्ञांपर्यंत सर्वांना ही मुले लवकर ओळखण्याचे व विकसित करण्याचे सोप्या पद्धतीचे ज्ञान द्यायला हवे, तरच आपल्या मनुष्यबळाचे मार्गीकरण योग्य पद्धतीने होऊन अपंगत्व हे पालकांवर वा समाजावर एक ओझे न राहता ही मुले मुख्य समाजप्रवाहात मिसळून जाऊ शकतील.

आता आपण प्रथम High risk baby (दक्षता घेण्याची गरज असलेलं मूल, ज्याला विकास व हस्तक्षेप उपचार जन्मत: सुरू करायची गरज असते) ती कोणती ते बघू.

१. जन्मत: वजन २ किलोग्रॅमपेक्षा कमी.
२. जन्मत: झटके आलेली बाळे.
३. जन्मत: १५ मिनिटांपेक्षा अधिक काळ न रडलेली बालके.
४. पहिल्या २ दिवसांत दूध योग्य तऱ्हेने न पिणारी.
५. पहिल्या २ दिवसांत लक्षात आलेली/मेंदूत गेलेली कावीळ.
६. पहिल्या २ दिवसांत श्वासाला त्रास झालेली बालके.
७. Limp किंवा स्नायूंची शिथिलता जास्त प्रमाणात असणारी मुले.
८. चिमटा लावून काढलेली/जन्मजात जंतुसंसर्ग झालेली वा जन्मत: दोष असलेली मुले.
९. मेंदूज्वर झालेली मुले.
१०. डोक्यावर मार बसलेली मुले.
११. गुणसूत्रांद्वारे येणारे आजार.
१२. कुटुंबामध्ये असणारे दोष.
१३. वातावरणातील परिणाम करणारे घटक गतिमंदत्वात जास्त महत्त्वाचे. धोक्याचा इशारा देणाऱ्या खुणा कोणत्या? ते आपण पाहू या –

६ आठवडे : १. नजर स्थिर नसणे
२. आवाजाला प्रतिसाद न देणे
३. डोके जास्त प्रमाणात पाठीमागे पडणे
४. आईकडे बघून न हसणे

४ महिने :
 १. मान न धरणे
 २. हुंकार, गप्पा न मारणे
 ३. पालथं पडायचा प्रयत्न न करणे

८ महिने :
 १. एका हाताचा जास्त वापर करणे
 २. मूठ आवळणे
 ३. तिरके बघणे

१२ महिने :
 १. बसू न शकणे किंवा पायावर वजन न तोलता येणे
 २. हाताकडेच बघून जास्त खेळणे
 ३. बोबडे उच्चार न करणे, उदाहरणार्थ, दा दा, बा बा इ.

१८ महिने :
 १. स्वतःहून उभे न राहता येणे
 २. नेहमीची कामे?आज्ञा न पाळणे
 ३. चिमटीत मुरमुरा धरता न येणे
 ४. उच्चार न करता येणे

मान धरणे : (सोप्या उपचार पद्धती)

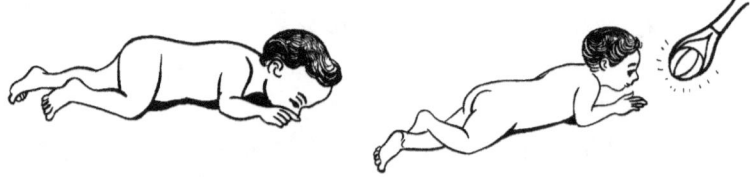

बाळाचे लक्ष वेधण्यास रंगीत व विचित्र/मधुर आवाज करणारा खुळखुळा हळूहळू वर धरा.

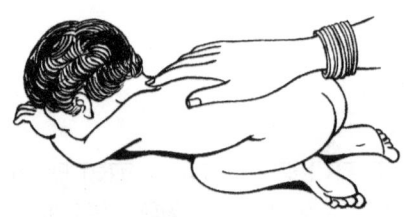

जर बाळ मान उचलत नसेल तर त्याला वरीलप्रमाणे झोपवून मानेपासून खालपर्यंत दोन्ही बाजूच्या स्नायूंवर जोर द्या.

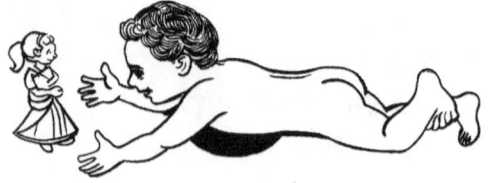

पोटाखाली उशी ठेवून व समोर आकर्षक खेळणे ठेवून त्याला मान वर करण्यास उद्युक्त करा.

२.५ वर्षे : १. छोटी वाक्ये न उच्चारता येणे.
२. बोललेले शब्द न समजणे

४ वर्षे : १. बोललेले शब्द/ आज्ञा न समजणे

'शीघ्र निदानासाठी' खालील प्रकारे तपासणी करणे आवश्यक असते.

१. नियमित शारीरिक तपासणी : पहिल्या ३ महिन्यांत दरमहा, नंतर ३ महिने, ६ महिने, ९ महिने, १२ महिने, १८ महिने, २४ महिने. उदा- वजन, उंची, डोक्याचा घेर, छातीचा घेर.

२. मेंदूची तपासणी व स्नायूंची तपासणी

३. गरज असल्यास EEG व सिटीस्कॅन, एम.आर.आय., पेट स्कॅन इ.

४. बुद्ध्यंक चाचणी : वेगवेगळ्या प्रमाणित तपासण्यांच्या साहाय्याने शीघ्र निदान करता येते व तपासण्या झाल्यावर त्यांचा विकास

अ. इंद्रियांचा संवेदनात्मक विकास

आ. स्नायूंचा/संचलन विकास

इ. सामाजीकरण

ई. भाषा विकास

उ. स्वावलंबन

ऊ. ज्ञानात्मक विकास. या विकासाच्या सर्व पातळ्यांवर मूल कोठे-कोठे आहे याचा विचार करून त्याप्रमाणे कार्यक्रम आखला जातो.

बुद्ध्यंक म्हणजे : (बुद्ध्यंक हा प्रमाणित चाचण्यांद्वारे खेळणी व प्रश्नोत्तरांद्वारे काढला जातो. ह्या प्रमाणित चाचण्या मुलांवर करण्याआधी शास्त्रीय प्रशिक्षण आवश्यक असते.)

$$\text{बुद्ध्यंक} = \frac{\text{मानसिक वय}}{\text{शारीरिक वय}}$$

ही मुले काय साध्य करू शकतात?

९०-११० - सर्वसाधारण

७०-९० - गतिमंद Slow learner
- शाळेतले प्रश्न जास्त
- ३ ते ५ वयोगटांत शोधणे आवश्यक.

५२-७० - विशेष शाळेत ६वीपर्यंत वाचायला शिकू शकतात व छान समायोजन झाले, तर स्वत:च्या पायावर उभे राहू शकतात, व्यवहारज्ञान देता येऊ शकते.

३६-५१ - स्वत:ची काळजी स्वत: घेणे

- कार्यशाळेत मार्गदर्शनाखाली स्वत:च्या पायावर उभे राहण्याचा प्रयत्न करतात. बहुधा अवलंबून असतात.

२०-३५ - स्वत:ची काळजी घेणे व संभाषण शिकणे

- संस्थांमध्ये ठेवण्याची वेळ येऊ शकते.

० ते २० - पूर्ण देखरेखीची आवश्यकता असते. संडास, लघवी व भाषा यांबद्दल खूप शिकवल्यावर स्वतंत्र होऊ शकतात.

अशा High risk मुलांना विकास मार्गदर्शन व हस्तक्षेप उपचार लवकरात लवकर सुरू करावेत. यासाठी 'त्रिवेंद्रम बालविकास कार्यक्रम' आणि 'पोर्टेज एज्युकेशन'चे हिंदी रूपांतर 'संवहन प्रदर्शिका' किंवा 'चंदीगढ बालविकास कार्यक्रम' हे अतिशय उत्तम उपचारात्मक कार्यक्रम उपलब्ध आहेत. या कार्यक्रमांमध्ये सुचवलेली खेळणी अत्यंत स्वस्त, घरगुती व भारतात कोठेही उपलब्ध आहेत. या कार्यक्रमात सांगितलेल्या गोष्टी आई व वडील दररोज मुलासाठी फक्त एक तास देऊनसुद्धा करू शकतात. '**डॉ. तांबोळी यांना नुकत्याच आरोग्य विद्यापीठ नाशिकतर्फे सन्मानित झालेल्या पीएच.डी.मध्ये ५०० मुलांचा अभ्यास करून संशोधन केले. या संशोधनाला आता राष्ट्रीय व आंतरराष्ट्रीय पातळीवर मान्यता मिळाली आहे.**' या संशोधनात या पुस्तकातील लवकर हस्तक्षेप कार्यक्रम तसेच संवाहन प्रदर्शिका हा कार्यक्रम वापरला गेला आहे. या कार्यक्रमामुळे मतिमंदत्व, गतिमंदत्व आणि शाळेत मागे पडणे यांचे प्रमाण ४० टक्क्यांनी कमी झाले हे डॉक्टरांनी सिद्ध केले आहे. या संशोधनात डॉक्टरांनी विकास ओळखण्यास डेनव्हर व डीओसी या प्रमाणित चाचण्यांचा वापर केला; या चाचण्या व सखोल चाचण्या यांचे मापन ९० टक्के जुळते.

विकास हस्तक्षेप उपचार पद्धतीत मूल शारीरिक वाढीत मागे पडते आहे का, भाषिक विकासात, मूल अनुभवसिद्ध ज्ञान घेण्यात मागे पडते का, बुद्धीच्या नेमक्या कोणत्या क्षेत्रात कमजोर आहे हे तपासले जाते व प्रत्येक मुलाच्या घरातील वातावरण व आई-वडिलांची शैक्षणिक पात्रता, आर्थिक परिस्थिती व सभोवतालचे वातावरण यांचा सखोल अभ्यास करून उपचार कार्यक्रम आखला जातो. यासाठी बालविकास केंद्राची टीम एकत्रित काम करून उपयुक्त सूचना तयार करते. बालविकास केंद्र हे खरेतर दर ५ लाख व्यक्तींच्या मागे एक असायला हवे; पण किमान जिल्ह्याच्या ठिकाणी तरी एक असावे, ही माझी सूचना आहे. DEICच्या रूपाने प्रत्येक जिल्ह्याच्या ठिकाणी, सरकारी दवाखान्यात लवकर हस्तक्षेप उपचार केंद्र स्थापन झाल्याने माझे हे स्वप्न पूर्ण झाले आहे.

बालविकास केंद्र हे खालीलप्रमाणे चालवले जाते.

१. वैकासिक बालरोगतज्ज्ञ (Developmental Pediatrician) : यांचं काम सर्व यंत्रणा सुसूत्रतेने चालवणे व तपासणी करणे. एका मुलासाठी किमान २० ते ३० मिनिटे आवश्यक.

२. बाल मानसशास्त्रज्ञ : मुलांचे बौद्धिक वय काढणे व वर्तन समस्यांवर सल्ला देणे.

३. व्यवसायोपचारतज्ज्ञ (Occupational Therapist) : व्यवसाय मार्गदर्शन व मुलांना विकासाच्या दृष्टीने उपयुक्त व आनंददायक कला शिकवणे. खेळण्यांमधून उपचार (Play Therarpy).

४. भौतिकोपचारतज्ज्ञ (Physiotherapist) : शरीराच्या हालचाली नियंत्रण, ताकद इ. सुधारण्याची कला शिकवणे.

५. पुनर्वसनतज्ज्ञ (Rehabilitation officer) : अपंगत्व सुसह्य होण्याच्या दृष्टीने घरी व समाजात करायचे प्रयत्न करणारी व्यक्ती.

६. शिक्षणतज्ज्ञ

७. समाजसेवक

८. भाषा सुधार व विकास तज्ज्ञ (Speech Therapist)

९. आता आम्ही लायब्ररीद्वारे उपचार पद्धती सुरू केली आहे त्याला Bibliotherapy म्हणतात. यात इंटरनेटचा उपयोग करून पालकांच्या समस्यांवर Referances शोधले जातात. पालकांना ते वाचायला देऊन चर्चेद्वारे मार्ग काढला जातो.

१०. Interventionist किंवा हस्तक्षेप उपचारतज्ज्ञ ही व्यक्ती दर आठवड्याला सर्व उपचार कार्यक्रमाद्वारे योग्य मार्गदर्शन करते.

इ. व्यक्ती पुनर्वसनासाठी महत्त्वाची भूमिका बजावतात. बालविकास केंद्राचा हा गट (टीम) 'आई' हीच महत्त्वाची शिक्षिका आहे असे गृहीत धरून कार्यक्रम आखतो व **आई** शिकलेली नसली, गरीब असली तरी **समजूतदार व उत्साही असेल, तर बाळाच्या विकासात क्रांती घडवू शकते.** बाळाचा चांगला विकास होण्यासाठी Child Craft सारखी महागडी खेळणीच लागतात असे नाही, तर डॉक्टरांचा व पालकांचा समजूतदारपणा व उत्साह, तसेच नवीन काही शिकण्याची तयारीही पुरेशी असते. आईमार्फत घरी केलेल्या उपचारांमध्ये सातत्य राखले जाते. एका क्षेत्रात सुधारणा झाली की, मूल दुसऱ्या क्षेत्रात सुधारणा दाखवू शकते.

हे कार्यक्रम काही सेकंदांपासून, आठवड्यातून १ दिवस ते आठवड्यातून ४० तास असे असू शकतात. त्यांची सुरुवात जन्मल्यावर लगेच करावी लागते. कार्यक्रमांचे उद्दिष्ट त्या पूर्ण कुटुंबाला या सर्व गोष्टींशी जुळवून घेऊन त्यांची

मानसिक तयारी करण्यापासून ते अपंगत्व कमी करण्यापर्यंत वा टाळण्यापर्यंत वा नाहीसे करण्यापर्यंत असू शकते. या कार्यक्रमांचे यश पालकांचा सहभाग, उपचार सुरू करण्याचा कालावधी, कार्यक्रमातील उपक्रम, त्याचे दिसून येणारे दीर्घकालीन परिणाम, मुलांच्या बौद्धिक कुवतीवर असणारी बंधने वा पालकांवर असणारी बंधने यांवरसुद्धा अवलंबून असते.

अपंगत्व प्रतिबंध तीन पातळ्यांवर करता येतो :

१. प्राथमिक : दुर्बलता असणाऱ्या मुलांच्या केसेस ओळखणे व दुर्बलता कमी करण्यासाठी उपाय योजणे.

२. द्वितीय : दुर्बलतेने आलेल्या अपंगत्वावर उपचार करणे.

३. तृतीय : दुर्बलतेचे रूपांतर अपंगत्वात होण्यापासून रोखणे.

त्या तीन पातळींवर आपल्याला कोणते प्रयत्न करता येतील?

* योग्य वयात लग्न व प्रसूती
* १८ वर्षानंतर व ४५ किलो वजन झाल्यावरच मुलीचे लग्न करावे
* रक्तगट, नातेसंबंधातील लग्न याविषयी डॉक्टरांचा सल्ला
* लग्नानंतर प्रसूतीसाठी मानसिक तयारी
* बाळंतपणात योग्य आहार-विहार व विश्रांती
* नियमितपणे योग्य त्या तपासण्या, जन्मत: काही विशिष्ट प्रकारच्या तपासण्या केल्यास काही विशिष्ट प्रकारचे मतिमंदत्व टाळता येते
* जन्माच्या वेळचे आजार बाळाला होऊ नयेत व झाल्यास लवकर उपचार करता यावेत, यासाठी आया, दाया, डॉक्टर्स यांना योग्य प्रशिक्षण

लवकर निदान : सोप्या रोगनिदान पद्धती

अपंग मूल जन्माला येऊ न देण्याचा प्रयत्न करण्यास शासनाने, स्वयंसेवी संस्था व डॉक्टरांनी समाजप्रबोधनाद्वारे प्रयत्न केले पाहिजे. उशिरा वाढ असलेली ही मुले लवकर कशी ओळखावीत, याच्या काही सोप्या पद्धती डॉ. एम.के.सी. नायर यांनी तयार केलेल्या आहेत.

विकास निरीक्षण तक्ता

१) आईकडे बघून हसणे	- २ महिने
२) मान धरणे	- ४ महिने
३) बसणे	- ८ महिने
४) उभे राहणे	- १२ महिने

याची खात्री करा – तुमच्या बाळाला ऐकायला नीट येतेय ना? बाळ व्यवस्थित बघू शकतंय ना?

या तक्त्याच्या आधारे अंगणवाडी सेविकासुद्धा मूल मागे पडते का नाही, हे सांगू शकेल व उशिरा वाढ असलेली मुले त्वरित विकास हस्तक्षेप उपचार पद्धतीसाठी बालविकास केंद्रात पाठविली जाऊ शकतील. तेथे घरी देता येण्यासारखे उपचार देऊन, तसेच सर्व तपासण्या योग्य पद्धतीने करून या मुलांना त्यांच्या विकासाच्या उच्चतम पातळीवर नेता येईल.

कमी दिसणे शोधण्याच्या सोप्या पद्धती

१. नजर स्थिरावणे : बाळाला पाजताना किंवा बाळाशी बोलताना बाळ तुमच्याजवळ टक लावून बघते का?

२. जर बाळाला तुम्ही खिडकीकडे तोंड करून उभे केले असेल व हळूहळू खोलीतल्या अंधाराकडे वळवले, तर बाळ नजर वळवून त्याचा चेहरा खिडकीकडे ठेवण्याचा प्रयत्न करेल.

३. बाळाचे डोळे एका कडेतून दुसऱ्याकडे ६ आठवड्यांनंतर गरगर फिरतात का?

४. बाळाच्या डोळ्यांत पांढरा डाग दिसतो का, मोतीबिंदू/जीवनसत्त्वाच्या अभावामुळे.

५. घरातल्या कोणाला डोळ्यांचे आजार आहेत का?

६. बाळाचे तिरळे बघणे ६ महिन्यांनंतर अजून सुरूच आहे किंवा नवीन आले आहे?

७. मुले वाचताना किंवा बघताना वस्तू फार जवळ धरत नाही ना?

कमी ऐकणे शोधण्याच्या सोप्या पद्धती (Unicef 1990)

०-३ महिने : बाळापासून ३ फुटांच्या आतून टाळी वाजवूनही बाळ दचकत नसेल तर.

३-६ महिने : आवाजाच्या दिशेने बाळ डोळे फिरवत नसेल तर. आई-वडिलांच्या आवाजाला प्रतिसाद देत नसेल तर.

६-१० महिने : नावाने हाक मारल्यावर किंवा घंटी वाजवल्यावर प्रतिसाद न देणे. 'नाही-नाही' किंवा 'टा-टा'चा अर्थ न कळणे.

१०-१५ महिने : वस्तू/व्यक्ती दर्शवू शकत नाही.
साधे शब्द वा अक्षर न उच्चारणे.
टेप/रेडिओ ऐकण्यात रस नसणे.
नुसते बोलणाऱ्याचे नाव ऐकल्यावर प्रतिसाद न देता बोलणाऱ्या व्यक्तीला

पाहण्याची गरज लागणे.

१५-१८ महिने : साध्या सूचनांचे आदेश न समजणे.

१८ महिने : ३ १/२ वर्षे : आपल्या गरजा मांडण्यासाठी बाळ बोलण्यापेक्षा हालचालींचा वापर करते.

गोष्टी ऐकण्यात रस न घेणे, सारखा कान दुखणे/फुटणे असा इतिहास. सूचना न ऐकणारे मूल हट्टी वाटणे. शब्दसंग्रह न वाढणे.

३ १/२ ते ५ वर्षे : आवाज कोठून आला हे न ओळखू शकणे. जा, मी, आत, मोठा यांसारखे सोपे शब्द न समजणे वा न वापरता येणे. ओळीने सांगितलेली २ कामे न करता येणे. त्याचे बोलणे न समजणे किंवा कळायला अवघड वाटणे.

अशा प्रकारे आपल्या संस्कृतीमध्ये बसतील अशा लवकर हस्तक्षेप पद्धती बनवल्या जात आहेत. गेल्या दहा वर्षांत या दृष्टीने खूपच चांगले संशोधनात्मक कार्य आपल्या देशात झाले आहे. लवकर दोष ओळखल्यावर उपचारसुद्धा सर्वसामान्यांना समजतील व आई घरी देऊ शकेल असेच आहेत.

हस्तक्षेप उपचार पद्धतीत कार्यक्रम आखताना

१. मुलांची सखोल तपासणी करून व लक्ष देऊन विकासाच्या क्षेत्रांमध्ये तो काय करतो व काय करू शकत नाही हे पाहणे.

२. त्याने नुकतीच शिकलेली व अजून शिकण्यास जड जात असलेली कामे लिहिली जातात.

३. कोणते नवीन कौशल्य शिकवायचे व आधी असलेल्या कौशल्याचा वापर करून प्रोत्साहन द्यायचे हे ठरवले जाते.

४. प्रत्येक नवीन कौशल्य लहान पायऱ्यांमध्ये विभागले जाते व एका दिवसात जास्त ताण न देता एका एका पायरीवरून पुढे जात कौशल्य आत्मसात करता येते.

५. आधीच्या कौशल्याचा पुरेसा सराव झाल्याशिवाय दुसऱ्या पायरीकडे वा कौशल्यांकडे वळू नये.

६. त्याने आत्मसात केलेली कौशल्ये दाखवण्याची संधी कार्यक्रमातून द्या.

इथे एक लक्षात ठेवलं पाहिजे की, **फार अपेक्षा एकाच वेळेस ठेवू नये. वास्तवतेचे भान असावे. मूल जी गोष्ट चांगली**

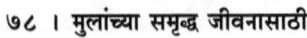

करते, तिथून सुरुवात करा व अजून करण्यास प्रोत्साहित करा. योग्य वेळेस योग्य मदत दिल्यास मूल व शिक्षक दोघे यशस्वी होतील.

लवकर हस्तक्षेप उपचार पद्धती

१. दुर्बलतेने आलेले मतिमंदत्व कमी करता येते व त्यामुळे होणाऱ्या अपंगत्वापासून रोखता येते हे सर्वांत महत्त्वाचे आहे. उदाहरणार्थ, लाळ गाळणे व बोलणे, मान धरणे व चालणे. इ.

२. बाळ जे शिकते त्याचा विकासाच्या दुसऱ्या क्षेत्रातही उपयोग होतो, म्हणून हे वापरताना विकासाच्या सर्व अंगांचा विचार करून कार्यक्रम आखला जातो.

हस्तक्षेपविकास कार्यक्रम आखताना पुढील गोष्टी लक्षात ठेवल्या पाहिजेत-

१. मूल शिकायला तयार आहे का? उदाहरणार्थ, अ) त्याला लिहायला शिकण्याआधी पेन्सील नीट धरता येते का? आ) पायऱ्या चढायला शिकवण्याआधी सुटे उभे राहता आले पाहिजे.

२. आता तत्कालिक गरज काय आहे? उदाहरणार्थ, स्वतंत्र बनवण्यासाठी वाचणे, तोंडी सांगणे, साधे, व्यवहारातले गणित व स्वावलंबी बनवणे यावर जास्त जोर देणे, कितवीत आहे यापेक्षा जास्त महत्त्वाचे आहे.

३. कौशल्य शिकवताना त्याच्या समवयस्क मुलाला येणारी कौशल्ये शिकवण्यापेक्षा त्याला स्वावलंबी बनवण्याच्या दृष्टीने कार्य शिकवण्याचे तत्कालिक उद्दिष्ट ठेवावे.

४. आता शिकलेले कौशल्य पुढील विकसित कौशल्य शिकण्याची पूर्वतयारी असावी.

५. वयाप्रमाणे योग्य कौशल्य शिकवले जात आहे ना? काही मुले हस्तक्षेप उपचारांसाठी उशिरा येतात. त्यांची बौद्धिक तपासणी करून त्या मानसिक वयाप्रमाणे कार्यक्रमाची सुरुवात करावी.

६. हस्तक्षेप विकास कार्यक्रम आखताना त्या मुलाच्या घरची आर्थिक स्थिती, सामाजिक स्थिती व त्याच्या घरातील व सभोवतालच्या समाजाकडून त्याच्याबद्दलच्या अपेक्षा यांचा विचार केला गेला पाहिजे.

७. एकच कौशल्य शिकवण्यापुरते मर्यादित न राहता एकाच वेळेस अनेक कौशल्ये विभागून व पायरी-पायरीने शिकवावीत.

मतिमंद मुलांच्या पालकांना शिकवताना 'मनोविकास केंद्र', सिकंदराबाद यांची सर्व पुस्तके, ऑडियो-व्हिडीओ कॅसेट्स मागवाव्यात. त्याचा सखोल अभ्यास करावा, तसेच चंदीगढ विकास कार्यक्रमाचा वापर करावा. यामध्ये काही शिक्षक नेमून त्यांना दूर शिक्षणाद्वारे अभ्यासक्रम पूर्ण करायला लावून दर आठवड्यातून

एकदा या मुलांच्या घरी जाऊन पालकांना प्रात्यक्षिकासह शिकवणे व आठवडाभराचा कार्यक्रम व अपेक्षित कौशल्य किंवा त्याच्या पायऱ्या समजावून द्याव्यात, हे अपेक्षित आहे. परत दुसऱ्या आठवड्यात कौशल्यांचा आढावा व पुढील कार्यक्रम द्यावा. हा कार्यक्रम ७५ देशांत अत्यंत यशस्वीरीत्या राबवला जातोय. याचा योग्य प्रचार होणे गरजेचे आहे.

वातावरणाद्वारे हस्तक्षेप विकास करताना मुलामध्ये व आईमध्ये/पालकांमधला

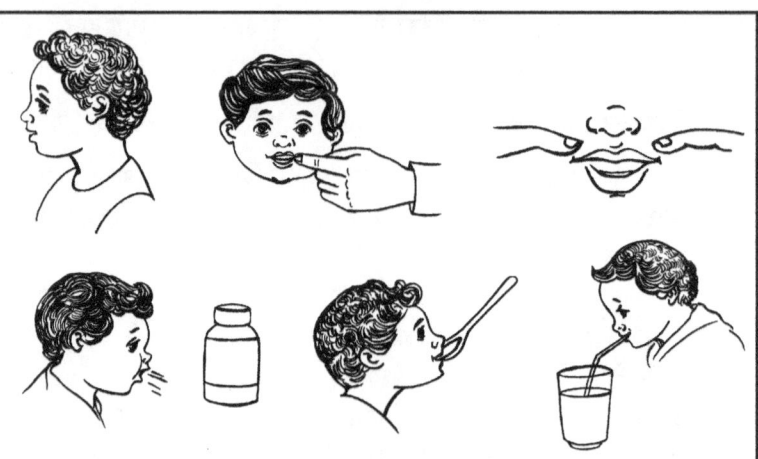

लाळ गाळणे : प्रतिबंधक उपचार

१. जर मुलाचे तोंड उघडे राहत असेल व लाळ गळत असेल तर त्याला ते बंद करायला सांगू नका. त्याने तो निराश होईल व फायदा काहीच होणार नाही.

२. वरचा ओठ धरून खालचा ओठ दाबत राहा.

३. किंवा ओठांचे स्नायू ताणून धरा. यामुळे बाळाला तोंड बंद करण्यास मदत होईल.

४. जीभ व ओठांचे स्नायू विकसित करण्यास मधासारखा पदार्थ वरच्या किंवा खालच्या ओठांवर ठेवून चाटण्यास सांगावा. जामसारखा पदार्थ पुढील दाताच्या आतल्या बाजूला किंवा टाळूवर (तोंडातील) ठेवून चाटायला लावल्यास जिभेचे उच्चार विशेषतः ट, ड, न, ज, ल या अक्षरांसाठी सुधारण्यास मदत होते.

५. बाळाला चिकट अन्न चमच्याने चाटण्यास अथवा ओढण्यास सांगा. यासाठी कँडी, शीतपेये स्ट्रॉने पिणे यासारखे व्यायाम सांगता येऊ शकतील.

सुसंवाद वाढवला जातो व खेळणी व खेळ गरजेप्रमाणे तयार करून १) **साधे ते अवघड २) माहिती असलेल्यांपासून ते माहिती नसलेले ३) साकार कल्पनेकडून अमूर्ततेकडे असे शिकवले जाते.**

उदाहरणार्थ, १. बटण लावणे : सुरुवातीला मोठी बटणे व मोठी काजी वापरा. खेळत खेळत शिकवा. प्रथम बटण काढायला व नंतर लावायला शिकवा. प्रथम वडिलांच्या शर्टवर, नंतर स्वत:च्या शर्टवर लावायचा सराव करून घ्या.

२. लाळ गाळणे थांबवणे :

* फुंकर मारणे – कापसाचे गोळे, कागदाचे कपटे, मेणबत्ती, साबणाचे बुडबुडे, शिट्टी, फुगे, बाजा वाजवणे.

२. ओढणे – स्ट्रॉने पिणे, हवा आत ओढणे.

३. चोखणे – उसाची गंडेरी.

४. जिभेच्या हालचाली – मध लावणे.

५. तोंड बंद ठेवणे इत्यादी

**मतिमंद मुलांच्या पालकांसाठी
हस्तक्षेप उपचार पद्धतीसाठी प्रतिकृती**

पालकांसह हस्तक्षेप
हॉस्पिटलमधील उपलब्ध सेवांद्वारे समाजाच्या शेवटच्या
घटकापर्यंत उपलब्ध सेवांद्वारे
उदाहरणार्थ, अंगणवाडी

बुद्ध्यांक चाचणी

कुटुंबाची व मुलाची सखोल तपासणी

वैयक्तिक सल्ला व मार्गदर्शन

योग्य व तीव्रतेने दिलेले प्रशिक्षण

गटचर्चा   परत दाखवणे व
                           पुढील कार्यक्रम

सर्वंकष तपासणी

मुलांची			कुटुंबाची	
केस इतिहास	बुद्ध्यांक चाचणी	दर्शवणारे प्रश्न व 'लक्ष्य' असलेले वर्तन	पालकांचे स्वभावगुण	संपूर्ण कौटुंबिक व्यवस्थेची माहिती

उत्सुकता व उद्युक्तता

बौद्धिक स्थिती	मुलांचा स्वीकार करणे	प्रशिक्षणाची उपलब्धता
	इतर बदललेले संदर्भ (मापदंड)	

पालक प्रशिक्षण

वैयक्तिक सल्ला व मार्गदर्शन	तीव्रतेने दिलेले योग्य प्रशिक्षण	गटचर्चा
मतिमंदत्वाविषयी माहिती	पालकांच्या भावनांचा विचार करून केलेली चर्चा व त्यांचे मन मोकळे करायची दिलेली संधी	'लक्ष्य' वर्तनाची निवड, उपचार पद्धतींची मूलभूत संकल्पना व केव्हा व कसा वापर करायचा, याचे पाहणी-तंत्र व अमलात आणणाऱ्या व्यक्तीची योग्य निवड तंत्र व उपचारांचा योग्य वापर, विकासाचा आढावा, प्रात्यक्षिकांद्वारे प्रशिक्षण, पुढच्या प्रश्नांसाठी मानसिक तयारी करवून घेणे. विशेष तंत्र उदाहरणार्थ, नाट्य,व्हिडीओ इ.चा वापर करणे. चर्चा करणे

सुसंवाद व प्रशिक्षण :

१. साधं — अवघड
२. माहिती असलेले — माहिती नसलेले
३. साकार कल्पना — अमूर्ततेकडे

तेव्हा दुर्बलता लवकर ओळखून हस्तक्षेप करण्यास खेळणी व शिक्षण यांच्या साहाय्याने सराव करून घेतल्यास या मुलांमध्ये खूपच फरक पडतो. यासाठी **सर्वांनी एकत्र येणे, ही सुरुवात असेल.** एकत्र राहून विचारांची व संशोधनाची देवघेव करणे हा विकास असेल, एकत्र काम करत राहणे हे आपले यश असेल.

बालकांचा मनोविकास

मुलांचा मानसिक विकास योग्य तऱ्हेने साधायचा तर पालकांनी मुलांना नीट समजावून घेतले पाहिजे. त्यांच्या मर्यादा ओळखायला हव्यात. त्यांच्या सुप्त शक्तींचा विकास होण्यासाठी योग्य वातावरण तयार करणे हेही तितकेच आवश्यक आहे. यासाठी घरातील सर्वांचे सहकार्य आवश्यक आहे. घरातील वातावरण हा मुलांच्या मानसिक वाढीतील एक महत्त्वाचा भाग आहे. मुलांच्या बौद्धिक विकासात जन्मजात देणगीचा वापर मुले किती जास्तीत जास्त करू शकतात, हे घरातल्या वातावरणावर व परिसरातील अन्य बाबींवर अवलंबून असते.

मुलांचा विकास ही सतत चालू राहणारी प्रक्रिया आहे. अगदी मूल पोटात असल्यापासूनच ही प्रक्रिया सुरू असते. म्हणूनच गरोदरपणाच्या काळात आईचे मन प्रसन्न असणे, तिने संतुलित आहार घेणे, घरातील वातावरण आनंददायक असणे याला फार महत्त्व आहे. जन्मानंतरच्या पहिल्या अडीच वर्षांत मुलांच्या मेंदूची वाढ ९५ टक्क्यांपेक्षा अधिक झालेली असते. मज्जातंतूंची वाढ व मेंदूची प्रगल्भता यावर मानसिक विकास अवलंबून असतो. म्हणून **योग्य वयात मुलांना योग्य संधी देत गेल्यास** मुले ती गोष्ट ताबडतोब आत्मसात करतात. उदाहरणार्थ : नवव्या-दहाव्या महिन्यांच्या मुलाला हाताला धरून उभे केले, तर ते स्वत: उभे राहायला अधिक लवकर शिकते. पालथे पडणाऱ्या मुलांना काही ठरावीक खेळणी दिल्यास ती लवकर सरकायला लागतात.

१. सर्व मुलांमध्ये विकासाचा क्रम सारखाच असतो; पण विकासाची गती मात्र प्रत्येकामध्ये वेगळी असते. म्हणजे पालथे पडणे, पुढे सरकणे, उभे राहणे,

चालणे, बोलणे हा झाला क्रम. पण काही मुले वर्षात चालायला लागतात, तर काहींना त्यासाठी उशीरही लागायची शक्यता असते.

२. प्रत्येक मुलाची क्षमता ही भिन्न असल्याने त्याची इतरांशी तुलना करू नये. त्याच्यातील स्वतंत्र विचारशक्ती कशी जोपासता येईल, हे पालकांनी पाहावे.

३. मुलांची उंची पहिल्या वर्षात २५ सेंटिमीटर, तर वजन तिप्पट वाढते. मुलांची स्मरणशक्ती वयाप्रमाणे वाढत जाते व कल्पनाशक्ती कार्यकारणभावापेक्षा जास्त असते. काही मुले लहान वयात जे बोलतात, ते बऱ्याचदा त्यांच्या काल्पनिक शक्तीचा आविष्कार असतो. मानसिक वाढ ही अनुभव व शिक्षणातून अधिक प्रभावीपणे होते.

४. मुलांचे वर्तन योग्य ठेवण्यात आईची प्रेमपूर्ण नजर, शाबासकी, लाड हे अनेकदा भाषेपेक्षाही अधिक परिणामकारक ठरतात. मात्र, आई-वडिलांनी त्याचा अवाजवी उपयोग टाळावा. मुलांनी चांगले काम केल्यावर त्यांना शाबासकीने प्रोत्साहन मिळते; पण लहानसहान कामांबद्दलही स्तुती केल्यास ती लाडावून जातात.

५. घरातील छोटी-छोटी कामे करताना मुलांना बरोबरीने काम करू द्या. त्यामुळे तुम्ही व तुमची मुले यामध्ये जवळीक निर्माण होईल. उदाहरणार्थ : झाडून घेणे, भांडी लावणे यांसारखी कामे मुलांनापण तुमच्या बरोबरीने करू द्या.

६. मुलांबरोबर काही खेळ खेळा. उदाहरणार्थ : कॅरम, बुद्धिबळ इत्यादी. खेळ बरोबरीच्या नात्यात खेळा, यामुळे तुम्ही व तुमची मुले यांच्यामधील संबंध मोकळेपणाचे राहतील.

७. मुलांच्या योग्य विकासामध्ये कर्तव्यतत्पर संगोपनाइतकीच तुमच्या प्रेमाचीदेखील गरज आहे. मुलांच्या गुण-दोषांसकट त्यांचा संपूर्ण स्वीकार करा. त्यांच्यातील दोष घालवण्यासारखे असतील, तर त्यासाठी प्रयत्न करा. त्यांचा आत्मविश्वास वाढवा.

८. मुलांची फाजील स्तुती किंवा कठोर टीका करून त्यांचा आत्मविश्वास किंवा त्यांच्यातील न्यूनगंडाची भावना वाढीस लावण्याचे टाळा.

९. मुलाच्या एखाद्या वर्तनाचा राग आल्यास त्याच्या कोणत्या चुकीमुळे आला, हे त्याला स्पष्टपणे सांगा. मोठ्यांना आपला नेहमीच राग येतो, असे त्यास वाटणार नाही, याची काळजी घ्या. त्याचा आत्मविश्वास वाढीस लावा.

१०. मुलांसाठी सर्वच गोष्टी स्वत: करण्यासाठी धडपडू नका. मुलांना त्यांची स्वत:ची कामे स्वत: करण्यास प्रवृत्त करा आणि त्यांना स्वावलंबी बनण्यास मदत करा.

११. स्वत:च्या तसेच इतरांच्या वागण्यातील नैतिक मूल्ये मुलांना दिसतील, याकडे लक्ष द्या. नुसताच केलेला उपदेश परिणामकारक ठरत नाही.

१२. संध्याकाळी पाढे, परवचा यांबरोबर मुलांना दिवसभर शाळेत, मित्रांमध्ये त्याला आलेले अनुभव आणि घडलेल्या गोष्टी सांगण्यास प्रोत्साहन द्या. ते अनुभव आपुलकीने ऐकून त्याच्या चिमुकल्या भावविश्वात डोकवा. त्यामुळे मुलांची संवेदनशीलता जोपासण्यास मदत होईल.

१३. मूल उत्साहाने काही सांगत असेल, तर त्याचा रसभंग करू नका. त्याचे म्हणणे लक्षपूर्वक ऐका व त्याच्या उत्साहात भर टाका. आपण सांगतो ते ऐकण्यास मोठ्या माणसांना आवडते, या जाणिवेने त्यांचा आत्मविश्वास वाढेल.

१४. मुलांनी विचारलेले प्रश्न डावलू नका. त्यांची जिज्ञासापूर्ती करा. मुलांना समजतील अशा सोप्या भाषेत त्यांच्या प्रश्नांची उत्तरे तुम्ही स्वत: किंवा योग्य माणसाकडून द्या.

१५. आवतीभोवती घडणाऱ्या मुलांच्या कक्षेतील घटना व त्यात सामील असलेल्या माणसांबद्दल त्याचे मत विचारा. त्याबद्दल त्याच्याशी बोलताना आदर्श वर्तनाचे नमुने देण्याची संधी तुम्हास मिळेल व मुलामध्ये स्वतंत्र विचारशक्तीची जोपासना होईल.

'मुले अधिक चांगली कशी होतील?'

१. मुलांना त्यांच्या सर्वोच्च क्षमतेपर्यंत नेण्यासाठी **प्रेम, सुरक्षिततेची भावना, त्यांचे मानसिक समाधान** या मूलभूत बाबी आहेत. मुलांचा वाह्यात स्वभाव आणि इतरांच्या मानाने त्यांची प्रगती कमी असली, तरी बालकांचा परिपूर्ण स्वीकार करून त्यांना ममतेने वाढविल्यास त्यांच्यातील सुप्त गुणांचा वापर पूर्ण क्षमतेने ते करू शकतात.

२. मूल शाळेत मागे पडण्याचे महत्त्वाचे कारण असुरक्षितता हे आहे. एखाद्या घरी मुलांना त्याचे आई-वडील फार धाकात ठेवत असतील, परीक्षेत चांगले गुण न मिळाल्यास वडील रागावणार, याची मुलाच्या मनात भीती बसते व चांगली मुलेसुद्धा पालकांच्या दबावामुळे मागे पडतात. असुरक्षिततेची भावना ही घरातल्या वातावरणामुळे निर्माण होते, असे म्हटल्यास वावगे ठरू नये.

३. पालकांनी मुलांबद्दल आकांक्षा जरूर बाळगाव्यात; पण अवाजवी महत्त्वाकांक्षा त्यांच्यावर लादू नयेत. मुलांबद्दल आकांक्षा बाळगताना बौद्धिक कुवतीचा विचार करणे आवश्यक आहे. मुलांचा बुद्ध्यांक ९० ते १००च्या दरम्यान (सर्वसाधारण) असेल, तर त्याच्याबद्दल फार मोठी म्हणजे तो मोठा अधिकारी होण्याची स्वप्ने पाहणे हा अपेक्षाभंग ठरेल. मुलाचा बुद्ध्यांक सर्वसाधारण असला, तरी त्याला योग्य वातावरणात वाढविले, तर तो त्याच्यामधील जास्तीतजास्त क्षमतेचा उपयोग करू शकतो. मुलांना या कमकुवतपणाची जाणीव वारंवार करून देणे योग्य नसते. त्यातून मुलांचा न्यूनगंड वाढीस लागतो. **एखाद्या चुकीबद्दल पालक मुलावर रागावल्यास मुलांच्या मनात पालकांविषयी अढी निर्माण होण्याची शक्यता असते. त्यामुळे प्रेम देऊनच मुलांच्या अंगी शिस्त बाणवणे अधिक योग्य ठरते.**

४. मुलांना योग्य वयात योग्य ते खेळ व संधी दिल्याने एखादी गोष्ट लवकर शिकण्याचा आनंद ते लुटू शकतात. शिकणे म्हणजे केवळ लवकर वाचायला, लिहायला शिकणे नव्हे, तर **शिकणे म्हणजे शिकण्यातला आनंद शोधणे**, दुसऱ्याकडे लक्ष देण्यास शिकणे, विधायक कार्यात सतत मग्न राहायला शिकणे, सर्वांत महत्त्वाचं म्हणजे **तत्कालिक कामासाठी काम न करता दूरवरच्या उद्दिष्टांसाठी काम करायला शिकणे**, हे होय.

५. घरात होणाऱ्या चर्चा, गप्पा यांचा दर्जा नेहमीच उच्च हवा. मुलांनी

घरामध्ये होणाऱ्या चर्चेत सहभागी होऊन सुसंवाद साधला पाहिजे. संध्याकाळचे जेवण घरातल्या सर्वांनी एकत्र घेतल्याने दिवसभराच्या अनुभवांची देवाणघेवाण तर होतेच; पण पालकांचे मुलांशी मोकळेपणाचे नाते राहते.

६. मुलांनी स्वतंत्रपणे विचार करायला, स्वतःची मते बनविण्यास शिकले पाहिजे. स्वतःचा निर्णय त्यांना घेता आला पाहिजे. त्याबाबतीत वडील किंवा इतर कोणावरही त्यांनी अवलंबून राहता कामा नये. त्यांची विचारशक्ती व निर्णयक्षमता स्वतंत्र असली पाहिजे. कोणीतरी सांगितले म्हणून तसे वागायला हवे, हा विचार योग्य नाही. आई-बाबा सांगतात म्हणून मुलाने वैद्यकीय शाखेला जावे, याला अर्थ नसतो. त्या क्षेत्राचे सर्व फायदे-तोटे समजावून घेऊन नंतरच मुलाची संपूर्ण मानसिक तयारी असल्यास त्याने तसा निर्णय घ्यावा. एकदा निर्णय घेतल्यावर येणाऱ्या कोणत्याही अडथळ्यास तोंड द्यायची तयारी हवी.

७. मुले २-३ वर्षांची झाल्यावर त्यांना साम्य, भेद, नाती आणि वयाच्या पाचव्या वर्षानंतर कारणे, परिणाम शिकविले पाहिजेत. अचूकपणा, सखोलता, पाठपुरावा करण्याची वृत्ती त्यांच्या अंगी बाणवणे आवश्यक आहे. पुन्हापुन्हा प्रयत्न करण्यास मुलांना प्रोत्साहन दिले पाहिजे. पालकांच्या संभाषणावर वेगवेगळे प्रश्न विचारण्यास त्यांना उद्युक्त केले पाहिजे. यातून त्यांना पालकांच्या बोलण्यातला अर्थ व अचूकपणा, याची कल्पना येऊ शकेल. मुलांचे खेळ अतिशय सोपे असू नयेत, तर ते खेळल्यावर त्यांना काहीतरी अवघड शिकल्याचे समाधान मिळायला हवे. उदाहरणार्थ : शब्दकोडे, बुद्धिबळ. त्याचबरोबर त्यांना खेळात अपयश येणार नाही, यासाठी जपायला हवे. मुलांना सर्व गोष्टी हाताळण्याचे स्वातंत्र्य दिले पाहिजे. पुढाकार घेण्याचे व निर्णयशक्तीचे स्वातंत्र्यही दिले पाहिजे.

८. मुलांचे स्वतःचे लहानसे वाचनालय असणे अत्यंत आवश्यक आहे. त्या वाचनालयात वयानुसार व आवडीनुसार वेगवेगळ्या विषयांची चांगली पुस्तके असावीत. ती वाचण्याची आवड त्याच्या मनात निर्माण करण्याचा प्रयत्न पालकांनी करावा.

९. मुलांच्या शिक्षणात पालकांचे महत्त्व अनन्यसाधारण असते. मुलाला केवळ शाळेत घालून त्यांचे कर्तव्य संपत नाही, तर मुलांची विनाकारण गैरहजेरी टाळावी. शिक्षणाचे महत्त्व त्यांना समजावून सांगावे. अधूनमधून त्यांच्या शिक्षकांशी सुसंवाद साधणे आवश्यक आहे. शक्य असल्यास लहानपणापासूनच मुलांना अभ्यासासाठी स्वतंत्र खोली देणे आवश्यक आहे. मुलांच्या वाढीवर टीव्हीचा खूप परिणाम होतो. मात्र, त्याचे फायदे-तोटे आहेत. टीव्हीवरची हिंसाचाराची दृश्ये पाहून मुले आक्रमक बनतात; परंतु आक्रमकवृत्ती व हिंसकवृत्ती यांचे 'आधी कोंबडी का आधी अंडे' यासारखेच असते. भयंकर घटनांबद्दल त्यांना काहीही वाटत नाही. ती

स्वत: दुसऱ्याला सहजतेने मारायला धजावतात. मुलांना जगाबद्दल भीती वाटते. मुलांच्या बुद्धीवर टीव्हीमुळे पुढील दुष्परिणाम होतात :

रचनात्मकता राहत नाही. प्रश्न सोडविताना वैचारिक शक्तीचा वापर मुले करत नाहीत. बुद्धीला ताण देत नाहीत. दूरदर्शनवरील जाहिरातीमुळे खाण्याच्या वाईट सवयी लागतात. दात किडणे, जाड बनणे आदी गोष्टींना आमंत्रण मिळते. मुलांचे आदर्श हीन दर्जाचे राहिल्याने त्यांना प्रयत्न करण्याची इच्छा उरत नाही, तर सर्व झटपट मिळावे, असे त्यांना वाटते. शाळा व वाचन यात उत्साह राहत नाही. हे दुष्परिणाम टाळण्यासाठी पालकांनी निवडक कार्यक्रम मुलांशी चर्चा करून ठरवून पाहावेत. त्या कार्यक्रमांविषयी चर्चा करावी.

विकासाचे टप्पे

मुलाचे वय : योग्य विकासासाठीचे मानदंड

तीन महिने : हुंकार देणे, बोलल्यावर हसणे, आवाजाकडे डोके वळविणे, मान धरायला लागणे इ.

सहा महिने : पायाचा अंगठा तोंडात घालणे, आधारासह बसणे, पेपर चुरगळणे, आरशात पाहून हसणे, सरकणे इ.

नऊ महिने : धरून उभे राहणे, अंगठा व बोटाचा वापर करून लहान वस्तू उचलणे, बाय-बाय करणे इ.

बारा महिने : एका हाताने धरून चालणे, दोन-दोन शब्द अर्थासह बोलणे, गाण्याच्या तालावर नाचणे इ.

दीड वर्षे : कठड्याला धरून जिना चढणे, बूट काढणे, बॉल फेकणे, पळणे, कान, नाक इ. दाखवणे

दोन वर्षे : हात धुणे, पँट, बूट, मोजे घालणे, बडबड, आज्ञापालन करणे.

अडीच वर्षे : दोन्ही पायांनी उडी मारणे, पेन्सील हातात धरणे, शू-शी स्वत: जाऊन करणे.

तीन वर्षे : तीनचाकी सायकल चालविणे, स्वत:चे कपडे स्वत: घालणे, स्वत:चे संपूर्ण नाव, लिंग जाणणे, सारखे प्रश्न विचारणे.

धोक्याचा इशारा देणाऱ्या गोष्टी :

खालील गोष्टी मूल करत नसल्यास तज्ज्ञांचा सल्ला आवश्यक –

६ आठवडे : नजर स्थिर नसणे, आवाजाला प्रतिसाद न देणे, आईकडे बघून न हसणे.

८ महिने : मुठी आवळणे, गच्च धरणे, तिरळे बघणे, हाताशीच खेळत बसणे.

१२ महिने : बसायला न लागणे, दादा-बाबा न म्हणणे.
१८ महिने : धरून उभे न राहणे, आज्ञापालन न करणे.
अडीच वर्षे : लहान वाक्य न बोलणे, बोललेले न समजणे.
चार वर्षे : बोलता न येणे किंवा बोललेले न समजणे, शू व शीसंबंधी न समजणे.

बालकांचा बौद्धिक विकास

बालकांच्या मानसिक विकासाचे महत्त्वाचे अंग म्हणजे बालकांचा बौद्धिक विकास. बालकाचा सामान्य मानसिक विकास, भाषाविकास हा बुद्धीवरच अवलंबून असतो. त्यामुळे त्याचा बौद्धिक विकास कसा होतो, हे समजावून घेणे महत्त्वाचे ठरते. बुद्धिमत्ता चाचणीद्वारे बुद्धी मोजली जाऊ शकते.

बुद्धी ही नैसर्गिक देणगी व मुख्यत्वे आनुवंशिक असते. तसेच ती **कोणतेही औषध देऊन किंवा विशिष्ट आहार देऊन वाढविता येत नाही.** पण आहे ती बुद्धी कुपोषणाने, योग्य वातावरणाअभावी काम करेनाशी होऊ शकते. योग्य वातावरणाच्या उपलब्धतेने बुद्धी पुरेशी तल्लखही होऊ शकते. त्यामुळे **आहे त्या बुद्धीचा पुरेपूर वापर करून घेणे म्हणजेच मुलांना सर्वोच्च क्षमतेपर्यंत पोहोचविणे आपल्या हातात आहे.**

जन्मपूर्व विकास – परिणाम करणारे घटक :

अनुवंश : गर्भधारणा झाली की, बालकांच्या जीवनाला प्रारंभ झालेला असतो. गर्भधारणेच्यावेळीच कोणत्या शक्ती बालकाचा विकास नियंत्रित करतील, हे ठरले जाते. आई-वडिलांकडून कोणकोणते शारीरिक गुणधर्म मिळतील, हेही ४६ गुणसूत्रे ठरवितात. बौद्धिक विकास जनुके (Genes) ठरवतात.

परिस्थितीजन्य घटक : १. आईचे वय – १८ वर्षांपेक्षा लहान असल्यास ती मानसिकरीत्या अपरिपक्व असते व विकासाचे महत्त्व जाणून घेऊ शकत नाही. २. मातेचा आहार – अयोग्य व असमतोल आहाराने मुले जन्मत:च कमी वजनाची भरतात. ३. आईने घेतलेली मादक द्रव्ये – उदाहरणार्थ, गुटखा, मिश्री, सिगारेट इ. ही औषधे बाळापर्यंत पोहोचतात त्यांची बुद्धी व शरीर दोन्ही खुंटण्यास ते मदत करतात. ४. क्ष-किरणांचा परिणाम – मुलांमध्ये शारीरिक वा मानसिक विकृती निर्माण होण्याचा धोका जर आईच्या प्रसूतिपूर्व काळात जास्त क्ष-किरणांचा वापर केल्यास होतो. ५. आईला गरोदरपणी झालेले रोग – उदाहरणार्थ, मधुमेह झालेली

माता. जर्मन गोवर अगदी थोड्या प्रमाणात जरी मातेला झाला तरी गर्भाला इजा पोहोचते व मूल बहिरे, मुके होते, त्याला मंदबुद्धित्व येते. म्हणून प्रसूतिपूर्व किंबहुना १५ ते १८ महिन्यांच्या दरम्यान एम.एम.आर.ची लस टोचणे हे आवश्यक ठरते. ६. आईची भावनिक अवस्था – गर्भाच्या प्रतिक्रियांवर व विकासावर परिणाम करतात.

बुद्धिमत्तेमध्ये ५ महत्त्वाच्या बोधात्मक प्रक्रिया असतात.

१) प्रत्यभिज्ञान २) स्मृती ३) भिन्नरचन ४) संयोजकरचन ५) मूल्यांकन. प्रत्यभिज्ञान म्हणजे परिस्थितीत झालेला बदल चटकन ओळखणे. कोणत्या प्रकारची परिस्थिती आहे, हे सांगता येणे. उदाहरणार्थ, घरातल्या वातावरणात झालेला बदल मुलांना चटकन समजतो.

मिळालेली माहिती जतन करून वेळेला आठवण्याची क्षमता म्हणजे स्मृती. भिन्नरचन म्हणजे समस्यायुक्त परिस्थितीमध्ये निरनिराळ्या कल्पनांची निर्मिती करणे, तर संयोजकरचन म्हणजे भिन्न कल्पनांचे संयोजन करून एक संकल्पना बनवणे. उदाहरणार्थ, मुले असलेल्या सर्व बायका 'माता' असतात. मूल्यांकन म्हणजे समस्यायुक्त परिस्थितीत निर्णय घेऊन त्याचे मूल्यमापन करता येणे.

प्रत्येक व्यक्ती ही बुद्धिमत्तेच्या बाबतीत विशिष्ट असते. काही मुले संख्यांचा उपयोग करण्यास कुशल असतात, तर काही भाषेत.

बुद्धीची योग्य व्याख्या (वेशलेर) : सहेतुक, विचारपूर्वक व समर्थपणे परिस्थितीशी समायोजन साधण्याची व्यक्तीची सर्वांगीण क्षमता म्हणजे बुद्धिमत्ता.

बुद्धिमापनाची आवश्यकता : मुलांच्या बौद्धिक कुवतीपेक्षा अधिक महत्त्व आई-वडिलांच्या मुलांबद्दल असलेल्या अपेक्षा व महत्त्वाकांक्षा यांना दिले गेल्यामुळे पालकांना अपेक्षाभंग व नैराश्य यांना तोंड द्यावे लागते. त्यामुळे आपल्या मुलाची 'बौद्धिक कुवत' (I.Q.) समजणे आवश्यक असते. हल्ली बुद्ध्यांक (I.Q.)बरोबरच भावनांक (E.Q.) काढण्यासही तेवढेच महत्त्व दिले जाते. काही शास्त्रज्ञांच्या मते मानवाच्या यशामध्ये भावनांकाचा वाटा ७५ टक्के, तर बुद्ध्यांकाचा २५ टक्के असतो. तेव्हा नुसते बुद्धीने हुशार नसून चालत नाही, तर वातावरणाद्वारे त्याला खतपाणी मिळणे पण महत्त्वाचे असते. भावनांक ५ कौशल्यावर अवलंबून असतो. १) स्वत्वाची जाणीव २) स्वनियंत्रण ३) हेतूंची जाणीव असणे ४) संवेदनशीलता ५) इतरांबरोबरचे नातेसंबंध हाताळण्याचे कौशल्य.

माणसाचे यश हे तुम्ही स्वतःला कसे हाताळता, इतरांशी कसे वागता, एखाद्या गटाबरोबर कसे काम करता, तुमच्यात नेतृत्वगुण कसे आहेत यांवरही अवलंबून असते. S.Q. म्हणजे 'सामाजिक बुद्धिमत्ता', *विनलँड सोशल स्केल* या चाचणीद्वारे मोजली जाते. E.Q. व S.Q. आयुष्यभर कोणत्याही वयात बदलू

शकतात. त्यातही प्रशिक्षणाद्वारे स्वभावात बदल घडवून आणावे लागतात.

बालवयात मानसिक वाढ झपाट्याने होत असते. एखादी गोष्ट शिकवल्यानंतर ती जास्तीतजास्त उत्तम केली, म्हणजेच बालकाची प्रगती झाली, असे म्हणता येत नाही. इतरही निरनिराळ्या प्रकारची कामे त्याला करता येतात किंवा नाही, त्याचा विस्तार वाढला किंवा नाही, हेही लक्षात घ्यावे लागते. त्यामुळे ही वाढ वयाप्रमाणे सूक्ष्मपणे मोजता येत नाही.

मुलाची कसोटी लागोपाठ घेतली, तर मानसिक वाढीमध्ये फरक आढळत नाही. मध्ये वेळ जास्त गेला, तर मात्र खूप फरक आढळतो. मुलांचे वय जसजसे वाढते, तसतसे त्याला मिळालेले गुण स्थिर राहायला लागतात. ही जी सुसंगती आढळत नाही, त्याला पुढील कारणे आहेत. १) वाढ वेगवेगळ्या मानाने होते व अनियमित असते. २) कसोटीच्या परिस्थितीशी झालेले समायोजन पुष्कळदा वेगवेगळे असते. ३) प्रत्येक वयाला वेगवेगळी कसोटी दिली जाते.

मुलांची झोप व विकास

मुलांची झोप ही पालकांची जिव्हाळ्याची गोष्ट असते. रात्री मुले दचकून उठली, उशिरापर्यंत झोपलीच नाही किंवा झोपेत चालायला लागली, तर पालकांचीही झोपमोड होते. मुलांना शांत झोपेची सवय लागणे, हे त्यांच्या विकासाच्या दृष्टीने महत्त्वाचे असते.

झोपेची वेळ व कालावधी :

मुलांचा झोपेचा कालावधी हा त्यांचे वय, व्यक्तिमत्त्व, बुद्धिमत्ता, दुपारची झोप यांवर अवलंबून असतो. अगदीच नवीन जन्मलेले मूल सारखे झोपत असते. फक्त दूध पिण्यापुरते ते उठते. मात्र, काही अपूर्ण दिवसांची किंवा अशक्त मुले दुधासाठी रडत नाहीत किंवा उठत नाहीत, तेव्हा पायावर टिचकी मारून उठवून दोन-दोन तासांनी पाजावे लागते. ३ महिन्यांचे मूल ३-४ वेळा झोपते, तर १ वर्षाचे २-३ वेळा. बहुतेक मुले ३ वर्षांनंतर दुपारची झोप सोडून देतात. जी मुले बुद्धिमान व चपळ असतात, ती कमी झोपतात, हे सिद्ध झालेले आहे. मुलांनी ठरावीक तासच झोपले पाहिजे किंवा ठरावीक वाजता झोपले पाहिजे, असा आग्रह धरणे चुकीचे आहे. मुले दुपारी जास्त झोपली, तर रात्री जागणारच व त्यांना तशी सक्ती केली की, रात्री लवकर झोपा, तर झोपेचे व त्यातूने इतर मानसिक विकार जडतात. अतिथकल्यानेसुद्धा काही वेळा उशिरा झोप लागते व लवकर जाग येते.

मुलांना झोप पुरते की नाही, हे ओळखण्याचा सर्वांत सोपा मार्ग म्हणजे दिवसभराच्या सर्व क्रिया ते न दमता करीत आहेत किंवा नाही, हे लक्षात येणे!

नवव्या महिन्यांनंतर मुले झोपेवर ताबा मिळवायला शिकतात व इच्छा नसेल आणि कितीही थकली असतील, तरी ती जागी राहू शकतात. बऱ्याच मुलांना

झोपताना ठरावीक सवयी असतात. अंगठा चोखणे, जो-जो करणे, ठरावीक वस्तू खेळणे वा ठरावीक जागा इत्यादी अनेक. त्याशिवाय ते झोपत नाहीत, किरकिर करत राहतात. दुसऱ्या किंवा तिसऱ्या वर्षी रडत उठणे किंवा उठल्यावर त्रास देणे हे नेहमीच पाहायला मिळते. अशा मुलांना झोपायची इच्छा नसताना झोपवलेले असते किंवा उठवताना घाई केलेली असते.

मुले मोठी होतात, तसतशी शांत झोप कमी होते. हुशार मुलांची झोप सावध असते व ते झोपेतही अस्वस्थ असतात. खूप जेवणे, उशिरा जेवणे किंवा कडक ऊन, यांमुळे मुले शांत झोपतात. काही मुले खूप वेळा दचकून उठतात व रडतात. त्यावेळेस त्यांना फक्त आईच हवी असते व अशा रडण्याचे कारण कित्येकदा सापडत नाही. काही वेळा शू लागल्यानेपण मुले उठतात. मुलांच्या झोपेच्या वेळच्या 'ठरावीक सवयी' तीन वर्षांनंतर खूपच कमी होतात.

झोपण्याबद्दल मुले प्रतिकार दाखवायला लागली व वेळेवर झोपत नसली, तर एकतर त्यांना लक्ष वेधून घ्यायचे असते किंवा झोपेसाठी बळजबरी केली जात आहे, असे समजावे.

मुलांचा दिनक्रम जितका आनंदी, तितकीच झोप शांत व सुखावह असते. मुलांना झोपवताना पालकांनी ही काळजी घ्यायला हवी की, त्यांना असे वाटायला नको की, झोपल्यावर पालकांच्या मार्गातून तो दूर होणार आहे. यामुळे परकेपणाची भावना मुलांमध्ये निर्माण होते. काही पालकांबाबत मी अनुभवलं आहे की, मुलांवर जबरदस्ती करतात व लवकर झोपायला लावतात. नंतर त्यांना सुटल्यासारखं वाटते. अशी भावना कधीही असू नये.

मुलांना झोपताना सर्वांत अधिक भीती वाटते ती अंधाराची, परक्या व्यक्तीची, हलणाऱ्या पडद्याची व गोष्टीतल्या भूत किंवा राक्षसाची! भीती वाटणाऱ्या मुलांना झोप यावी, यासाठी दिवसा त्यांना भूत-राक्षस या गोष्टींमधली काल्पनिकता समजावून द्यावी, तसेच प्रेम व सुरक्षितता जाणवून द्यावी. त्यामुळे त्यांचा मनात आत्मविश्वास निर्माण होईल. म्हणूनच झोपेच्या आधीचा कालावधी शांत, प्रसन्न व आनंदी वातावरणात घालवावा. काही पालक पलंगाचा व झोपेचा शिक्षा म्हणून उपयोग करतात. अशा मुलांच्या मनात झोपेबद्दल भीती किंवा घृणा उत्पन्न होते व समायोजन व विकासात अडथळे येतात.

पालकांचा मुलांच्या झोपेकडे बघण्याचा दृष्टिकोन

१. किती झोप घ्यावी, याबद्दलच्या चुकीच्या कल्पना मनात असल्याने बरेच पालक जास्त काळजी करतात व झोपेचा आग्रहही करतात. यातूनच झोपेचे प्रश्न निर्माण होतात. २. अतिकाळजी, जास्त जपणे किंवा फार धाकात ठेवणे यांमुळेही

झोपेचे प्रश्न निर्माण होऊ शकतात. अतिशिस्त वा कडकपणा यामुळेसुद्धा मुले झोपण्यास नकार देतात वा किरकिर करतात. ३. झोपण्याची वेळ ही मुलांच्या गरजेप्रमाणे आखावी लागते, पालकांच्या नव्हे. झोपताना मुलांना मायेची ऊब मिळाली, तर ते शांत झोपी जातात.

झोपेत चालणे किंवा बोलणे :

ही तक्रार शाळेत जाण्यापूर्वी म्हणजे बालवाडीच्या मुलांबाबत जास्त आढळते.

जेव्हा मुले झोपेत चालतात, त्या वेळी त्यांच्या डोळ्यांत चमक असते व बोलणे समजत नाही. चालणे अडखळत असते; पण सहसा ती मुले पडत नाहीत. रात्री उशिरा जेवल्यामुळे ही तक्रार जास्त दिसून येते.

स्वप्नावस्था :

झोपेतून दचकून उठणे, रडत उठणे या गोष्टींचा संबंध मुलांना वाटणाऱ्या असुरक्षिततेत असतो. पालकांच्या कडक शिस्त व शिक्षेमुळे व शाळेतील वाटणाऱ्या भीती वा निराशेमुळे ही असुरक्षितता असते. फार मोठा आवाज आला किंवा औषधानेसुद्धा असे होऊ शकते.

झोपेचे प्रश्न सोडवण्यासाठी काय करावे?

अतिदमणूक वा थकणे टाळावे. झोपण्याआधीचे वातावरण आखीव असावे. मुलांना चांगल्या गोष्टी सांगाव्यात व वातावरण आनंदी तसेच प्रसन्न असावे. दंगामस्ती टाळावी, रडवणे, रडणे टाळावे. झोपताना आळीपाळीने झोपवावे, ज्यामुळे एकाचीच सवय लागत नाही. फार जास्त कपडे घालणे, दमट रूममध्ये झोपवणे, संपूर्ण अंधारात झोपवणे इत्यादी गोष्टी टाळाव्यात. प्रेम व सुरक्षिततेबरोबर

काही ठरावीक सवयी, खेळणी इत्यादी गृहीत धरून चालाव्यात व त्यावरून वादंग माजवू नये. झोपेचे प्रश्न गंभीर असल्यास आता Sleep Labद्वारे झोपेत मेंदूची तपासणी करून उपचार सुचवले जातात. Video EEG व Sleep Lab यांनी झोपेतले आजार ओळखण्यात बरीच मदत होते.

झोपेत गादीमध्ये शू करणे याविषयी माहिती इतरत्र दिलेली आहे.

बालकांचा शैक्षणिक विकास

माणूस इतर प्राण्यांपेक्षा वेगळा आणि त्याच्यात असणाऱ्या शिकण्याच्या शक्तीमुळेच विकसित झालेला आहे. उद्दिष्ट व गरजेमुळे उत्पन्न होणारा ताण यांवर शिक्षण अवलंबून असते. प्रेरणांमुळे शैक्षणिक कृतींना प्रोत्साहन मिळते. अगदी लहान मुलांना शिक्षणाचा अर्थ समजत नाही. आपण शिकावे ही प्रेरणा त्यांना नसते; पण बक्षिसाची आवड असते. आपल्या आई-वडिलांकडून, शिक्षकांकडून चांगले म्हणवून घेण्यासाठी, शाबासकीसाठी धडपडत असतात. प्रेरणांमुळे वर्तनाला दिशा मिळते. प्रेरणेमुळे एखाद्या कृतीची निवड होते व ती शिकली जाते.

मुलांना शिस्त शिकवणे, ही पालकांची जबाबदारी असते. त्यांनी त्याला रीतीरिवाजानुसार समाजास मान्य असेल, असे वागायला-शिकवायला तर हवेच. पण स्वातंत्र्याच्या मर्यादा व सुरक्षित-असुरक्षित यांतील फरक, तसेच 'नाही' स्वीकारायला शिकवले पाहिजे. सर्व गोष्टी आपल्याला हव्या तेव्हा व तशाच मिळतीलच, असे नाही. यासाठी मुलांचे फाजील हट्ट पुरवायचे पालकांनी टाळावे. मुलांना दुसऱ्याबद्दल आदर करायला व आज्ञाधारकपणे वागायला शिकवणे, हे पालकांच्याच हाती असते.

पालकांनी मुलाला स्वतंत्र वृत्तीने जरूर वाढवावे. त्याने काही चुका केल्यास त्यातूनही त्याला शिकू द्यावे. त्याचे अति लाड करू नये किंवा चुका पाठीशी घालू नयेत; पण स्वयंशिस्त निर्माण होण्यासाठी पालकांनी शिस्त लावताना, स्वतःचे विचार निश्चित असणे आवश्यक आहे. मुलगा अभ्यास करत नाही म्हणून त्याला नुसते रागावून उपयोगाचे नाही, तर सभोवतालचे वातावरण त्याच्या अभ्यासासाठी पोषक करायला हवे. कोणतीही शिक्षा करताना ती योग्य कारणाने केलेली असावी. त्यात सारखेपणा असावा. म्हणजे घरात एकाने रागावल्यावर दुसऱ्याने प्रेम केले की, मुले अशा संधीचा फायदा घेतात. एखादी कृती केल्यावर एकदा बक्षिसी व एकदा शिक्षा, अशा प्रकाराने मूल गोंधळून जाते. शिस्त न लावल्याने मूल बिघडून जाते. बिघडलेले किंवा लाडावलेले मूल आपल्या मार्गाने, उदाहरणार्थ, रडून,

रडताना श्वास रोखून इत्यादी मार्गांनी आपल्याला हव्या त्या गोष्टी मिळवतेच.

नेहमी शिक्षा करण्याने मुलांचे पालकांशी असलेले संबंध बिघडतात व मुले नेमके जे करायला नको तेच करतात. जे पालक कडक शिस्तीचे असतात, त्यांचाही मुलांना त्रास होतो. शिस्तीबरोबर मुलांवर प्रेम करण्याची गरज असतेच. मुलांसाठी नियम थोडेच असावेत; पण ते नियमित पाळले गेले पाहिजेत. त्या नियमांमागचे कारण मुलांना योग्य प्रकारे समजावून दिले पाहिजे. उदाहरणार्थ, मुलीने उशिरा घरी न येणे, हा नियम नुसता तिला सांगून उपयोगी नाही, तर तो समजावून द्यायला हवा. चुकीनंतर शिक्षा ही त्वरित झाली, तर मुलांना त्याचे महत्त्व जेवढे समजते, तेवढे चूक झाल्यावर काही काळाने शिक्षा दिल्यास समजत नाही. जेवढ्या समजूतदारपणाने पालक वागून मुलांना शिस्त लावतील, तितक्याच कमी वेळा मुलांना शिक्षा करण्याचा प्रसंग येईल.

शिस्त लावण्याचे महत्त्वाचे तत्त्व म्हणजे मुलांनी चांगले वागायला हवे. मुलांना स्वतःला तसे वाटायला हवे.

कडक शिस्त ही घातकच. प्रोत्साहन व प्रेम यांमुळे मुले चांगली वागतात. मुलांना 'लाच' देऊन त्यांच्याकडून कामे करवून घेऊ नयेत. अनपेक्षित बक्षिशी व शाबासकी त्यांनी त्यांचे नावडते काम केल्यास द्यावी.

मुलांना शिस्त लावताना एक लक्षात ठेवावे की, त्यांना त्यांची बाजू मांडण्याची पूर्ण परवानगी द्यावी. रागाच्या भरात 'मला तुझं काहीच ऐकायचं नाही. गप्प बैस' असे म्हणू नये.

१ वर्षाच्या मुलाला शिस्त लावण्याचे प्रयत्न करू नयेत, तर ३ वर्षांनंतर मुलांना शिस्त समजायला लागते.

मुलांच्या चुका या कंटाळा आल्याने, हेवा वाटल्याने किंवा असुरक्षिततेमुळे होत असतात. मुलाला भिंतीवर चित्र काढले म्हणून शिक्षा देताना (रागावताना) त्याला फळा किंवा पाटी-पेन्सील आणून द्यावी. त्यामुळे मुलाची हौस भागली पाहिजे.

शिक्षा देताना लक्षात ठेवायच्या गोष्टी –

१. मुलांना इजा होईल, असे शिक्षेचे कधीच स्वरूप असू नये. २. पहिल्या वर्षी कोणतीही शिक्षा अजिबात देऊ नये. दुसऱ्या वर्षी फक्त नाराजी दर्शवावी. ३. मुलांना अपराधीपणा वाटेल किंवा अकार्यक्षम वाटेल, असे तिचे स्वरूप असू नये. मुलांवर तुम्ही प्रेम करत नाही, असे त्या शिक्षेने वाटायला नको. ४. चुकीची कबुली दिल्यावर तिची पुनरावृत्ती तो टाळेल, याची खबरदारी घेऊन शिक्षेचे स्वरूप सौम्य असावे. ५. इतरांसमोर त्यांना बोलू नये व शिक्षा फार काळ देऊ नये.

आता शैक्षणिक विकासातील बाकी गोष्टी कशा विकसित होतात, ते पाहू.

वृत्ती व रुचिविकास : मुलांची रुची किंवा वृत्ती जन्मतःच ठरत नाही.

त्याच्याजवळ ज्या काही शक्ती असतात, त्याच्या साह्याने बाह्यजगतात त्याची निवड ठरते व ती वृत्ती बनते. वृत्ती सवयीच्या झाल्यावर त्या स्थिर बनतात. मग त्यात बदल करणे कठीण असते. मुलांचा शैक्षणिक विकास व्यवस्थित व्हायचा असेल, तर लहानपणापासून चिकाटी, मेहनत, अभ्यास करण्याची वृत्ती त्यांच्या अंगी बाणली गेली पाहिजे. वृत्ती म्हणजे एखादी कृती करण्याविषयीची सज्जता. परिस्थितीविषयी व्यक्तीची जी समजूत असेल, भावना असेल त्याप्रमाणे वृत्ती वाढते. मुलांच्या वागण्यावर सभोवतालच्या वर्तनाचा; तसेच घर, शाळा, टीव्ही, वृत्तपत्रे, पुस्तके, मासिके यांचा विचारांवर फार परिणाम होतो. मूल काही वृत्ती स्वीकारते. त्याच्या रुची, बाह्य परिस्थितीतील घटक बदलले, तर वृत्तीतही बदल होतो. वृत्ती अनुभवानेही संपादित केल्या जातात. ज्या परिस्थितीत मुलांना आनंद मिळतो, अशी परिस्थिती पुन्हापुन्हा उद्‌भवावी, असे मुलांना वाटत असते.

मूल आपले आई-वडील, शिक्षक, मित्र जी वृत्ती दाखवितात, ती चटकन स्वीकारतात. प्रौढांच्या सूचनांचा बालकांच्या वृत्तीवर परिणाम परिस्थितीप्रमाणे व बालकाच्या त्या वेळच्या आवडीनिवडीप्रमाणे कमीजास्त होतो. मूल फार भावनाप्रधान असेल व आई-वडिलांविषयी त्याची प्रतिकारात्मक वृत्ती असेल, तर सूचनेचा उलटा परिणाम होतो.

मुलांच्या पूर्वानुभवावरून त्यांच्या आवडीनिवडी तयार होतात व वृत्ती स्थिर बनतात. मनात येईल तसे मुलांना वागू देता कामा नये. त्याला उपयोगी पडतील अशा योग्य कृतींत मन रमविण्याची इच्छा त्याला झाली, तरच योग्य वृत्ती त्याच्या ठिकाणी निर्माण होतील.

रुची व प्रयत्न : प्रयत्न केल्याशिवाय कोणतेही काम पुरे होत नाही. एखाद्या विषयावर पूर्ण प्रभुत्व मिळवायचे असेल, तर त्या विषयाकडे पूर्ण लक्ष द्यावे लागते. मुलाला जसेजसे यश येते, तसतशी आवड वाढते. एखाद्या कामात चटकन यश आले, तर त्या कामात मुले कौशल्य मिळवितात. अपयश आले तर हुशार मुलगाही ते काम करायला नाखुशी दाखवितो व सर्वसामान्य विकास होत नाही. मुलाच्या क्षमतेबाहेरची गोष्ट करण्याविषयी जर दडपण आणले, तर आवड वाढण्याऐवजी कमीच होते. मुले शिकता शिकता त्यांना एखाद्या गोष्टीची आवड निर्माण होते व त्या विषयावर प्रभुत्व मिळविण्यासाठी ते प्रयत्न करू लागतात.

पालकांनी, शिक्षकांनी मुलांच्यात अशा आवडी निर्माण कराव्यात की, त्या पुढे मुलांना उपयोगी पडणार आहेत. मुलांच्या वेळोवेळी ज्या आवडी दिसतील, अनुभवाला येतील, त्यांना भरीस पडू नये. योग्य आवडीच्या विकासासाठी मुलाला सर्व प्रकारच्या संधी उपलब्ध करून देणे आवश्यक आहे.

पहिल्या व चवथ्या वर्षी बुद्ध्यांक, सातव्या वर्षी गुणकौशल्य, दहाव्या वर्षी खेळाबाबत, १२ ते १४ या वर्षांत भावनांक तसेच कल तपासणी अशा चाचण्या घेऊन आपल्या मुलांमधील गुण ओळखून ते सर्वोच्च क्षमतेपर्यंत नेण्याची त्यांना संधी दिली, तर ते यशस्वी नक्कीच ठरतील. कारण प्रत्येक मूल हुशार असतेच; पण कोणत्या क्षेत्रात, हे शोधण्याची जबाबदारी पालकांवर असते.

मुलांचा भाषिक विकास

मुलांच्या मानसिक विकासामध्ये भाषेला फार महत्त्व आहे. भाषा येऊ लागल्यावर बालकाचा मानसिक विकास झपाट्याने होऊ लागतो. भाषा हा विचार-प्रक्रियेचा महत्त्वाचा भाग आहे. कृतीचे विचारात रूपांतर भाषेमुळे होते. तार्किक विचारशक्तीमध्येही भाषा महत्त्वाचे कार्य करते. भाषा हे मानवाचे वैशिष्ट्य आहे.

बरेच लोक भाषा व बोलणे हे एका अर्थाने वापरतात; पण तसे नसून ते वेगवेगळे आहेत. त्यासाठी काही संकल्पना समजावून घेणे महत्वाचे आहे.

१. संपर्क : विचार व भावनांची अदलाबदल, हावभाव, बोलणे, लिहिणे यांतील कोणत्याही माध्यमाद्वारे असो. **२. भाषा :** संपर्क साधण्याची सर्व साधने – ज्यात विचार व भावनांना मूर्त स्वरूप मिळून दुसऱ्याकडे आपले विचार व भावना मांडल्या जाऊ शकतात. यामध्ये लिहिणे, बोलणे, खुणा, चेहऱ्यांवरचे हावभाव, चित्रे या सर्वांचा समावेश होतो. **३. बोलणे (Speech)** : म्हणजे भाषेचा एक प्रकार – ज्यात अर्थ समजावून सांगण्यास जोडलेला आवाज व शब्दांचा वापर केला जातो. संपर्काचे सर्वांत प्रभावी व जास्त उपयोगात आणले जाणारे माध्यम 'बोलणे' हे आहे. बोलण्याचा मुलांच्या वैयक्तिक व सामाजिक समायोजनात कसा सहभाग असतो, ते आपण बघू या.

१. स्वतःच्या मागण्या मांडण्याचे समाधान : मुलांना एखादी गोष्ट हवी असेल, तर ती बोलण्याच्या माध्यमातून ते प्रभावीपणे मागू शकतात. ते समजले नाही तर किंवा बोलणे विकसित व्हायच्या आधी ते हावभाव, रडणे यांच्या साह्याने आपले म्हणणे मांडतात. २. इतरांचे लक्ष वेधून घेण्यासाठी सर्वांत उत्तम माध्यम भाषा होय. मुलांना आपल्याकडे सर्वांनी लक्ष द्यावे, असे फार वाटत असते व हे साध्य करण्यासाठी ते सारखे प्रश्न विचारतात किंवा काही शब्द मुद्दाम गाळतात. काही वेळेस विचित्र कल्पना मांडतात, तर कधी संभाषणात प्रमुख भूमिका बजावतात.

३. सामाजिक संबंध : जी मुले आपले विचार भाषेच्या माध्यमातून प्रभावीपणे मांडतात व इतर मुलांशी जवळीक साधतात, त्या मुलांमध्ये नेतृत्वगुण

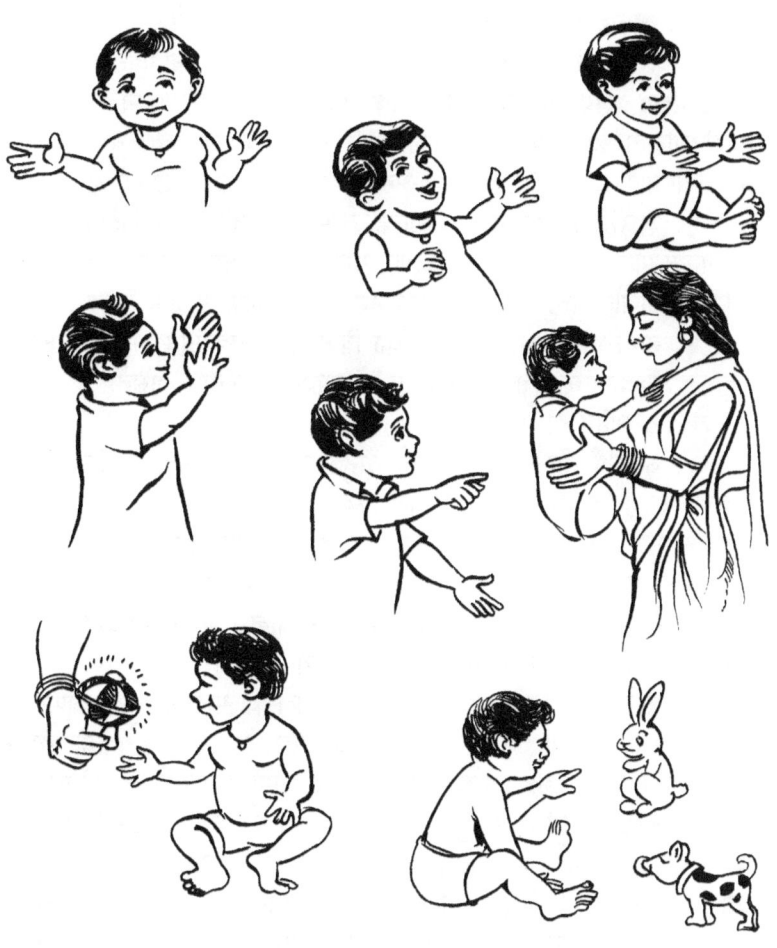

लवकर विकसित होतो. **४. सामाजिक संबंधांची उकल** : मुले कशी बोलतात व आपले म्हणणे कसे मांडतात, यावर त्यांचे समाजातले स्थान अवलंबून असते. ज्या मुलांची भाषा विकसित असते, त्यांची प्रगती लवकर होते. **५. शैक्षणिक पात्रता साध्य करणे** : ज्या मुलांचे उच्चार प्रमाणित किंवा व्याकरणाच्या दृष्टीने इतर मुलांपेक्षा कमी दर्जाचे असतील व ज्यांचे शब्दभांडार कमी असेल, ती सर्व वर्गांत मागे पडतात. यासाठी पालकांनी सुरुवातीपासूनच वाचनाची आवड निर्माण करणे आवश्यक आहे. **६. दुसऱ्यांचा विचार व भावनांचा प्रभाव** : जी मुले शिव्या जास्त देतात व इतरांबद्दल वाईट बोलतात, ती मित्रांमध्ये अप्रिय बनतात.

७. स्वत:च्याबद्दल योग्य अंदाज व आपले वागणे किती बरोबर व किती चूक, याचा विचार करायला मुले इतरांच्या बोलण्यातून करायला लागतात.

बोलणे शिकण्यासाठी आवश्यक गोष्टी : बोलणे शिकणे व चांगल्या प्रकारे बोलता येणे, यासाठी पुढील गोष्टी आवश्यक असतात. या गोष्टी जर मिळाल्या नाहीत, तर मुलांचे बोलणे अस्पष्ट, उशिरा किंवा अडखळत असू शकते.

१. शारीरिक पात्रता : जन्मल्या जन्मल्या मुलांचे तोंड लहान व जीभ त्यामानाने मोठी असते, तसेच पडजीभही सपाट असते. मूल मोठे झाल्यावर हे सर्व विशिष्ट प्रमाणात येते. त्यामुळे बोलणे नसा व स्नायूंच्या साह्याने शक्य होते.

२. मानसिक पात्रता : ही मेंदूच्या विकासावर अवलंबून असते. विशेषत: मेंदूतील सहकार्याच्या जागा विकसित होण्यावर अवलंबून असते. ही पात्रता ११ ते १८ महिने या वयात येते.

३. आदर्श बोलणारा : ज्याचे अनुकरण मुले करतात. मुलांचा आदर्श पालक, आजूबाजूच्या व्यक्ती, रेडिओ किंवा टीव्हीवरचा नट हे असू शकतात. मुलांशी सुरुवातीपासूनच **सुस्पष्ट, स्वच्छ व शांतपणे ओठांची व जिभेची हालचाल समजेल अशा व्यवस्थित उच्चारांसह बोलणे** आवश्यक असते. ज्यामुळे मुलेसुद्धा तसे शिकत जातात. पालकांचे बोलणे जर अडखळत व घाईत असेल, तर त्याचा परिणाम मुलांवर होऊ शकतो.

४. सरावाची संधी : मुलांना ते शिकलेले बोलण्याची संधी कोणत्याही कारणाने कमी मिळाली, तर मुले रागीट किंवा निराश बनतात व सरावाची संधी न मिळाल्याने त्यांची इच्छाशक्ती कमकुवत बनते. परिणामी, नैराश्याने ती मागे पडतात.

५. इच्छाशक्ती : जर मुलांना असे समजले की, त्यांना पाहिजे त्या वस्तू व मार्गदर्शन न मागता मिळतात किंवा बोलण्याऐवजी हावभाव करून किंवा रडून त्यांचे म्हणणे साध्य होते, अशी मुले कमी बोलतात. त्यामुळे जी मुले उशिरा बोलतात, त्यांना हावभावांपेक्षा भाषेत व बोलण्यात म्हणणे मांडायला लावणे, त्यांच्याशी सतत बोलणे व ते बोलायला लागल्यावर त्यांना प्रोत्साहन देणे व त्यांना बोलायच्या सरावाची संधी देणे, या गोष्टी आवश्यक असतात. जर मुलांच्या बोलताना चुका झाल्या, तर त्याचे कौतुक किंवा हसण्यावारी न नेता त्या दुरुस्त करून सांगाव्यात व त्या टाळाव्यात.

६. मुलांना अगदी लहानपणापासून दोन भाषा शिकवू नयेत. ते त्यांच्या मानसिक वाढीला हानिकारक असते, तसेच अशा मुलांच्या सामाजिक समायोजनातही अडथळे निर्माण होण्याची शक्यता असते. माझ्या पाहण्यात एक उदाहरण आले. त्या मुलाचे आई व वडील भिन्न भाषक असल्याने त्या मुलाला काही शब्द त्या भाषेतले समजतात; पण तो दोन्ही भाषा एकदम शिकू शकत नसल्याने त्याच्या मानसिक विकासात अडथळे

आले आहेत व मानसिक वय कमी झाले आहे. यावर उपाय म्हणजे मुलांना वयाच्या ४ ते ५ वर्षांपर्यंत एकच भाषा नीट शिकवावी व नंतर बाकीच्या भाषा शिकवाव्यात. म्हणजे मुलेही नीट शिकतात व मानसिक वाढ, वैचारिक शक्ती प्रगल्भ होते. दोन्ही भाषा एकदम शिकविल्यास मुलांना असुरक्षित वाटते व करिअरच्या सुरुवातीपासून ती दुबळी बनतात, मागे पडतात. दोन्ही भाषा शिकायला त्यांना वेळ तर लागतोच, शिवाय ती निराश व भावनाप्रधान बनतात व काहींचे रूपांतर तोतरे बोलण्यात होते. त्यांच्या विचारशक्तीवरही याचा परिणाम होतो व ते बोलताना घाबरतात. ५ वर्षांनंतर मात्र मूल एका वेळेस दोन-तीन भाषा चांगल्या शिकू शकतात.

आता आपण मूल बोलायला शिकते, त्या वेळी कोणत्या घटकांचा प्रभाव पडतो, याचा विचार करू या.

१. आरोग्य : चांगले आरोग्य असणारी मुले समाजात व इतर मुलांशी मिसळण्यास उत्सुक असतात व लवकर बोलायला लागतात. **२. बुद्धिमत्ता :** जास्त बुद्ध्यांक असलेली मुले लवकर बोलायला लागतात व शब्द व भाषेचे त्यांचे भांडार समृद्ध असते. **३. सामाजिक परिस्थिती :** उच्च वर्गातील मुलांना बोलण्यास जास्त प्रोत्साहन व मार्गदर्शन मिळाल्याने ती कनिष्ठ वर्गातील मुलांपेक्षा जास्त लवकर व योग्य प्रकारे स्वत:चे मत मांडू शकतात. **४. लिंगभेद :** मुलांपेक्षा मुली लवकर, अचूक बोलतात तसेच त्यांचे शब्दभांडारही जास्त असते. **५.** संपर्क साधण्याची इच्छाशक्ती जास्त असल्याने बोलण्यासाठी मुले जास्त कष्ट घेतात. मुलांना बोलण्यासाठी उत्तेजन देऊन, तसेच त्यांच्याशी बोलून व त्यांना बोलायला लावल्यास ते लवकर बोलायला शिकतातच, तसेच मोठ्या मुलाला धाकट्यापेक्षा जास्त वेळ दिला जातो. **६.** ज्या मुलांचे समायोजन व्यवस्थित झालेले असते, ती मुले व्यवस्थित व लवकर बोलतात, तर ज्या मुलांना प्रेम, सुरक्षितता मिळत नाही, ती उशिरा, तोतरे बोलतात.

पहिला शब्द व शब्दसंपत्ती : मुलांची भाषा आईला सर्वांत आधी समजते. पहिला शब्द उच्चारण्यापूर्वी त्याचा बराच भाषाविकास झालेला असतो.

१३-१५ महिन्यांची मुले पहिला अर्थपूर्ण शब्द उच्चारतात. शब्दसंपत्ती खालीलप्रमाणे वाढत जाते.

१ वर्षाचे मूल	:	३ शब्द
१५ महिन्यांचे मूल	:	१९ शब्द
१८ महिन्यांचे मूल	:	२२ शब्द
२१ महिन्यांचे मूल	:	११८ शब्द
२ वर्षांचे मूल	:	२७२ शब्द
५ वर्षांचे मूल	:	२,०७२ शब्द

अलीकडच्या मुलांचा शब्दसंग्रह आकाशवाणी, टीव्ही यांमुळे जास्त असतो.

तोतरेपणा किंवा अडखळत बोलणे : नैसर्गिक बोलण्याच्या गती व तालात जर अशा प्रकारचा व्यत्यय मूल आणत असेल की, ज्यामुळे दुसऱ्याचे आपल्याकडे लक्ष जावे किंवा संभाषणात व्यत्यय यावा किंवा ऐकणाऱ्याला वेगळेच कसेतरी वाटावे, तर त्याला अडखळत बोलणे किंवा तोतरेपणा म्हणतात. या मुलांना स्वत:ला काय म्हणायचे हे नक्की माहिती नसते; पण स्वत:च्या नकळत होणाऱ्या पुनरावृत्तीमुळे किंवा शब्द लांबवल्यामुळे वा अचानक थांबल्यामुळे ते आपले म्हणणे योग्य रितीने मांडू शकत नाहीत. बऱ्याच वेळा अशी मुले बोलताना श्वासाचा अनियमितपणा, जिभेच्या व जबड्याच्या विचित्र हालचाली व चेहऱ्यावर व शारीरिक हावभाव विचित्रपणे करताना दिसतात.

अशी मुले बोलताना अत्यंत कमी शब्द वापरतात व अवघड शब्द टाळतात किंवा त्या जागी, सोप्या शब्दांचा वापर करताना दिसतात. हीच मुले बऱ्याचदा एकटी असताना किंवा गाणे म्हणताना, प्रिय व्यक्तीशी बोलताना नैसर्गिक व न अडखळता बोलताना आढळतात. आईपेक्षा वडिलांशी बोलताना काही मुले जास्त अडखळताना दिसतात. भावनात्मक नैराश्य आल्यानेसुद्धा तोतरेपणा निर्माण होऊ शकतो. ५ ते १० टक्के मुले बोलण्याच्या स्थित्यंतरातून तोतरे बोलू शकतात; पण काहीही न करता ते पुढे व्यवस्थित बोलायला लागतात. तोतरी मुले इतर मुलांपेक्षा उशिरा चालायला व बोलायला शिकतात.

तोतरेपणा अशा घरांमध्ये दिसतो, जिथे अगदी कडक शिस्त, अतिअचूकपणावर भर, मुलांना जरुरीपेक्षा जास्त संरक्षण दिले जाते किंवा घरातल्या कटकटींमुळे आईचे जगणे अवघड झालेले असते. अशा मुलांच्या जन्मापासून पालक सतत विवंचनेत किंवा असमाधानी असतात. मुलेसुद्धा निराशावादी व भित्री असतात. अशा मुलांच्या घरी वातावरण समाधानी प्रसन्न नसते. काही मुलांमध्ये वडील, आत्या, आई, मावशी यांच्यापासून म्हणजेच आनुवंशिकतेमुळे तोतरेपणा संक्रमित होतो. पालकच जर अडखळत किंवा शब्दांवर योग्य आघात न करता बोलत असतील, तर मुलेही तसेच शिकतात. काही वेळा पालकांच्या नकारात्मक दिशेने किंवा चुकीच्या कल्पनांमुळेसुद्धा मुले तोतरी बोलायला लागतात.

बोलण्याच्या नैसर्गिक गतीमध्ये जर व्यत्यय आल्याने लक्ष वेधले जात असेल किंवा ऐकणाऱ्याला फरक व त्रास जाणवत असेल, तर त्याला तोतरेपणा म्हणतात.

अशी मुलेही बोलण्याचा प्रयत्न नीट करत असतात; पण नकळत तेच तेच शब्द पुन्हा उच्चारतात किंवा शब्द लांबवतात किंवा अचानक तोडतात. काही मुले याबरोबर जिभेच्या किंवा तोंडाच्या हालचाली करतात, तर काहींच्या हाताच्या किंवा शरीराच्या या हालचाली नकळत होत असतात. ही मुले गाताना, एकटी असताना

व प्राण्यांशी बोलताना सहसा अडखळत नाहीत. मानसिक ताणतणावात यांचे अडखळणे वाढते.

माझ्याकडे एक मुलगा येतो. तो लहान मुलांशी बोलताना अजिबात अडखळत नाही; पण वयाने मोठ्या असलेल्या मुलांशी मात्र अडखळत बोलतो. या मुलांच्या मनात सुप्त भीती तर असतेच व महत्त्वाचे म्हणजे आत्मविश्वास कमी असतो. अशा मुलांच्या घरी अतिधाक किंवा कडक शिस्त किंवा जास्त संरक्षण (नको तिथे) आणि बिनचूकपणाचा आग्रह धरणारे पालक असतात. अशा मुलांच्या आया घरगुती अडचणींमुळे त्रासलेल्या असतात. घरात कोणाचातरी फारच वरचष्मा (आई/वडिलांपैकी) असतो. या मुलांनी स्वत:हून प्रयत्न केला, तर स्पष्ट बोलणे त्यांना शक्य होते. अशी मुले काही वेळेस नर्व्हस, काळजी करणारे किंवा मतिमंद असण्याची शक्यता असते. बऱ्याच वेळा घरात किंवा आजूबाजूला अडखळत बोलणारी किंवा तोतरे बोलणारी व्यक्ती असते. हे अद्याप सिद्ध झालेले नाही की, हा तोतरेपणा अनुकरणाने येतो की गुणसूत्राद्वारे येतो. तोतरेपणा हा गादीत शू करण्यासारखाच आपोआप ६ वर्षांनंतर कमी होऊ शकतो; पण बिनचूकपणाचा आग्रह धरणारे पालक जेव्हा मुलाने स्पष्ट व छानच बोलले पाहिजे, असा आग्रह धरतात, तेव्हा हा प्रश्न वाढू शकतो किंवा काही अशा पालकांमुळेच हा प्रश्न सुरू होतो, असे म्हटले तरी चालेल.

लहानपणी मुलांचे बोलणे पूर्ण विकसित होण्याच्या वयात म्हणजे १$^{१}/_{२}$ ते ५ वर्षांच्या वयोगटांतील मुलांशी पालकांनी स्पष्ट व सावकाश उच्चार करून बोलले पाहिजे. या मुलांच्या बोबड्या किंवा अडखळत बोलण्याचे कौतुकसुद्धा करायला नको किंवा त्याबद्दल त्यांना रागवणे/मारणे/त्यांना दोष देणेसुद्धा चुकीचे आहे. काही मानसशास्त्रज्ञांच्या मते, जी मुले डावरी असतात त्यांना बळजबरीने उजव्या हाताने लिहायला लावले तरी मुले तोतरी बनू शकतात. पालकांची अतिकाळजी, अतिधाक बऱ्याचदा याला कारणीभूत असतो.

उपचार : प्राथमिक अवस्थेतील तोतरेपणा स्वत:हून बरा होतो. त्यासाठी काहीही उपचारांची गरज नसते. जास्त तोतरेपणावर मात्र इलाज आवश्यक असतो. सर्वांत महत्त्वाचे म्हणजे पालकांची चिंता, काळजी दूर करणे. पालकांमध्ये विश्वास निर्माण करून मुलाला सारखे शब्द बोलण्यास मदत करणे थांबवले पाहिजे. जर मूल चवथ्या वर्षांनंतरसुद्धा तोतरे बोलत असेल, तर त्यावर भाषासुधारतज्ज्ञाकडून (Speech Therapist) उपचार करून घ्यावेत. कारण शाळेत जाण्याआधी त्याचे उच्चार व्यवस्थित व्हावेत.

इतर उपचार पद्धती : स्वत:चा आवाज न ऐकता बोलायला लावणे, इतरांच्या मागोमाग शब्द उच्चारणे, टेपरेकॉर्डरच्या साह्याने थोड्या वेळाने आपला आवाज ऐकणे (Delayed Auditory Feedback) किंवा शब्द अक्षरांवर योग्य व तालबद्ध जोर

देऊन म्हणायला लावणे इत्यादी अनेक प्रकारे उपचार करता येतात.

सौम्य प्रकाराची मुले आपोआप नीट होतात. तीव्रता जास्त असल्यास प्रथम पालकांची काळजी दूर करावी लागते. त्यांना खूप सूचना द्याव्या लागतात व त्यांचे सहकार्य आवश्यक असते. पालकांनी मुलाला सारखे सूचना देत बोलायला लावणे बंद करणे आवश्यक असते. त्याच्या बोलण्यात किंवा उच्चारात मदत करणे बंद करायला हवं. ४ वर्षांनंतर तोतरेपणा राहत असेल, तर तज्ज्ञांमार्फत उपचार करणे आवश्यक आहे. उपचार हे नियमित दीर्घकालीन असू शकतात. ही मुले जेव्हा स्वत:चा आवाज ऐकू शकत नाहीत, तेव्हा जास्त स्पष्ट बोलतात. 'मास्किंग' या पद्धतीत कानात बोळे घालून वा वॉकमनद्वारे उपचार करता येतो. शॅडोइंग (दुसऱ्याच्या मागोमाग शब्द म्हणणे) या पद्धतीतसुद्धा बऱ्याच मुलांचे अडखळणे कमी होते. कर्णयंत्र व वॉकमनद्वारे स्वत:चाच आवाज काही क्षणानंतर ऐकवणे, शब्दांचे स्पष्ट उच्चार ठरावीक काळाने करणे, योगासने, प्राणायाम व ॐकार यांचा वापर यशस्वीरीत्या झालेला आहे. श्वसनाचे व्यायाम मुलांना उपयोगी ठरू शकतात, असा माझा अनुभव आहे. यावर शास्त्रीयदृष्ट्या संशोधन आवश्यक आहे. या मुलांचा आत्मविश्वास वाढवून व प्रश्नांची जास्त चर्चा न करता बोलण्याची संधी देऊन हा प्रश्न सोडवता येतो.

खेळण्यांमधून बालकांचा विकास

क्रीडा किंवा खेळणे म्हणजे अशी क्रिया, जी बालकाला तिचे परिणाम माहिती नसले तरी किंवा परिणामांची पर्वा न करता त्या क्रियेतील आनंदामुळे बालकाला गुंतवून ठेवते. उदाहरणार्थ, मुले विजेच्या तारेशी किंवा मेणबत्तीशी खेळायला जातात, त्या वेळी त्यांना धोक्याची कल्पना नसते. खेळल्याने मुलांना मानसिक समाधान लाभते व ती सतत व्यग्र राहतात. मुलांना सतत व्यग्र ठेवणे व कंटाळा येऊ न देणे, हे त्याच्या वाढीच्या दृष्टिकोनातून फार महत्त्वाचे आहे.

शारीरिक वाढ : मैदानी खेळांमुळे शरीराला चांगला व्यायाम होतो. ताकद वाढते. मुलांचे वजन व उंची तर वाढतेच; पण निराशा, ताण इत्यादी गोष्टी कशा सहन कराव्यात, हेहा शिकायला मिळते.

एकमेकांमध्ये मैत्रीपूर्ण संबंध प्रस्थापित करण्यासाठी खेळांची खूपच मदत होते. मुलांना समजेल, अशा भाषेत त्यांच्याशी खेळले पाहिजे. त्यांनी इतर मुलांना खेळात सामावून घ्यायला शिकले पाहिजे.

मुलांची खेळणी मुलांना काहीतरी मिळविल्याचे समाधान तर देतातच; पण त्याबरोबरच त्यांच्या भावनाही मोकळ्या करतात व त्यांचा मानसिक ताण दूर करतात. उदाहरणार्थ, एखादी मुलगी चिडली असेल, तर ती तिचा राग त्या बाहुलीवर काढते.

खेळण्यातून मुलांच्या अतृप्त किंवा असाध्य इच्छा ते पूर्ण करीत असतात. उदाहरणार्थ, एखाद्याला नेता बनायचे असेल; पण ते शक्य होत नसेल, तर तो खेळण्यातल्या शिपायांचा नेता बनतो.

खेळल्यामुळे मुले आनंदी व चिंतेपासून दूर राहतात. खेळ हे केवळ मनोरंजन करीत नाहीत, तर मुलांना शैक्षणिक व बौद्धिक विकासात खूपच मदत करतात. पुस्तकातून, सभोवतालच्या वातावरणातून तसेच टीव्हीच्या माध्यमातून अशी मुले

शिकत असतात. ती खेळातूनच लक्ष द्यायला, प्रयोग करायला व एकाग्र बनायला शिकतात.

स्वत:बद्दलची मते बनायला खेळांचा उपयोग होतो. त्यातून मुलांना स्वत:च्या कुवतीचा खरा अंदाज येतो व इतरांशी तुलना केल्याने आपण नेमके कुठे आहोत, याचा प्रामाणिक व खरा दृष्टिकोन मुलांमध्ये येतो.

खेळल्यामुळे मुलांमध्ये सामाजिक जाणीव निर्माण होते. नैतिक मूल्यांबद्दल आस्था निर्माण होते. अर्थात, हे खेळ कशा प्रकारचे आहेत, यावर अवलंबून असते.

म्हणूनच खेळाचा दर्जा चांगला असणे हेही महत्त्वाचे असते.

खेळण्यामुळे वस्तू कशा बनतात याचे औत्सुक्य ज्याप्रमाणे शमते, त्याचप्रमाणे त्यातून मुले संशोधन वृत्ती, सहकार्य इत्यादी गोष्टी पण शिकतात. खेळण्यातून मुले प्रामाणिक व प्रेमळ बनतात.

मुलांना कोणत्या खेळाबद्दल जास्त प्रेम वाटेल, हे सांगता येणे कठीण आहे. काही मुलांना कितीही मोठे झाले तरी जुने किंवा फाटकेतुटके खेळणे असेल, तरी त्याबद्दलच जास्त प्रेम वाटते. मैदानी किंवा घरातल्या खेळात पहिली ७-८ वर्षे सर्व प्रकारचे खेळ खेळायचे स्वातंत्र्य त्यांना दिले पाहिजे व साधारण दहाव्या वर्षापासून मुलाची आवड, त्याची शारीरिक क्षमता, उपलब्ध साधनसामग्री व प्रोत्साहित वातावरण दिले गेल्यास एकाच खेळातही ती मुले अत्यंत गतिमान होऊन पुढे चांगली चमकतात.

लहान असतानाच मुलांना स्वतंत्रपणे खेळायला लावले पाहिजे. सारखी आईने मदत केली, तर स्वतंत्र वृत्ती निर्माण न होण्याचा व व्यक्तिमत्त्व खुरटण्याचा संभव असतो. पालकांनी फक्त तो खेळत असताना लक्ष दिले पाहिजे व त्याचे जास्त अपयश टाळायला हवे. मुलांना इतर मुलांत मिसळून खेळायला शिकवले पाहिजे, तसेच त्याने दुसऱ्यांच्या घरी जाऊन आणि आपले मित्र आपल्या घरी आणून त्यांना खेळायला परवानगी पालकांनी दिली पाहिजे.

मुलांच्या खेळण्यातून त्यांच्या विचारशक्तीला चालना मिळणे फार महत्त्वाचे असते आणि त्यामुळेच त्यांचे खेळ फार सोपे कधी असू नयेत. मुलांना शक्य असल्यास खेळण्यासाठी स्वतंत्र कपाट/बास्केट असावी. अर्थात, स्वतंत्र खोली असल्यास उत्तमच. जर मूल एखाद्या खेळण्याला कंटाळले असेल, तर ते खेळणे त्याच्यापासून काही आठवडे दूर ठेवणेच चांगले. मुलांना फार खेळणी एकदम दिली, तर ती कंटाळून जातात व फार आवडल्याने वा कंटाळल्याने ती खेळणी मोडून टाकतात.

मुलांच्या खेळण्यावर परिणाम करणारे घटक :

आरोग्य (शारीरिक व मानसिक स्वास्थ्य) : जी मुले निरोगी असतात, ती जास्त उद्योगी व चुणचुणीत असतात. जी मुले अशक्त असतात, ती जास्त

मनोरंजक व घरातले खेळ खेळतात.

सुयोग्य शारीरिक वाढ : मुलांचे खेळ योग्य प्रकारे होणाऱ्या शारीरिक वाढीवर अवलंबून असतात. जर मूल चालायला, पळायला योग्य वयात लागले तरच त्या वयाच्या मुलांबरोबर खेळू शकते.

बौद्धिक कुवत : जी मुले जास्त कुशाग्र बुद्धीची असतात, त्यांचे खेळ व सामान्य मुलांचे खेळ यांत खूप फरक असतो. हुशार मुलांना बौद्धिक खाद्य पुरविणारी, कष्टातून काही मिळविल्यास समाधान देणारी अशी खेळणी आवडतात. ती मुले वाचनात, नाटकात किंवा एखादी गोष्ट रचण्यात किंवा उभारण्यात जास्त उत्साह दाखवतात.

लिंगभेद : मुले जास्त ताकदीचे व मैदानी खेळ पसंत करतात, तर मुली नाजूक, घरगुती सर्व प्रकारचे खेळ खेळतात. अर्थात, यात अपवाद खूप असतात.

सभोवतालचे वातावरण : खेळण्यास उपलब्ध असलेले मैदान, उपलब्ध साधनसामग्री, मार्गदर्शक-शिक्षक व त्या खेळात बरोबर असणारे खेळाडू व असणारे प्रतिस्पर्धी यांचा दर्जा यांवरही त्यांचा खेळ विकसित होतो.

सामाजिक-आर्थिक परिस्थिती : जी मुले श्रीमंत असतात, ती स्केटिंग, बॅडमिंटनसारखे खेळ खेळू शकतात; पण गरीब मुले त्यांना परवडणारे खेळ खेळतात. अर्थात, कोणतेही महागडे खेळ खेळल्याने विकास होतो, असे नाही. तर त्या खेळातून मुलांची कार्यशक्ती किती वापरली जाते, हे महत्त्वाचे. पालकांचा मानसिक दर्जा, मुलांमधील वाचनाची आवड, बौद्धिक चर्चा-परिसंवादातील सहभाग व रचनात्मक कार्य ठरवत असतात.

मुलांना मिळणारा मोकळा वेळ : हा वेळ त्यांना शाळेव्यतिरिक्त किती मिळतो, हे घरात त्यांच्यावर असणाऱ्या जबाबदाऱ्यांवर अवलंबून असते. उदाहरणार्थ, एखाद्या मुलाला शाळा शिकून राहिलेल्या वेळात नोकरी करावी लागत असेल, तर त्याच्या व्यक्तिमत्त्वाचा सर्वांगीण विकास होणे कठीण असते.

मुलांना मिळणारी खेळणी : बाहुल्या व प्राणी यांसारखे खेळ काल्पनिक शक्तीला, तसेच रोजच्या जीवनाला अनुभव देणारे असतात. तर ठोकळे, रंगाचे खडू, माती यांपासून मुले रचनात्मक गोष्टी शिकतात.

मुलांची खेळणी निवडताना घ्यायची काळजी व वयोमानानुसार द्यायची खेळणी याबद्दल बघू या.

एक वर्षाच्या मुलांसाठी खेळणी निवडताना : जी खेळणी मऊ, गोलाकार, लाकूड किंवा प्लॅस्टिकची बनवलेली असतात, ती वापरावीत. प्लॅस्टिक हे जाड असावे. भेगा पडणारे पातळ नसावे. ज्या खेळण्याचे सुटे भाग चावण्यासारखे किंवा गिळले जाण्यासारखे असतील अशी खेळणी, तसेच नाकात अथवा कानात मुले

घालू शकतात, अशी खेळणी टाळावीत. खेळणी घातक रंगाने रंगवलेली नसावीत. खेळताना नेहमी मुलांना नजरेखाली ठेवावे म्हणजे त्यापासून उद्‌भवणारे धोके वेळीच टाळता येतात.

वयोमानानुसार द्यायची खेळणी उदाहरणादाखल : २ ते ३ महिने – रंगीत विविध आकाराची खेळणी – खुळखुळा, रबराची हातात धरण्यासारखी खेळणी, प्लॅस्टिकच्या रिंग्ज, सुमधुर संगीत २-३ तास. मुलांना सुमधुर व तालबद्ध संगीत ऐकवल्यास त्यांचा विकास निश्चितपणे चांगला होतो. ६-९ महिने – आरशाची खेळणी, प्लॅस्टिक किंवा लाकडी ठोकळे व चमचे, मोठा चेंडू, चावायची खेळणी, पाण्याची खेळणी, वर्तमानपत्र चुरगळण्यासाठी, तालबद्ध संगीत, कप, बाऊल इत्यादी.

शालेयपूर्व वयातील (२ ते ४ वर्षे) खेळणी : ढकलणारी गाडी, कुत्रा वा ओढून नेऊ शकणारे, भातुकलीचा खेळ, भांडी इत्यादी. मालट्रक, घोडा, मोटारगाड्या इत्यादी किल्लीची किंवा हाताने ढकलता येणाऱ्या गाड्या, चित्रांची पुस्तके, टेलिफोन, चेंडू, बाहुली, निरनिराळे ठोकळे, रंगीत खडू व पेपर इत्यादी अनेक.

अशा प्रकारे प्रत्येक वयानुसार खेळणी (जन्मल्यापासून ते १० वर्षांपर्यंत अशा प्रकारचे खेळण्याचे मानदंड पुस्तकात इतरत्र दिलेले आहेत.) दिल्यास बौद्धिक विकासास चालना मिळते.

खेळ खेळणे ही मुलांची मूलभूत गरज आहे. खेळामुळे मुलांना मानसिक समाधान मिळते, तसेच त्यांना कंटाळा येत नाही. ती क्रियाशील व विधायक राहतात. जर मुलांना सारखा कंटाळा आला, तर त्यांचे रूपांतर किरकिरेपणा, विघातक प्रवृत्ती, चिडचिडेपणा यांमध्ये होऊ शकते.

खेळांमुळे मुलांना काही मिळविल्याचे समाधान असते. त्यामुळे ते स्वतःवर नियंत्रण ठेवायला शिकतात व भावनांचा योग्य वापर करू शकतात. त्यांच्या भावनांचे प्रदर्शन खेळामार्फत होऊन त्याला वाट मोकळी होते. उदाहरणार्थ, मिनीची आई मला सांगत होती की, मिनीला मी जसे वागवते, तसेच ती तिच्या बाहुलीला वागवते. त्यामुळे मला समजते की, मी कोठे चुकले की नाही. 'खेळामार्फत उपचार पद्धती' (Play Therapy) नावाच्या उपचार पद्धतीत खेळामार्फत भावनांना वाट मोकळी करून नंतर खेळांची योग्य मांडणी करून उत्तरे शोधून दिली जातात व खेळांमार्फतच उपचार केले जातात. वर्तनसमस्यांसाठी ही उपचार

पद्धती आधुनिक मानली जाते. खेळांवरून बुद्धिमत्ता ओळखता येते. नवीन कौशल्ये विकसित करण्यासाठी खेळांचा खूप उपयोग होतो. उदाहरणार्थ, पेन किंवा पेन्सील धरण्यासाठी आधी मातीचे विशिष्ट आकार शिकवून स्नायूंच्या योग्य हालचाली झाल्यानंतर त्या मुलांना लिहिण्याचा कंटाळा येत नाही व पेनवर चांगली पकड येते. खेळामुळे पाहणे व हाताचा वापर करणे यांचा समन्वय साधायला मुले शिकतात. जे खेळ मुलांना स्वत:च्या नवविकसित कौशल्यांचा सराव करण्याची संधी देतात, त्यांच्या कल्पनाशक्तीला वाव देतात, त्यांना प्रयोग करण्याची संधी देतात; त्या खेळांमध्ये मुले जास्त गुंतून राहतात, तोच खेळ ते खेळू इच्छितात. खेळामुळे मुले निरीक्षण करायला, चित्त एकाग्र करायला व प्रयोग करायला शिकतात. एखाद्या वस्तूबद्दलची त्यांची उत्सुकता ती कशी बनते, कसे काम करते याची माहिती मिळाल्याने शमते. स्वत:च्या जिन्नसांची काळजी कशी घ्यावी व मित्र कसे बनवावेत, याबरोबर इतरांशी सहकार्य करायला, फसवणुकीचे दुष्परिणाम ओळखण्यास व त्यामुळे मुले प्रामाणिक बनण्यास खेळामुळेच शिकतात. खेळातला पराभव व्यक्तिमत्त्व विकासास मदत करतो. मैदानी खेळांमुळे व मोकळ्या हवेत खेळल्यामुळे व्यायाम होऊन प्रकृती सशक्त राहते.

कोणत्या खेळामुळे कोणत्या मुलांना जास्त आनंद मिळेल हे सांगणे अवघड असल्याने सर्व प्रकारचे उपलब्ध खेळ मुलांना खेळू द्यावेत व त्यातून त्या खेळात रस निर्माण होईल व लवकर प्रगती होईल तो खेळ निवडावा. मुलांचे सारखे एकट्याने खेळणे टाळावे व आईच्या मदतीने न खेळता त्यांना स्वतंत्र वृत्तीने खेळू द्यावे. मुलांची आई सारखे सारखे मुलांच्या खेळात व्यत्यय आणत असेल व त्याला चांगले यावे यासाठी मदत करत असेल, तर त्यामुळे ही मुले आईच्या मदतीशिवाय खेळातला आनंद घेऊ शकत नाहीत. ही मुलांच्या व्यक्तिमत्त्व विकासाच्या दृष्टीने चांगली गोष्ट नाही. मुलांनी दुसऱ्या मुलांच्या घरी जाऊन खेळायला पाहिजे व देवाणघेवाण करायला व मैत्री करायला; वाढवायला शिकले पाहिजे. सामान्यत: तीन वर्षांच्या आतील मुले एकटी खेळतात, तर तीनच्या पुढील मुलांना समूहखेळ आवडतात.

मुलांची खेळणी महागडी असण्यापेक्षा त्यातून त्यांना काय आनंद मिळतो, ते महत्त्वाचे. म्हणजे बार्बीने जो आनंद मिळतो कदाचित त्यापेक्षा जास्त चिंधीच्या बाहुलीने मिळू शकतो. फक्त बाहुली खेळताना तिला नटवणे, कपडे काढता घालता येणे, झोपवणे, दूध पाजणे अशा कृतींना जास्त महत्त्व मुलांच्या दृष्टीने असते. मुलांची खेळणी निवडताना खेळण्याचा कोणताही भाग निघेल व पोटात, नाकात जाऊ शकेल असा नको. खेळण्याचा धारदार भाग इजा करू शकतो, तेव्हा असे खेळणेही नको. काही खेळणी घातक रंगाने रंगवलेली असतात व मुले ती

खेळणी तोंडात घालतात, तेव्हा तो रंग पोटात जातो. तेव्हा खेळण्याचा रंग चांगला व पक्का असावा, तसेच घातक पदार्थाने रंगवलेला नसावा. खरेतर यासाठीच्या कायद्याचे काटेकोर पालन होणे आवश्यक आहे.

मुलांना खेळणी ठेवण्यासाठी खोके अथवा कपाट असावे. त्यांची त्यांना खेळणी व्यवस्थित लावायची व काढायची सवय ठेवावी. मुलांना ३ वर्षांत आईच्या कामात लुडबुड करायला आवडते. तेव्हा ३ वर्षांनंतर खेळण्यासाठी वेगळी खोली द्यावी. ३ ते ६ महिन्यांच्या मुलांना सभोवतालचे जाणून घेण्याची खूप उत्सुकता असते. त्यांना फिरवायला तर पाहिजेच, सुसंवादही साधला पाहिजे. ६ ते १२ महिने काळात मुले स्वयंपाकघरातील भांड्यांमध्ये खेळण्यापेक्षा जास्त रमतात. खेळण्याचे रंग आकर्षक व गडद असावेत. १ वर्षाच्या मुलाला खेळणी बास्केटमध्ये भरणे, काढणे, डबे उघडणे, लावणे यात गंमत वाटते. नंतर त्यांना ठोकळे, बाहुली, टाळ, वाद्ये यांत रस निर्माण व्हायला लागतो.

नवव्या महिन्यापासून बाळाला पुस्तक (कार्डबोर्डचे रंगीत) एका पानावर एक मोठे चित्र असलेले द्यावे. गोष्टी चित्ररूपाने सांगण्यात, तक्ते आणून घरात लावावेत व पक्षी, प्राणी आवाजासह शिकवावेत. पुस्तकातील गाणी तालात म्हणावीत. मुलांना अशाप्रकारे सावकाश व स्पष्ट (बोबडे नाही) उच्चार करून शिकवल्यास ते लवकर, स्पष्ट व चांगले बोलायला शिकतात व त्यांचा भाषिक विकास छान होतो. जर पालक मुलांशी बोबडे बोलत असतील किंवा घरात कुणी अडखळत बोलत असेल, तर मुले त्यांचे अनुकरण करतात. या मुलांना नंतर तोतरेपणासाठी उपचार घ्यावे लागतात, तेव्हा योग्य आदर्श ठेवणे फार महत्त्वाचे आहे.

घरच्यांची नक्कल करण्यास मुले दीड ते तीन या वयात शिकतात. मुलांना भातुकलीचा खेळ, शिट्टी, ड्रम्स, टेपरेकॉर्डर ऐकण्यास व वाद्य वाजवण्यास प्रयत्न करण्यास २ ते ५ या वयात खूपच आवडते. मुलांना नवीन वाद्य, गाणी, वस्तू व प्रसंग यांचा जास्तीत जास्त अनुभव द्यावा व ते शिकण्याची व दाखवण्याची संधी द्यावी. त्याचबरोबर २ ते ५ या वयात सुई-दोरा ओवणे, चित्र काढणे-रंगवणे, पाणी-धान्य भरणे, स्क्रू काढणे व लावणे, ठोकळ्याचे आकार करणे, मातीचे निरनिराळे आकार बनविणे, ज्यामुळे बोटांच्या स्नायूंना व्यायाम होतो व बोटे लिहिण्यास तयार होतात व लिहिण्याचा कंटाळा येत नाही. जर २ वर्षांच्या मुलाला लिहायला शिकवले. तर तो ६ महिन्यांत शिकतो व ३ वर्षांच्या मुलाला लिहायला शिकवले, तर तो ६ आठवड्यांत शिकतो व चार वर्षाचा मुलगा ६ दिवसांत शिकतो. त्यामुळे मुलांना लिहायला चवथ्या वर्षी शिकवावे. **बालवाडीमध्ये चवथे वर्ष पूर्ण असल्याशिवाय अजिबात टाकू नये.** या वयात मुलांना रंग ओळखण्यास शिकवतात, काढायला मात्र शून्य, चौकोन शिकवतात. बाहुलीचे फर्निचर व घर

किंवा खेळणी मोडून त्यांच्या कल्पनांचा विकास करण्यास बरीच मुले शिकतात. रस्ते, गाड्यांचे प्रकार, चुंबकाचे खेळ, रंग चित्र जुळवणे, पाळीव प्राण्यांशी मैत्री करणे अशा प्रकारच्या खेळांमध्ये ५ वर्षांपर्यंत खूपच रस असतो. मुलांच्या खेळात लुडबुड न करता त्यांना खेळण्यातून स्वावलंबी व निर्भय बनवावे, ५ वर्षांनंतर मैदानी खेळ व ज्युदोसारखे खेळ खेळू द्यावेत. एखाद्या खेळात प्रावीण्य मिळवायचे असेल, तर ५ ते १० या वयात निरीक्षण करावे की, तो कोणता खेळ मन लावून खेळतो व लवकर प्रगती करतो. नंतर त्या खेळाचे त्याला संपूर्ण मार्गदर्शन द्यावे व त्या खेळानुसार व्यायाम, आहार व मनोवृत्ती बनवल्यास आपल्याकडेसुद्धा पंधराव्या वर्षी जगज्जेते निर्माण होणे अशक्य नाही. यासाठी आता क्रीडावैद्यक ही नवीन शाखा विकसित झालेली असून, या शाखेचे तज्ज्ञ डॉक्टर्स याबाबत मार्गदर्शन करू शकतात.

मुलांचा भाषिक विकास । ११५

मुलांचे खेळ निवडताना त्यातून त्यांना मिळणारा आनंद जास्त महत्त्वाचा आहे हे लक्षात ठेवावे. प्रत्येक खेळात त्याने तज्ज्ञ; कुशलच झाले पाहिजे असे नव्हे, तर नेतृत्वगुण निर्माण होणे, बुजरेपणा कमी होणे, सर्वांमध्ये मिसळणे, पराभव पचवण्यास शिकणे, मन व शरीर सुदृढ बनण्यास मदत होणे हे जास्त महत्त्वाचे आहे. योगासनांचे शिक्षण दहा वर्षांनंतर सुरू करावे.

बालकांचा सामाजिक विकास
(मैत्री, भांडण, भीती)

हट्टीपणा हा अचानक उद्भवत नसून, परत परत निर्माण होणाऱ्या परिस्थितीमुळेच उद्भवतो. तेव्हा अशी परिस्थिती टाळणे पालकांच्या हातात असते.

समवयस्क मुलांबरोबर वर्तन करायला बालकाचे सामाजीकरण निरनिराळ्या तऱ्हेने आकार घेते. प्रत्येक गोष्टीचा त्याच्या व्यक्तिमत्त्व विकासावर परिणाम होतो. मुलाच्या निरनिराळ्या आंतरक्रियांवर त्याचे उपजत गुणविशेष व परिस्थितिजन्य घटक प्रभाव पाडत असतात. बालकाची सामाजिक परिपक्वता तयार होत असते. दोन बालकांमध्ये मैत्री असेल, तर एक दुसऱ्यावर वर्चस्व गाजवत असतो. कधीकधी ही परिस्थिती पालटते. पहिला दुसऱ्यावर वर्चस्व गाजवायला लागतो. या वयात जर दोघा मुलांत तीव्र मैत्री असेल, तर इतर सामाजिक संबंधांवर त्याचा वाईट परिणाम होण्याची शक्यता असते. मुलाला सगळ्या तऱ्हेचे सामाजिक अनुभव घेण्याची संधी मिळाली पाहिजे. म्हणून बालकाचे एकाच मुलाबरोबर मैत्रीचे संबंध ठेवण्याचे टाळावे.

मुले वयाप्रमाणे, शाळेतील इयत्तेप्रमाणे व आपल्या बुद्धिमत्तेप्रमाणे मैत्री करतात. कधीकधी मैत्री आवडीनिवडी जमल्यामुळे अचानक जमते. एखाद्या नव्या मित्रमंडळात प्रवेश करताना, मुलाला पुष्कळच अडचणी येतात. कृतज्ञतेपायी निर्माण झालेल्या मैत्रीत पुढे अडथळे येण्याची शक्यता असते.

सामाजिक आयुष्यात मित्र मिळविण्याचा मुद्दाम प्रयत्न करणे मुलास शिकविले पाहिजे. ज्या मुलाला स्वतःला मित्र जमवता येत नाहीत किंवा मित्र नसतात, त्या मुलाला त्यासाठी दुसऱ्यांच्या मदतीची गरज लागते. अशा मुलाला एकटे सोडले, तर त्याला मित्र मिळणारच नाहीत; पण इतर मुले त्याला दूर सारण्याचीही शक्यता असते. एखाद्या मुलाला घरात नेहमी वर्चस्व गाजवण्याची सवय असेल, तर त्याला निश्चित असे अनुभव येतील. एकलकोंडे आई-वडील आपल्या मुलांच्या मित्रांना

घरात प्रतिबंध करतात व त्यालाही बाहेर जाऊ देत नाही, अशा मुलांनाही मित्र कमी असतात. योग्य सामाजिक विकास होण्यासाठी चांगले मित्र मिळणं, हे महत्त्वाचे असते. मुलाला चांगल्या मुलांशी मैत्री करण्यासाठी पटवून देणे पालकांचे कर्तव्य असते.

भांडण : भांडताना मुले अजाणता मारामारीचे अलिखित नियम ठरवतात, मुले एकमेकांशी खेळण्याइतकी मोठी झाली की, त्यांच्यात भांडणे होतात.

भांडणे होण्याची कारणे :

मुले खेळत असताना, ओळख करून घेत असताना एकमेकांच्या आड येतात, त्यांच्या इच्छांचा संघर्ष होतो. पुष्कळदा मुले नको असलेल्या ठिकाणी मुद्दाम जातात व भांडणे निर्माण होतात. जसजसे मूल आजूबाजूस फिरावयास लागते, त्याच्या ओळखी वाढतात, तसतशी भांडणाला संधी उत्पन्न होते.

भांडण हे सामाजिक विकासाचे एक अंगच आहे. एखाद्याविषयी मूल जितकी आक्रमक वृत्ती दाखवील, तितकीच सहानुभूतीही दाखवू शकते, कारण इतरांचे दुःख बघण्याची त्याला संधी मिळते. आपली खेळणी दुसऱ्याने घेऊ नये किंवा घेतली; म्हणून भांडणे होतात. पूर्वप्राथमिक शाळेत बहुतेक भांडणे यावरूनच उद्भवतात. मुले का भांडतात, याची ३ प्रकारची कारणे आहेत. १) एकमेकांच्यात येणे किंवा खेळण्याचे नाकारणे. २) चिडवल्यामुळे. ३) एकमेकांचे हेतू एकमेकांच्या आड येणे. प्रयोग करण्याची, शोधण्याची वृत्ती मुलांमध्ये असते म्हणूनही भांडणे उद्भवतात. लहान भावंडाशी काहीही कारण नसताना भांडणे हे मत्सराचे लक्षण आहे.

प्रौढांच्या वृत्तीमुळे बालकांमध्ये भांडखोर वृत्ती निर्माण होत असावी. मुलांच्या अंगी असलेल्या गुणवैशिष्ट्यांप्रमाणे व परिस्थितिजन्य घटकांच्या परिणामाने भांडखोर वृत्ती वाढते किंवा कमी होते. काही मुले मुळातच वर्चस्व गाजविणारी असतात म्हणून भांडतात. मुली रडतात किंवा ओरडतात, तर मुले मारामारी करतात. मोठ्या मुलांच्या भांडणाचे प्रमाण फार कमी असते. म्हणजे मारामारी भांडणे कमी झाले तरी बालकामधील भांडण्याची वृत्ती जात नाही. मूल आपल्या भावना लपवावयास शिकते इतकेच. कधीकधी या वृत्तीला वेगळे स्वरूपही मिळते.

चिडवण्याचा प्रकार भावनेच्या दृष्टीने अधिक गंभीर आहे. दुसऱ्याला चिडवण्याची सवय असलेली मुले मनात डूख धरतात. भांडण विसरत नाहीत व त्यावर कायम विचार करतात. अशी वृत्ती मानसिक आरोग्याच्या दृष्टीने धोकादायक असते. मारामारी करणारी मुले मारामारी करून मोकळी होतात. त्यांच्या मनात काही राहत नाही.

भांडण फार मोठ्या प्रमाणावर व सारखी होत असतील, तर बालमानसशास्त्रज्ञांचा सल्ला घ्यावा.

भीती :

अगदी लहान वयापासून प्रत्येकालाच कोणत्या ना कोणत्या गोष्टीची भीती वाटत असते. प्रौढांनादेखील भीतीची भावना असते व ही भीती लहान वयातच निर्माण झालेली असते. काही काही वेळेला बालक इतके घाबरते की, मोकळेपणाने वावरण्याचीदेखील त्याला भीती वाटते.

लहान वयात भीतीची कारणे मर्यादित असतात. आधार नाहीसा झाला की, भीतीची प्रतिक्रिया उत्पन्न होते.

परिपक्वतेचे महत्त्व :

अगदी लहान वयातल्या ज्या गोष्टींमुळे भीती वाटत नाही, त्याच गोष्टींची बालकाची संवेदनशक्ती परिपक्व झाल्यावर भीती वाटते. कीटक, झुरळांना न घाबरणारे बालक मोठे झाल्यावर घाबरते. मूल जसजसे वयाने वाढते, तसतशी परिस्थितीत सुप्तावस्थेत असलेल्या धोक्याची जाणीव त्याला होते, पण त्यावर नियंत्रण कसे करावे, हे मात्र एका विशिष्ट अवस्थेत माहिती नसते. भविष्यकाळाची समजूत जोपर्यंत बालकाला असत नाही, तोपर्यंत पुढे काय होईल, याची बालकाला भीती वाटत नाही. प्राथमिक शाळेतील बालकाच्या परीक्षेतील निकालाविषयी बालकापेक्षा आईलाच जास्त चिंता वाटत असते.

भीती ही उपजत नसून, संपादित भावना आहे. आयुष्यात येणाऱ्या अनुभवांमुळे भीतीची भावना बालकाच्या मनात उत्पन्न होते. एखाद्या घटनेचा दुःखकारक अनुभव आला, तर अशा प्रकारच्या घटनांचे भय बालकाच्या मनात निर्माण होते. एखाद्या विशिष्ट अनुभवाने भीती निर्माण झाली की, ती अनेक घटनांशी जोडली जाते. उदाहरणार्थ, कुत्रा जोरात भुंकल्यावर सर्वच कुत्र्यांविषयी वाटणारी भीती.

एकदा एखाद्या गोष्टीची भीती निर्माण झाली की, अनेक नवीन नवीन गोष्टींची भीती निर्माण होते. उदाहरणार्थ, इंजेक्शनच्या भीतीने डॉक्टरांची भीती निर्माण होणे.

मुलाची काल्पनिक शक्ती जसजशी विकसित होते, तसतशी काल्पनिक गोष्टींची भीती वाटते. यासाठी पालकांनी काल्पनिक गोष्टी अस्तित्वात असू शकत नाहीत, हे पटवून दिले पाहिजे व स्वतः काल्पनिक गोष्टींना घाबरायला नको. (उदाहरणार्थ, भूत)

मुलाची मानसिक वाढ झाली की, मुलाला आत्मप्रतिष्ठेची कल्पना येते व मग दुसरे चेष्टा करतील का, इत्यादी विचार मनात येऊन मुलाला भीती वाटायला लागते. मुलाचा बौद्धिक विकास जसजसा होईल, तसतशी भीतीची भावना वाढत्या प्रमाणात मुलाजवळ असते. समजूत वाढते तसतशी अज्ञानामुळे वाटणारी भीती नष्ट होते. भीतीला प्रतिकार करण्याची शक्ती वाढते व भीतीची कारणे निर्माण

होण्याची शक्यता फार कमी असते, याचीही जाणीव होते.

भीतीच्या भावनेने पुष्कळदा बालकाचे मानसिक स्वास्थ्य बिघडू शकते, कारण भीतीचा अनुभव सुखकारक असत नाही. त्यामुळे बौद्धिक विकासातही अडथळे येतात. समजा, एखाद्या मुलाला विशिष्ट शिक्षकाची अतिशय भीती वाटत असेल, तर त्याचे अभ्यासाकडे लक्ष लागणार नाही.

मुलांजवळ भावनिक सुरक्षितता निर्माण झाली की, भीतीच्या भावनेचे परिणाम सौम्य होतात. भीतीच्या भावनेचे परिणाम दूरगामी असतात. त्यामुळे भीतीची वाढ रोखणे हे आवश्यक असले, तरी एखाद्या गोष्टीची सावधानता आई-वडिलांनी बाळगणे आवश्यक आहे. काही काही गोष्टीत भीती आहे हे बालकाला शिकविलेच पाहिजे. उदाहरणार्थ, रस्ता नीट क्रॉस केला नाही, तर अपघात होण्याचा संभव असतो. विजेच्या उपकरणांशी, बटणांशी माहिती नसताना खेळल्यास विजेचा धक्का बसण्याची संभावना असते. मित्रांमध्ये मिळूनमिसळून वागले पाहिजे नाहीतर मित्र दुरावण्याचा संभव असतो.

बालमनावरील तणावांचे ओझे

मुलांना सर्वप्रकारच्या ताणांना सामोरे जावे लागत असते. मूल सुरुवातीला वाढत असताना वाढ कशी होते, शरीरातले व मनातले बदल, जगाबद्दलची उत्सुकता, नावीन्यपूर्ण प्रयोग करायची हौस, यातून निर्माण होणाऱ्या समस्या असू शकतात किंवा शारीरिक-मानसिक-सामाजिक परिस्थितीमुळे, घरातील वातावरणामुळे निर्माण होणाऱ्या ताणतणावांचे रूपांतर मुलांच्या व्यक्तिमत्त्व विकासात दिसत असते. पूर्वीच्या पारंपरिक समाजात औद्योगिकीरणामुळे परंपरा व संस्कार बदलत

चालल्यामुळे बरेच नवीन तणाव निर्माण होत असतात. मुले ही मोठ्या माणसांसारखीच असतात हा गैरसमज आहे. मुले ही विकसित होणाऱ्या अवयवांसारखी असतात. मुलांनी मोठ्या माणसांसारखे वागावे, या हट्टापायी खूप प्रश्न निर्माण होत असतात. खरेतर सर्वच मुले आपल्या पालकांवर खूपच प्रेम करतात; पण पालकांच्या प्रेम व राग व्यक्त करण्याच्या पद्धती योग्य नसतात.

ताणतणावांना तोंड देताना आपण वेगवेगळे मार्ग अवलंबत असतो. कधी आपण कर्माला दोष देतो, कधी म्हणतो नशिबात असेच होते, पण खरेच काही ताण काढून टाकण्यास ही कर्म, नशिबाला मानणारी माणसेच जास्त यशस्वी होताना दिसतात. कोणताही ताण निर्माण झाल्यावर शांतपणे कसे वागायचे, हे फार कौशल्याने व प्रयत्नाने साध्य करता येते. सर्वांनाच ते येते असे नाही. काही लोक वस्तुस्थिती मान्य करत नाहीत. मुलांना वस्तुस्थिती आहे तशीच मान्य करून त्यात स्वत:ला ॲडजस्ट होण्यास शिकवले, तर बरीचशी मुले मानसिकदृष्ट्या संतुलित होऊ शकतील. उदाहरणार्थ, शाळा व अभ्यास या गोष्टी जेव्हा आवश्यक आहेतच, तेव्हा

रोज तक्रार करण्यापेक्षा त्यांच्यात रस घेण्यास शिकावे वा भरभर योग्य पद्धतीने अभ्यास संपवून राहिलेला वेळ खेळण्यास द्यावा, असे समजावल्यास मुलांना अभ्यास हे ओझे न वाटता आपल्या रोजच्या जीवनातला आकर्षक व आवश्यक भाग वाटू शकेल.

मुलांची होणारी भांडणे असो वा शिक्षकांचा मार असो, कोणत्याही ताणाला सामोरे जाण्यासाठी आणखी एक चांगली पद्धत वा दृष्टिकोन म्हणजे : विसरायला शिकणे, क्षमा करायला शिकणे. हा संस्कार मुलांवर लहानपणापासून रुजवला, तर गँगवॉरच निर्माण होणार नाहीत.

ताण आपलेसे करून घेणे हीसुद्धा कला आहे व ती शिकवली पाहिजे. ताण

आल्यावर ते मान्य करून स्वीकारले, तर ते नाहीसे होतात.

मुलांना प्रश्न सोडविताना खालील प्रकारे शिकवले पाहिजे.

प्रश्न काय आहे हे ओळखणे व नेमका कशामुळे झालाय हे शोधणे.

आपल्याला नेमके काय हवे आहे, आपले हा प्रश्न सोडविण्याचे उद्दिष्ट काय आहे, कुठपर्यंत आपण जाणार आहोत, याची जाणीव असावी.

हा प्रश्न आपल्या मनासारखा सुटला नाही, तर त्याला पर्याय काय आहेत? मी नेमके काय करू शकतो?

हा प्रश्न न सुटल्यास जास्तीतजास्त दुष्परिणाम काय होऊ शकतील? सर्व परिणामांचा योग्य अभ्यास करणे.

माझा निर्णय मी काय ठरविणार आहे?

मी तो निर्णय कसा अमलात आणणार आहे?

माझा निर्णय योग्य/अयोग्य यात काय सुधारणा करायची गरज आहे, हे प्रशिक्षण ८-९ वर्षांनंतर मुलांना आपण सहज देऊ शकतो.

आजकाल पालक म्हणतात की, आमच्या मुलासाठी सगळे करतो तरी असे का? मला वाटते, आपण सगळे करतो म्हणजे फक्त वस्तू पुरवण्याचे काम करतो. वेळ देत नाही. मुले आपले स्वत्व जपण्याचा प्रयत्न करतात व त्यांना वाटत असते आपण हे करावे, ते करावे. अगदी पहिल्या वर्षातसुद्धा स्वतंत्र होण्याची धडपड सुरू असते. ही धडपड न समजता जे पालक मुलांची अतिकाळजी करतात व त्यांच्या स्वतंत्र बनण्यात अडथळा बनतात. त्यांची मुले परावलंबी बनतात व निर्णय स्वातंत्र्य हरवून बसतात. रोजच्या जीवनातले ताण नाहीसे करण्यास व दडपण दूर करण्यास मुलांनी मुलांसाठी करायच्या गोष्टी 'चेतना बालवाडी', बडोदा यांनी केल्या आहेत. मुलांनी मुलांना मदत करावी, मुलांनी मुलांना शिकवावं, निर्णय घेताना मुलांना भागीदार म्हणून घ्यावेत. यातून मुलांना स्वत्व निर्माण होण्यास व स्वावलंबी बनण्यास मदत होते व निर्णयामागचे परिणाम सहन करण्याची मानसिक तयारी होते. मुलांनी सुखी बनण्यास शिकले पाहिजे. त्यासाठी सुखाच्या कल्पना नीट माहिती असणे महत्त्वाचे आहे. सुखाचे आवश्यक घटक तीन आहेत.

प्रत्यक्ष परिस्थिती कशी आहे आणि तुम्ही तिच्याकडे कसे पाहता यावरून सुख ठरत असते. शेजारच्या बागेकडे आशाळभूत नजरेने पाहण्यापेक्षा स्वत:च्या बागेकडे काळजीपूर्वक पाहावे, यासारखे ते आहे. आपण कोण आहोत व आपल्या जवळ काय आहे, याचा स्वीकार करण्याशी सुखाचा संबंध असतो. कारण त्यामुळे आपण आपल्या अपेक्षा व उपलब्धी याच्यात समतोल राखू शकतो. मला वाटते, या गोष्टी व मागच्या वेळचे ७ टप्पे (मुद्दे) तुमच्या मुलांना समस्या हाताळण्यास मदत नक्कीच करू शकतील.

किशोरवयीन मुलांमध्ये प्रामुख्याने पुढील समस्या दिसतात.

गुन्हेगारी, मद्यपान, धूम्रपान, अमली पदार्थांचे सेवन, शाळा-कॉलेजमधून गळती, चळवळी/दंगे, लवकर लग्न.

गुन्हेगारी ही सौम्य/तीव्र स्वरूपाची असू शकते व त्यांची कारणे लोकसंख्या वाढ, आनुवंशिकता (एक्स, वाय गुणसूत्रे) कौटुंबिक संबंधाचे स्थान, व्यक्तिमत्त्व विकास अशी आहे. पहिल्या ३ वर्षांत बालकाला मातेचे प्रेम मिळाले नाही, तर मोठेपणी गुन्हेगारी प्रवृत्तीकडे वळण्याची शक्यता असते. बालगुन्हेगारांना बिघडलेले कौटुंबिक संबंध खूप जबाबदार असतात. उद्ध्वस्त कुटुंबांमध्येही गुन्हेगारीचे प्रमाण जास्त आढळते. घरात वडिलांची मुलांविषयी नकारात्मक भूमिका, आईचा वरचश्मा; कुटुंब विघटनास जबाबदार असू शकतात. कधी गंमत म्हणून, तर कधी अंगातली रग वा खुमखुमी दाखवण्यास गुन्हे घडतात. अशा मुलांना पूर्ण वेळ काम करण्याची संधी दिली जात नाही किंवा रटाळवाणे काम पदरी पडते.

मुलांच्या संवेदनशील मनाला, सभोवतालच्या परिस्थितीमुळे, व्यक्तीमुळे आघात कमी व्हावे म्हणून आई-वडिलांच्या वात्सल्याचे, प्रेमाचे चिलखत असते. हे मजबूत असले, तर मूल स्वत:चे बरेवाईट समजायला लागल्यावर समर्थपणे जगातील मानसिक धक्क्यांना तोंड देऊ शकते.

काही गोष्टी अशा असतात की, त्यामुळे मुलांमध्ये यायचा न्यूनगंड टळत नाही; पण आई-वडिलांनी समजून सांगायची भूमिका घेतली, तर तो न्यूनगंड निघून जातो. सद्गुण, पैशापेक्षा जास्त मोलाचे हे पटवून द्यायला हवे. मुले मोठी झाल्यावर प्रश्नांची खरी उत्तरे नि:संकोचपणे देण्याचा आई-वडिलांनी प्रयत्न करावा. स्त्री-पुरुष संबंधातील प्रश्नांचे निराकरण नीट करायला हवे. या वयात मित्रत्वाच्या नात्याने मुलांशी वागणाऱ्या आई-वडिलांचा मुलांना फार आधार वाटतो. ती आई-वडिलांच्या जास्त जवळ येतात.

मुलांचे चालणे, बोलणे कसे असावे, वागणे कसे असावे, विचार कसे असावेत, मित्रमंडळी कशी असावीत यांबाबत मुलांशी स्वस्थ बसून बोलायला हवे. बोलणं स्पष्ट असावं, मृदू असावं. या गोष्टी सांगायची गरज असते. खरे बोलण्याला किंमत असते व दिलेला शब्द पाळायचा असतो. या गोष्टी छोट्या छोट्या पण महत्त्वाच्या असतात.

❖

बालकांचा सामाजिक विकास कसा साधाल? (स्पर्धा, हट्टीपणा)

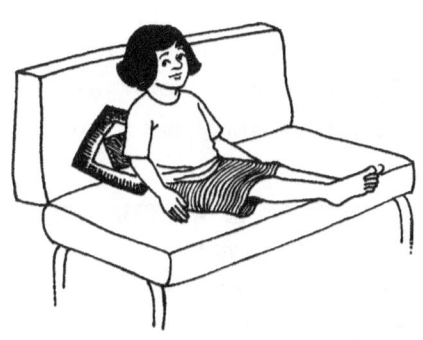

मुलांचा सामाजिक विकास ही भावना विकासाशी संबंधित आहे. भावनाविकास जर नीट साधला गेला नाही, तर सामाजिक वर्तनात अडथळे निर्माण होतात. उदाहरणार्थ, रागीट मूल रागाच्या आहारी जाऊन आक्रमक वृत्ती धारण करते. इतर मुलांना मारते. साहजिकच अशा मुलांपासून इतर मुले चार हात दूर राहतात. त्यातून सामाजिक विकासात समस्या निर्माण होतात. उलट बालकाचा सामाजिक विकास उत्तम साधला गेला, तर त्यांच्यात पुष्कळशी भावनिक स्थिरता येऊ शकते. लहान वयात अत्यंत भित्रे व हट्टी असणारे बालक मित्रांमध्ये वावरायला लागले की, धीट व शांत बनते.

बालकाचा सामाजिक विकास योग्य प्रकारे साधण्यासाठी समूहवर्तन, मित्रपरिवार, खेळ, सामाजिक कार्यक्रम फार महत्त्वाचे असतात. हट्टीपणा, भांडण, मैत्री, स्पर्धा वगैरे प्रक्रिया सामाजिक विकासाच्या महत्त्वाच्या बाजू आहेत.

बालक मैत्री कशी करतो, मित्रांमधील त्याचे स्थान कसे ठरते, काही मुलांना मित्रांमध्ये खेळायला का आवडत नाही, असे प्रश्न पालकांच्या मनात येत असतात. त्याचे मूळ सामाजिक विकासातच असते.

स्पर्धा व सहकार्य :

मुले एकमेकांत खेळायला लागली, मिसळायला लागली की, स्पर्धा व सहकार्य करण्याची वृत्ती दाखवतात. स्पर्धा व सहकार्य या प्रक्रियेत परस्परविरोधी सहकार्याची जास्त गरज असते. रोजच्या व्यवहारात मुलाची वृत्ती सहकार्याची आहे की स्पर्धेची आहे, हे ठरविणे कठीण जाते. उदाहरणार्थ, वर्गात एखादे काम करायचे असेल, तर मूल त्यात सहकार्य म्हणून काम करील किंवा स्वत:ची हुशारी दाखविण्यासाठीही काम करील. एखादा मुलगा वरवर स्पर्धा दाखवीत नसेल, तर त्याचा अर्थ त्याच्यात स्पर्धेची भावना नाही, असे होत नाही. पुष्कळ वेळा मुलाची स्वप्रतिष्ठा इतकी तीव्र असते की, स्पर्धेत आपल्याला यश मिळाले नाही, आपण चमकलो नाही, तर आपली स्थिती फार लाजिरवाणी होईल, असे त्याला वाटते. त्यातून तो स्पर्धेत भाग घ्यायला नकार देतो.

स्पर्धेमुळे व सहकार्यामुळे मुलाला आपल्या क्षमता कळून येतात. आपण कसे आहोत हे समजून येते. तो एखाद्या मुलाशी जेव्हा स्पर्धा करतो, तेव्हा त्याला हटविण्यासाठी कदाचित करीत नसेलही, तर आपली शक्ती अजमावण्यासाठीही करीत असेल. सहकार्यामुळे दुसऱ्याबरोबर कसे वागावे, हे समजते. वय वाढते तसतशी सहकार्याची भावना अधिक तीव्र होते. कधीकधी ही भावना मत्सरातूनही निर्माण होते.

आई-वडिलांची वृत्ती : मुलांच्या स्पर्धेची वृत्ती आई-वडिलांच्या वृत्तीमुळेही निर्माण होते. जे आईला किंवा वडिलांना स्वत:च्या आयुष्यात साध्य झाले नाही, ते पुष्कळदा मुलांकडून करवून घेण्याचा प्रयत्न केला जातो.

वय आणि स्पर्धा : एखादी गोष्ट दुसऱ्यापेक्षा जास्त वरचढ करून दाखविण्याची वृत्ती मुलांमध्ये ४ वर्षांनंतर येते.

स्पर्धा आणि व्यक्तिभिन्नता : मुले कशासाठी स्पर्धा करतील यात भिन्नता आढळते, तसेच स्पर्धेचे हेतू वेगवेगळे असतात. काही मुलांच्या हातून स्पर्धेमुळे काम नीट होत नाही. भावंडांत स्पर्धा व प्रेम दोन्ही असते. दोन सारख्या क्षमतेच्या मुलांत जर स्पर्धा लागली, तर मुलांना त्यात रस वाटतो. आपल्यापेक्षा कमी दर्जाच्या मुलांबरोबर स्पर्धा करायला मुलांना कित्येकदा आवडत नाही.

स्पर्धेचे फायदे : १. एखाद्या कामात रस निर्माण होतो. २. मुलांना आपल्या शक्तीची जाणीव होते. ३. आपली झेप व मर्यादा समजते.

स्पर्धेचे दुष्परिणाम : पुष्कळदा स्पर्धा दुसऱ्याला नामोहरम करण्यासाठीही केली जाते. आपण दुसऱ्याला जिंकले, तरच आपल्यात खरी हुशारी आहे, असे जर मुलाला वाटत असेल, तर स्पर्धांचा परिणाम चांगला होत नाही. न्यूनगंड

निर्माण होतो. आपल्या विजयापेक्षा दुसऱ्याला झालेले दुःख पाहून जर मुलांना आनंद वाटला, तर स्पर्धा वाईटच. जिंकू न शकल्याने मुलाला स्वतःचा राग आला तरीही स्पर्धा वाईट.

सहकार्य : मुलांमध्ये सहकार्याची भावना फार लवकर जागृत करता येते. बालक दुसऱ्यांना मदत करायला नेहमीच तयार असते. आपण दुसऱ्याला मदत केली तर कौतुक होते, हे मुलाला चटकन समजते.

ज्या वेळी मूल सहकार्य करण्यास पुढे येत नाही, त्या वेळी त्याला काही कारण असते. ते काम अवघड असेल किंवा दिलेल्या सूचना मुलाच्या समजुतीबाहेरच्या असतील. मुलाची आवड दुसऱ्या कामात असेल, त्याला बरे वाटत नसेल. मूल जेव्हा सहकार्य दाखवत नाही, तेव्हा त्याच्यातील कारण शोधून काढले पाहिजे. मुलावर निष्कारण हट्टीपणाचा शिक्का मारला जातो. मुलाला शिक्षा होते व त्यामुळे मूल जास्तच हट्टीपणा करते.

नकारात्मक वर्तन : पालकांच्या इच्छा न मानणे किंवा तिच्याविरुद्ध जाणे याला हट्टीपणा म्हणतात. हट्टीपणा हे सामाजिक विकासाचे प्रकृत (Normal) अंग

हट्टीपणा : वाईट वर्तनास चालना

हट्टीपणा : चांगल्या वर्तनास चालना

आहे. अगदी लहान वयातदेखील काही मनाविरुद्ध झाले की, अंग ताठ करणे, ओठ घट्ट दाबून धरणे इत्यादी गोष्टी दिसून येतात.

हट्टी वर्तनाची कारणे : अगदी लहान वयात मूल हट्टीपणा करते. त्याचे कारण पालकांची इच्छा न मानणे हे नसते. मूल जेव्हा मीच आंघोळ करणार, मीच कपडे घालणार इत्यादी हट्टीपणा करते, तेव्हा दुसऱ्याने मदत करण्यापेक्षा आपणच आपले करावे ही इच्छा असते. ६ महिने ते ३ वर्षे या वयात हट्टीपणा वाढतो व पुढे कमी होतो. याच सुमाराला मुलाला आपण कोणीतरी आहोत, आपले अस्तित्व इतरांनी लक्षात घेतले पाहिजे, ही जाणीव होते व त्यामुळे मूल हट्टीपणा करते.

माझे मूल हट्टी आहे ही तक्रार जवळजवळ ८० टक्के पालकांची असते. त्यासाठी मी त्यांना एक गोष्ट सांगत असतो. एक ते तीन वयाच्या मुलाला घेऊन त्याची आई बाजारातून चाललेली असते. तेव्हा मुलगा एक फुगा मागतो, आई नकार देते. नंतर तो 'ऊं ऊं ऊं आई दे ना गं फुगा' असे म्हणू लागतो, तरी आई फुगा द्यायला तयार होत नाही. नंतर तो जोरजोरात रडायला लागतो, तरी आई ऐकत नाही. खरेतर फुगा परवडणारा असतो व फुगा घेऊन एक आठवडा झालेला असतो; परंतु आई नाही म्हणते. नंतर तो मुलगा रस्त्यातच फतकल मारून बसतो व डोके आपटून रडायला लागतो, तेव्हा आई इकडेतिकडे बघते, आपली मैत्रीण तर दिसत नाहीये ना. हा मुलगा तमाशा करून आपली इज्जत घालवेल, या विचाराने आई शेवटी त्याला फुगा घेऊन देते.

खरेतर जी गोष्ट तुम्ही १५-२० मिनिटांनी त्याच्यासाठी करणार असता ती करण्यासारखी असेल, तर आधीच करावी व एकदा नकार दिल्यास त्यावर ठाम राहावे.

आईने नाही म्हटल्यावर बाबांनीसुद्धा नाही म्हणणे आवश्यक असते. मुलाचे लक्ष एका गोष्टीवर फार काळ केंद्रित राहू शकत नाही, ही गोष्ट पालकांच्या लक्षात येत नाही. एखादी गोष्ट करण्यासाठी पालक मुलांच्या सारखे मागे लागतात व मुलात प्रतिकार वृत्ती निर्माण होते. उदाहरणार्थ, मूल नुकतेच बोलायला लागलेले असते. आईला त्याचे फार कौतुक वाटते. कोणीही आले-गेले की, मुलाने त्यांना बोलून दाखवावे, असे आईला वाटते. मूल थोडावेळ आईला प्रतिसाद देते. नंतर कंटाळते व काहीही बोलण्याचे नाकारते आणि मुलावर हट्टीपणाचा आरोप होतो.

मत्सरातून हट्टीपणा निर्माण होतो. केवळ आईचे लक्ष वेधून घेण्यासही हट्टीपणाला सुरुवात होते.

मोठ्यांच्या वृत्तीमुळेही मुले हट्टी बनतात. दोघा मुलांत पक्षपात करणे, त्यांची एकमेकांशी तुलना करणे, नको तेवढे लाड करणे यामुळे हट्टीपणा निर्माण होतो. असा हट्टीपणा मानसिक आरोग्याच्या दृष्टीने चांगला नसतो.

मुलाच्या सारखे पाठीमागे लागणे, त्याच्या कामात सारखी ढवळाढवळ करणे, त्याचा नकार असताना जवळ घेण्याचा प्रयत्न करणे, मुलाला सारखे चिडवणे किंवा मुद्दाम 'हे कर ते कर' म्हणून नाचविणे, अशा अनेक परिस्थितीत मूल हट्टीपणा करून स्वतःचे संरक्षण करण्याचा प्रयत्न करते. असे सारखे होऊ लागले की, मुलाला हट्टीपणाची सवय जडते.

हट्टीपणाच्या प्रतिक्रिया :

हट्टीपणामुळे मुले ओकाऱ्या काढतात, दम धरतात, रोजचे विधी दाबून ठेवतात, जेवायचे नाकारतात, वाद घालतात. वस्तुस्थिती नाकारण्याचा प्रकारही हट्टीपणात दिसून येतो. घरातील लाडू संपले आहेत, असे डबा दाखवून समजावले तरी लाडू संपलेले नाहीत म्हणून मूल हटून बसते.

परिस्थितीप्रमाणे हट्टी वर्तनात फरक पडतो. काही मुले घरी अतिहट्टीपणा करतात, तर बाहेर सरळ वागतात. काही वेळा बाहेर मनाविरुद्ध घटना घडल्या, तर त्याचे उट्टे घरी काढले जाते, म्हणून काही मुले शाळेतून घरी आल्यावर जास्त हट्टीपणा करतात.

वय वाढते तसतसा मुलांचा हट्टीपणा कमी होत जातो. कारण मुलांची समज वाढते. प्रत्येक वेळी आपले चालणार नाही, हे त्याला कळते. पालकांना मुलांचा स्वभाव समजतो. वयाने मूल जसे मोठे होते तशा प्रतिकार करण्याच्या पद्धती जास्त सूक्ष्म होतात.

बालक, आपल्याला ऐकूच गेले नाही किंवा समजले नाही, असा बहाणा करते. मोठ्या माणसांनी एखाद्या गोष्टीला नकार दिला की, वाद घालत बसते. चांगले न दिसणारे कपडे घालणे, अमुक खा म्हटले की, न खाणे इत्यादी प्रतिक्रिया वापरून मूल हट्टीपणा दर्शविते.

बालकाच्या हट्टीपणामुळे जे त्याची काळजी वाहतात, त्यांना आपल्या भावना दुखावल्यासारखे वाटते. काही आई-वडिलांना वाटत असते की, आपण आपल्या मुलांना फारच विचारपूर्वक वागवितो. ते नेहमी मुलाला हिताच्या चार गोष्टी सांगत असतात व मुलाने ते ऐकले नाही की, त्यांचा अभिमान दुखावल्यासारखा वाटतो. मग हट्टी कोण आहे, हा प्रश्न पडतो. काही काही वेळा मुलांच्या हट्टीपणाचे आई-वडिलांना कौतुक वाटते व त्यामुळे त्यांना समाधान वाटते.

❖

वर्तनसमस्या का निर्माण होतात?

'डॉक्टर, माझा मुलगा १० वर्षांचा झाला तरी गादीत शू करतो. बाहेरगावी घेऊन जायचं म्हणजे दडपण असते.'
'डॉक्टर, माझी मुलगी अजून अंगठा तोंडात घालते.'
'खरंच डॉक्टर, माझा मुलगा ११ वर्षांचा झाला; पण अजून तोतरं बोलतो.'

रोज अशाच व याहून वेगवेगळ्या वर्तनसमस्या ऐकू येत असतात. कोणाचा दुसरीतला मुलगा आत्महत्येची धमकी देतो, तर कुणाचा सहावीतला मुलगा ड्रग्ज चांगली असतात असे आईला सांगतो, तर कुणाची मुलगी सख्ख्या आईला 'सावत्र' म्हणते. अशा केसेस आल्यावर मी नेहमी विचार करतो की, 'मुले अशी का वागत असतील?' जेव्हा पालकांशी व मुलांशी मनमोकळी चर्चा केली जाते, तेव्हा बऱ्याच वेळा पहिल्याच चर्चेत ठळकपणे कारण समजते. पालक आपल्या चुका

सुधारण्यास तयार असतील व वातावरणामध्ये योग्य ते बदल घडवून आणण्यास तयार असतील, तर मुलांचे मानसिक आरोग्य सुधारते. त्यामुळे वर्तनसमस्या नाहीशी होऊन संपन्न व्यक्तिमत्त्व घडण्यास मदत होते. उपचारासाठी नियमित व न कंटाळता येणे व उत्साहाने बदल घडवणे हे महत्त्वाचे असते.

वर्तनसमस्या निर्माण होण्यास परिस्थिती कारणीभूत असते. मग ती परिस्थिती घरातील असो, वा सभोवतालच्या वातावरणातील असो. वर्तनसमस्या समजून घेण्यासाठी व त्या निर्माण कशा होतात हे समजणे आवश्यक आहे. तसेच समस्या निर्माण होण्याआधी त्या लवकर ओळखण्याची लक्षणे व समस्या आहेत हे कसे ओळखावे ते महत्त्वाचे.

नेहमी आढळणाऱ्या वर्तनसमस्यांची यादी आपल्याला करावयाची झाल्यास १. हट्टीपणा, २. रात्री किंवा दिवसा गादी ओली करणे (शू करणे), ३. अंगठा चोखणे ४. नखे कुरतडणे, ५. तोतरे बोलणे, ६. अडखळत बोलणे, ७. भीती वाटणे, ८. घाबरटपणा, लाजरेपणा, ९. चड्डीत शी होणे, १०. टीव्हीचे दुष्परिणाम, ११. एका जागी स्थिर न बसणे, १२. शाळेत मागे पडणे, १३. अचानक किंवा पहिल्यापासून खोटे बोलणे, १४. चोरी करणे, १५. दात खाणे, १६. डोके आपटणे, १७. ओठ पुढे करणे, १८. झोपेत चालणे व बडबड करणे, १९. दचकून वा रडत उठणे व झोपेशी निगडित वर्तनसमस्या, २०. अशक्तपणा व काहीही खाण्याची इच्छा न होणे, २१. सारखे खाणे, २२. अभ्यासाचा कंटाळा, २३. टोकाची असूया, २४. पोट दुखणे, २५. डोके दुखणे, २६. स्वकेंद्रित व आप्पलपोटी मुले, २७. चिडखोर व उर्मटपणा, २८. गुप्त इंद्रिय हाताळणे व तत्सम इ. अनेक.

या समस्या काही वेळेस जातात व आपल्याला वाटते त्या संपल्या, पण त्यांची वेगळी रूपांतरे पाहायला मिळतात. वर्तनसमस्येविषयी जागृत राहून योग्य उपाय केले, तर मुलाची मानसिक जडणघडण व व्यक्तिमत्त्व आदर्श बनवण्याचा प्रयत्न करता येईल. जर या समस्या नीट हाताळल्या गेल्या नाहीत, तर हीच मुले मोठेपणी समाजविद्रोही कार्यात सहभागी होताना दिसतात. अशा मुलांमध्ये व्यसनाधीनता व आत्महत्येचे प्रमाण जास्त असते.

मुलाच्या सदोष मानसिक जडणघडणीस प्रेम व वात्सल्याचा अभाव, असुरक्षितता, मानसिक असमाधान, शिस्तीचा अयोग्य वापर व वातावरणातील दोषामुळे प्रेमाची भावना मुलांपर्यंत पोहोचवण्यात आलेले अपयश हेही जबाबदार असते. ही मुले पुढील आयुष्यात येणाऱ्या मानसिक संघर्षास यशस्वीपणे सामोरी जाऊ शकत नाहीत.

आता आपण समस्या व त्याची कारणे व प्रतिबंधक उपाय याविषयी पाहू या. सुरुवात अगदी जन्मणाऱ्या बाळापासून करायला हवी किंवा त्याही आधी काही

गोष्टी मुलांच्या वर्तनावर परिणाम करतात. उदाहरणार्थ, पालकांचे बालपण व त्यांची व्यक्तिमत्त्वे, त्यांच्या लहानपणी त्यांना मिळालेली सुरक्षितता, प्रेम, त्यांच्या प्रवृत्ती या त्यांच्या आयुष्यातील अनुभवाने तयार झालेली असतात. 'आमच्या लहानपणी हेसुद्धा नव्हते. आम्ही तुमच्यासाठी किती करतो ते बघा', असे मुलाला सुनावणारे पालक त्या गोष्टी मुलांसाठी नाही, तर स्वत:साठी करत असतात. एखाद्या बाबांना मोठा खो-खोपटू बनायचे मनात असते व ते आपल्या इच्छा, आकांक्षा मुलांवर लादतात. त्यांच्यामध्ये खरेच चांगला खो-खोपटू बनायचे गुण आहेत का नाही, हे बघायचे विसरतात. कित्येक पालक सांगतात, 'अहो, हा अभ्यास करायचा सोडून चित्रच काढतो. चित्र काढून तो काय रविवर्मा होणार आहे का?' बॅडमिंटन खेळायला लागणारा प्रत्येक मुलगा प्रकाश पदुकोण अथवा गोपीचंद होऊ शकत नाही. मुलांच्या कार्यक्षेत्रात अनावश्यक ढवळाढवळ करून त्यांच्या स्वातंत्र्यावर गदा आणणारे पालक त्यांच्या मुलांच्या व्यक्तिमत्त्व विकासाच्या आड येत असतात.

मुलांच्या मूलभूत गरजा प्रेम, सुरक्षितता व मानसिक समाधान ह्या आहेत. याचा पालकांनी कायम मनात विचार ठेवावा. मुलांच्या वर्तनसमस्या या पालकांनी अंतर्मुख होऊन स्वत:बद्दल विचार करण्याची वेळ आलेली आहे, याचे द्योतक समजायला हरकत नाही.

मुलांचे वर्तन घडवताना पालकांचे वय, मूल होण्याची मनापासून इच्छा, बेकायदेशीर मुले, विशिष्ट लिंगाच्या बालकाबद्दल अग्रक्रम, संगोपनाची जबाबदारी पेलवण्यास लागणारी आर्थिक, मानसिक असमर्थतता इ. गोष्टी या मुलांचा जन्म होण्याआधी महत्त्वाच्या मानल्या जातात. ३ किंवा ४ मुलींवर नवसाने झालेला मुलगा म्हणजे घरातल्या सगळ्यांचा लाडका असतो व त्याच्या चुकांवर पांघरूण घालत घालत त्याचे कधी वर्तनसमस्येत रूपांतर होते समजत नाही. आपल्या समाजात अजूनही गर्भजल लिंगपरीक्षा करून मुलींचे गर्भपात करण्याची क्रूर प्रथा सर्रास चालू आहे. खरेच, मुले जी वागतात, करतात यात अनुकरणाचा फार मोठा भाग असतो. तेव्हा **पालक म्हणून त्यांच्यासमोर आदर्श ठेवण्याची आपली जबाबदारी असते.**

❖

प्रेम, मानसिक समाधान व सुरक्षितता

आपण 'वर्तनसमस्या कशाला म्हणायचे' व जन्माच्या आधीच कोणते घटक मुलांचे वर्तन घडवण्यास कारणीभूत असतात हे बघितले.

बाळाच्या जन्माच्या वेळेची परिस्थिती, उदाहरणार्थ, प्रिमॅच्युअर (कमी दिवसांचे), मेंदूज्वर, दीर्घकालीन आजार, कावीळ, झटके, दूध न पचणे किंवा पिणे, सारखे सारखे आजारी पडणे, यामुळे बाळ किरकिरे किंवा हट्टी होऊ शकते.

हट्टीपणा आणि श्वास रोखणे :

लहान मुले ६ महिने ते ३ वर्षं या काळात श्वास रोखतात. त्यातील काही मुले श्वास रोखून काळीनिळी पडतात, तर काही मुले बेशुद्ध पडतात किंवा पांढरी पडतात. हा आजार वर वर दिसायला अत्यंत गंभीर दिसतो व कित्येक डॉक्टर या आजाराला झटका, असे संबोधून तपासण्या करतात व झटका येऊ नये म्हणून औषधोपचार दोन-तीन वर्षे देतात; परंतु हा आजार हा वर्तनसमस्या प्रकारात मोडतो. हे हट्टीपणामुळे निर्माण झालेले आजाराचे स्वरूप आहे. मुलांना हट्टी आपण पालकच बनवत असतो. एखादी वस्तू देण्यासारखी असेल, तर ती लगेच द्यावी व ती देण्यासारखी नसेल, तर त्याने कितीही अकांडतांडव केले तरी ती द्यायला नको, यामुळे मुलाला कळते की, एकदा आईने नाही म्हटले म्हणजे ते खरे "नाहीच" असते. यासाठी अशा प्रकारच्या मुलांचे लक्ष ताबडतोब दुसरीकडे वेधून त्यात त्यांना गुंतवणे आवश्यक असते. अशा मुलांना खोलीत एकटे सोडले तरी ती श्वास रोखण्याची शक्यता कमी असते. अशा मुलांमध्ये लोह योग्य प्रमाणात दिले व वर्तणुकीत सुधारणा केली, तर उत्तम परिणाम दिसतात.

मुलांमध्ये हट्टीपणा निर्माण होण्यासाठी पालकांचे त्याला शिस्त लावताना असणारे आपापसातले मतभेद कारणीभूत असतात. म्हणजे उदाहरणार्थ, आईने म्हणायचे, 'राजू, चॉकलेट खाऊ नको' आणि आजीने म्हणायचे, 'जाऊ दे एवढा

रडतोय तर देऊन टाक एकदाचं' किंवा बाबांनी नाच केल्याबद्दल पाठ थोपटायची, तर आई 'काय घाणेरडे, कोठून शिकून आला' म्हणून रागवायचे! यासाठी मुलांना शिस्त लावताना, शिक्षा देताना पालकांमध्ये सामंजस्य असणे आवश्यक असते व एका गोष्टीबद्दल एकदा शाबासकी व एकदा शिक्षा मिळाल्यास मुलांच्या मनात कृतीबद्दल गोंधळ निर्माण होतो. याचा परिणाम त्यांच्या आत्मविश्वासावर होतो.

मूल आक्रस्ताळेपणाने वागले की, त्याच्या वागण्याकडे पूर्ण दुर्लक्ष केले जावे, रागावू नये, लोभावून समजावण्याचा प्रयत्न करू नये. त्याच्या शिडातील हवा पूर्ण निघून जाईपर्यंत संपूर्ण दुर्लक्ष करावे, एकदा मुलाच्या रागाचा झटका गेला की न रागवता मुलाला जवळ घ्यावे. तो शहाणा आहे, चांगला आहे. तुम्हाला आवडतो, असे आवर्जून सांगावे. छोट्याशा गोष्टीसाठी लहान मुले हट्ट करीत नाहीत, रागवत नाहीत आणि शहाणी मुले आई-बाबांना अधिक आवडतात, अशी जाणीव द्यावी. त्यांच्या आक्रस्ताळेपणाची मुलांना लाज वाटावी, असे वक्तव्य तुमच्याकडून होऊ नये हे महत्त्वाचे आहे.

मुलांना जेव्हा आपण सगळ्या घरातल्यांचे आकर्षण ठरतोय असे वाटते व त्यामुळे काळजी करणारे पालक घरात आपल्याच विषयी चर्चा करताना दिसतात, तेव्हा मुलांना स्वत्व जपल्याचा आनंद होत असतो. आकर्षणबिंदू ठरलेली कृती ते परत परत करतात. माझ्याकडे याचे उदाहरण म्हणून घडलेली गोष्ट सांगतो. निखिल जेव्हा ७-९ महिन्यांचा उभा राहायला लागला तेव्हा सर्वांना त्याचे कौतुक वाटत होते व त्याने जेव्हा वस्तू फेकायला सुरुवात केली, तेव्हा त्याचेही कौतुक महिनाभर होत होते; पण जेव्हा त्याचे सवयीत रूपांतर झाले तेव्हा सर्व करून पाहिले. अगदी हाताला चटका देऊन पण झाला, तरी सवय थांबली नाही. तेव्हा मुलांच्या योग्य वागणुकीचे योग्य तितकेच कौतुक करणे महत्त्वाचे असते. काही दुर्लक्षित मुले पोट दुखते म्हणून, तर काही डोके दुखते म्हणून सांगतात, कारण त्यांचे आई-बाबा त्यांना काही त्रास होत असेल, तरच त्यांच्याकडे लक्ष देतात अन्यथा त्यांच्याच विश्वात रममाण असतात.

अंगठा चोखणे :

ही सवय ५ महिन्यांपर्यंत विकासाच्या प्रक्रियेचा भाग समजली जाते. जेव्हा अंगठा चोखल्यामुळे शारीरिक व मानसिक परिणाम जाणवतात, त्यावेळेला तिला सवय लागली असे म्हणता येते. स्वत:चे समाधान करून घेण्यासाठी बऱ्याचदा मुले अंगठा चोखतात. वेगवेगळ्या वयोगटातील अंगठा चोखण्याची कारणे शोधल्यास खालीलप्रमाणे असतात.

१. दात येताना होणारी हिरड्यांची सळसळ थांबवण्यासाठी २. भुकेमुळे

३. बुजरेपणा ४. दमल्यावर किंवा झोप अनावर झाल्यावर ५. असुरक्षित वाटल्याने ६. मुलांना चर्चेत, संवादात सामील करून न घेतल्याने त्यांना कंटाळा येतो तेव्हा ७. आई-वडील किंवा पालकांमधील भांडणे वा वाद-विवाद ८. एकटेपणाची जाणीव ९. कमी प्रेम, माया आणि दुर्लक्ष १०. अतिशय कडक पालक ११. दुर्लक्षित झाल्याची भावना १२. अपंग पालक वा मुले १३. दत्तक बाळ.

अंगठा चोखणे हे दडपण घालविण्याचे साधन म्हणून बरीचशी मुले वापरतात.

प्रतिबंधक उपाय

१. मुलांच्या मूलभूत गरजांची पूर्तता प्रेम, सुरक्षितता, मानसिक समाधान पालकांनी केलीच पाहिजे. २. बाळाला एकटेपणाची जाणीव राहू नये व कंटाळून जाऊ नये म्हणून सारखे कृतिशील बनवावे. ३. सदानूकदा रागावणारे किंवा अस्थिर पालक असण्यापेक्षा प्रेमळ व विचारांची स्थिरता असणारे पालक असतील, तर सवय लागणार नाही. ४. मूळ कारण शोधून ते समूळ नष्ट करण्याचा मनापासून प्रयत्न पालकांनी करावयास हवा. ५. बाळ कधी अंगठा तोंडात घालते ते शोधून त्यावेळची परिस्थिती बदलून त्याचे लक्ष दुसरीकडे वेधणे व गुंतवणे हा उत्तम मार्ग बाळाला सवय लावण्यापासून वाचवतो.

अंगठा चोखणे उपचार पद्धती :

१. जर बाळ ६ महिन्यांच्या आतील असेल, तर उपचाराची आवश्यकता नसते. १ वर्षाच्या बाळाला जर झोपेत व दिवसा क्वचित अंगठा तोंडात घालायची सवय असेल, तर ते धोकादायक नसते. अशा मुलांची सवय सुटू शकते. २. स्वयंप्रेरित उपचार - बाळाच्या अंगठ्याला प्लास्टर लावणे, फडके बांधणे इ. उपचार तत्कालिक यशस्वी ठरतात व त्या सवयीचे रूपांतर वेगळ्या सवयीत, भावनेत होऊ शकते. ३. कोरफड, तिखट इ. सारखे पदार्थ अंगठ्यावर लावू नयेत, त्यामुळे काहीही फायदा होत नाही. ४. अंगठा घातलेला असताना त्यावर मारणे वा हाताने तो काढणे असे केल्याने उपयोग होत नाहीच, पण मुलांच्या मनात असुरक्षितता वाढीला लागते. तेव्हा ते धोकादायक आहे. ५. शिक्षा देणे, भीती दाखवणे 'या' सवयीबद्दल चारचौघांत बोलणे, लालूच दाखवणे व पालकांनी याबद्दल जास्त काळजी घेणे, यामुळे सवय वाढू शकते. तेव्हा हे टाळावे. ६. उपचारांची गरज जर अंगठा चोखणे १ वर्षानंतर दिवसा व रात्री होत असेल तरच असते. ७. कारणे शोधून काढणे, बाळाला सतत कार्यमग्न ठेवणे, मुलांची मन दुखावतील असे शब्द बोलू नये, तसेच भीती दाखवू नये, मारू नये व त्यांचा आत्मविश्वास जागृत करावा. त्यांना आपण फार मोठा गुन्हा करतोय असे वाटू नये. ८. अंगठा चोखणे ५ वर्षांनंतर राहिले तर जबडा नीट न जुळणे, दात पुढे येणे हे परिणाम जाणवतात.

प्रेम, मानसिक समाधान व सुरक्षितता । १३५

९. असुरक्षितता, कंटाळा येणे, बुजरेपणा, घरातील वाद-विवाद, वातावरण वा घरातील कारणे शोधून त्याबद्दल मानसोपचारतज्ज्ञाद्वारे उपचार करून ती कारणे समूळ नष्ट करावीत. १०. पालकांनी बाळाच्या चांगल्या गोष्टींकडे लक्ष देऊन या सवयीकडे दुर्लक्ष करावे. ११. मोठी मुले जेव्हा स्वत:हून यासाठी प्रयत्न करतात, तेव्हा त्यांना प्रोत्साहन द्यावे. १२. सर्वांत महत्त्वाचा उपचार म्हणजे सुरक्षितता, प्रेम, भावनिक समाधान व प्रोत्साहन यामुळे सर्व सवयी सुटू शकतात.

गादीत शू करणे : सर्वसाधारणपणे दिवसा गादीत, चड्डीत शू करणे हे ४ वर्षांपर्यंत नैसर्गिक समजले जाते. त्याचं कारण मुलांना शूचे नियंत्रण करणारे मज्जातंतू विकसित झालेले नसतात. आपल्याकडे बऱ्याच मुलांना नियंत्रण ३ वर्षांच्या आतच येते. कारण शू-शीच्या नियंत्रणासाठी पालक आग्रही असतात व अगदी ६ महिन्यांपासून ते मुलांना सराव करण्यास लावतात. रात्री गादीत शू करणे ६ वर्षांपर्यंत नैसर्गिक मानले जाते. गादी/चड्डी ओली करणाऱ्या मुलांना खालील परिस्थितीत उपचारांची गरज असते.

मुलींमध्ये हे नियंत्रण मुलांपेक्षा लवकर येते. गादीत शू करणाऱ्या मुलांचे २ विभाग करता येतात. १. प्राथमिक (Primary) ज्या मुलांना आजपर्यंत कधीच नियंत्रण आलेले नाही. २. काही कारणांमुळे उदाहरणार्थ, लघवीतील जंतुसंसर्ग (Secondary) ज्या मुलांना नियंत्रण आले होते, ते किमान ३ महिने टिकले व परत गमावले.

या आजाराची कारणे पाहायला गेल्यास खालीलप्रमाणे सांगता येतील. **१. शारीरिक आजार :** अ. जन्मजात असलेले दोष – उदाहरणार्थ, स्नायू कमजोर, लघवी उलटी फिरणे, शिश्नाचे दोष, मणक्यांचे आजार इ. ब. इतर आजार – उदाहरणार्थ, डायबेटिस. इथे एक लक्षात घेण्यासारखे आहे की, जरी जास्त प्रमाणात नसला तरी डायबेटिस हा आजार मुलांमध्ये असू शकतो. लघवीमधून झालेला जंतुसंसर्ग , सिकलसेल नावाचा पंडुरोग शारीरिक आजाराबाबत डॉक्टरांकडून रक्त, लघवी आवश्यकता असल्यास तपासून घ्यावी.

२. जेनेटिक (गुणसूत्राद्वारे) संक्रमित होणारा : जर आई-वडिलांपैकी एकाला लहानपणी हा त्रास असेल, तर मुलांमध्ये होण्याची शक्यता ४० टक्के असते. जर आई-वडील दोघांनाही त्रास असेल, तर मुलाला होण्याची शक्यता ७० टक्के असते.

३. लघवीच्या पिशवीची क्षमता कमी असल्याने वा पिशवीचे स्नायू आकुंचन

पावत असल्याने काही मुलांमध्ये हा प्रश्न निर्माण होऊ शकतो.

४. झोपेशी संबंधित : भयानक स्वप्न पडल्याने, झोपेत चालण्याची सवय असणाऱ्या मुलांमध्ये, आई-वडिलांमध्ये झालेल्या भांडणामुळे वा झोपेच्या वेळेस निर्माण झालेली असुरक्षितता, या मुलांना झोपेतून उठवणे हे सर्वसाधारण मुलांपेक्षा जास्त अवघड असते.

५. मानसिक ताण-तणाव : अ) असूया... घरात आलेल्या नवीन पाहुण्यामुळे खरेतर अजूनही लहान असलेल्या मुलाला उगाचच दादा बनवले जाते व सगळे सांगतात 'आता तू दादा झाला, आता तुझे लाड कमी.' आई बाळालाच जास्त वेळ घेते आहे, (देते आहे) त्यातच गुंतली आहे हे पाहून मुलाच्या मनात प्रेमात वाटेकरी निर्माण झाल्याची व आपल्यावरचे प्रेम खरेच कमी झाल्याची शंका येऊ लागते. मनात असुरक्षिततेची भावना निर्माण होते व त्याचे वेगवेगळे परिणाम दिसतात. उदाहरणार्थ, हट्टीपणा, लक्ष वेधून घेणाऱ्या कृती, बंडपणा किंवा डोके दुखणे, पोट दुखणे इ. गादी ओली करणे हे मुलांच्या मनातील असुरक्षित भावनेचे व्यक्त रूप असते. ही मुले एकलकोंडी किंवा कुरकुरी बनतात. असूयेपोटी मुले लहान बाळाचा द्वेष करतात. त्याला त्रास देतात किंवा मारतात. त्यासाठी खरेतर दुसऱ्या बाळाची चाहूल लागल्यावर या बाळाला जाणीव दिली पाहिजे व त्याची मानसिक तयारी करून घ्यायला हवी व बाळ तुझेच आहे हे समजावून त्याला बाळाची शू-शी काढणे, कपडे बदलणे यासारख्या गोष्टींत सामावून घेतले पाहिजे. पहिले काही १-२ महिने त्या लहान मुलाइतकाच वा जास्त वेळ त्याच्या दादाला दिला पाहिजे. त्या दादामध्ये एकदा सुरक्षिततेची जाणीव झाली की, आपल्याला घरात स्थान आहे व तेसुद्धा महत्त्वाचे असे वाटले की, प्रश्न संपून जातो किंवा हळूहळू कमी होतो.

आधी नियंत्रण आलेले हरवले, यासाठी आणखी काही कारणांचा पण विचार केला पाहिजे. उदाहरणार्थ, नातेवाइकांचा वा त्या मुलाने पाहिलेला मृत्यू, बदलीचे नवीन ठिकाण, नवीन शाळा यासारखी कारणे सिद्ध झालेली आहेत.

तपासणी :

अशा मुलांची तपासणी करताना १. प्रथम केस इतिहास ऐकला जातो. २. नोंदी ठेवल्या जातात. ३. आधीच्या उपचारांची घरातील सर्वांची, वातावरणाची माहिती गोळा केली जाते. आजार कुठल्या दिवसांमध्ये जास्त वाढतो वा कमी होतो याची नोंद केली जाते. ४. मुलाला उपचारपद्धतीत सामील करून घेतले जाते. ५. शारीरिक कारण नाही हे नक्की केले जाते. ६. लघवीची तपासणी केली जाते. ७. कारण शोधण्याचा प्रयत्न केला जातो. ८. अशाप्रकारे सर्व नोंदी ठेवण्यासाठी अंदाजे १ महिना कालावधी लागतो.

उपचार :

मुलांना तीन वेळा शू करून झोपवावे म्हणजे प्रत्येक वेळ शू करून आल्यावर १ ते ५० अंक म्हणावे.

लघवी साठवण्याची पिशवी पूर्ण रिकामी होते. झोपल्यावर बरोबर ८५ ते ९० मिनिटांनी एकदाच गजर लावून उठवावे व लघवी करून झोपवावे. सकाळी उठल्यावर गादी ओली असेल, तर कॅलेंडरवर लाल गोल असेल तर निळा गोल त्या तारखेला करायला लावावा.

१. या प्रकारच्या मुलांचे कारण शोधून ते नाहीसे करण्यासाठी वातावरण बदलण्याचा प्रयत्न केला जातो. २. मुलांना लघवीसाठी लगेच बाथरूममध्ये जाण्यास सांगून; पण लघवी न करता नियंत्रण कसे करावे हे शिकवले जाते व स्नायूंच्या प्रसरणाद्वारे पिशवीची लघवी साठवण्याची क्षमता वाढवली जाते. ३. गजर (Alarms) यात खूप प्रकार आहेत, यात पिशवीवर एक सेंसर ठेवला जातो व ती भरल्यावर गजर होतो किंवा पहिला थेंब पडल्यावर गजर होतो. ही पद्धती अतिशय उपयुक्त मानली जाते व ८० टक्के केसेसमध्ये याचे निकाल चांगले आहेत. भारतामध्ये ही घड्याळे सहज उपलब्ध नसल्याने गजर लावून ठरावीक काळाने रात्री उठवून नियंत्रण आणले जाते व स्टार कॅलेंडरसारख्या पद्धतीने हे नियंत्रण टिकवले जाते. ४. मन वळवणे व इच्छाशक्तीचा वापर करून घेणे, चर्चेद्वारा हे करता येते व या पद्धतीला ३ ते ६ महिने लागतात; पण परिणाम टिकाऊ असतात. ५. उपचार पद्धतीचे वर्गीकरण करावयाचे झाल्यास –

(निकालानुसार) – अ) काहीही न करता बरे होणारे – दर वर्षाला १५ टक्के पाचव्या वर्षानंतर, ब) इच्छाशक्तीचा वापर व चर्चा २५ टक्के, क) लघवीच्या पिशवीचे व्यायाम ३५ टक्के, ड) गजराचे घड्याळ ७०-८० टक्के, ग) औषधे ६०-७०; परंतु नीट वापरावी लागतात व औषधे बंद झाल्यावर परत नियंत्रण हरवण्याची शक्यता असते.

❖

मीडियाचे परिणाम

मीडिया याचा अर्थ टी.व्ही, मोबाईल, लॅपटॉप इत्यादी सर्वांचा समावेश असतो. सर्वप्रथम आपण टीव्हीचे परिणाम बघू या :–

दूरदर्शनला सर्वजण मुलांना बिघडवणारे माध्यम म्हणून नावे ठेवतात. खरेच दूरदर्शन इतके वाईट आहे का? या लेखात दूरदर्शन व मीडिया एकाच अर्थाने वापरले आहे. दूरदर्शनबाबत एका पाहणीनुसार अडीच वर्षांची मुले दर आठवड्यातून २५ तास, ६ ते ११ वर्षांची मुले २३ तास, ११ ते १८ वर्षांची मुले २२ तास तर ५५ वर्षांची माणसे ४४ तास आठवड्यातून टीव्ही बघतात. म्हणजेच आपल्या ७० वर्षांच्या आयुष्यात ७ वर्षे टीव्ही बघण्यात जातात.

मुलांना टीव्हीची सवय पालकच लावत असतात. एक वर्षाच्या आतील मुलाला घेऊन त्याची आई टीव्हीसमोर बसते. त्या वयात मुलांचे लक्ष रंगीत प्रतिमांकडे वेधले जाते. एक ते दोन या वयात जाहिरातींमधील ताल व संगीत मुलांना आवडते. दोन वर्षांनंतर मुलांना असे वाटत असते की, खरी माणसे लहान होऊन वायर प्लगमधून आत जातात व कार्यक्रम करतात. ४ ते ९ वर्षे या वयात समजून घेण्याची क्षमता नसते. या वयातील मुलांना टीव्हीवरचे सर्व खरे वाटायला लागते. परंतु सुरुवात, मध्य, अंत यांची संगती नीट लावता येत नाही. बारा वर्षांच्या आत मुलांना दूरदर्शन नीट समजायला लागते. म्हणजे खरेतर बारा वर्षांच्या आत मुलांना दूरदर्शनवरील घटनांचा अर्थ समजावून सांगणारे आपणच आहोत. तेव्हा दूरदर्शनवर काय दाखवले आहे, यापेक्षा त्याचा अर्थ कशाप्रकारे तुम्ही सांगता यावरून त्यातून काय घ्यायचे हे मुले ठरवतात.

कौटुंबिक व सामाजिक परिस्थिती सदोष असेल, तर मुले भोवताली घडणाऱ्या घटनांमधून चुकीचे अर्थ घेतात. आपण म्हणतो की, दूरदर्शनमुळे मुले बिघडली किंबहुना जास्त हिंसक बनायला लागली; परंतु समाजशास्त्रज्ञांच्या मते, 'कोंबडी आधी का अंडे' या वादासारखाच 'हिंसक वृत्ती मुळात असते का हिंसक कार्यक्रमामुळे

निर्माण होते' हा वादाचा विषय आहे. महाभारत घडले तेव्हा दूरदर्शन नव्हता किंवा पहिल्या महायुद्धाच्या वेळेससुद्धा दूरदर्शन नव्हता. दूरदर्शन हा हिंसक वृत्ती निर्माण करणारा नसून समाजातील बदलांपैकी एक घटक आहे हे समजावून घेतले पाहिजे व त्याला जाता-येता दोष न देता पालकांनी आत्मपरीक्षण केले पाहिजे.

टीव्हीमध्ये उत्सुकता निर्माण करणारे घटक पुढीलप्रमाणे असतात.

१. वय
२. लिंग
३. बौद्धिक क्षमता : हुशार मुले कमी टीव्ही बघतात.
४. सामाजिक परिस्थिती
५. शालेय साध्य व स्वीकार : ज्या मुलांचे व्यक्तिमत्त्व नीट विकसित झालेले असते व ज्यांना त्यांच्या हुशारीमुळे घरात स्वीकारले जाते ती मुले कमी टीव्ही बघतात.

दूरदर्शनचे अयोग्य परिणाम :

१. दूरदर्शनसमोर बसून राहिल्यामुळे मुलांची जाडी वाढते व खाण्याच्या वाईट सवयी लागतात, दात किडतात.

२. जास्त काळ टीव्ही बघणारे टीव्हीचे जग खरे मानायला लागतात व त्यांचे विचार बोलणे व कृती त्याप्रमाणे बनते.

३. टीव्हीमुळे डोळे बिघडतात असा शास्त्रोक्त पुरावा अद्याप आलेला नाही. टीव्हीच्या शारीरिक परिणामांमध्ये टेलिव्हिजन एपिलेप्सी (अपस्मार) हा एकच आजार सिद्ध झालेला आहे व जाडी वाढणे, क्रियाशीलता कमी होणे, खाण्याच्या वाईट सवयी लागणे इ. गोष्टी टीव्ही किती वेळ पाहिला जातो, यावर अवलंबून असतात.

४. टीव्हीच्या पडद्याकडे सतत बघत राहिल्यामुळे मुलांचा भोवतालच्या जिवंत व्यक्तीशी संपर्क तुटतो, ती एकलकोंडी होतात, पालक-मुलांमधला सुसंवाद हरवतो.

५. टीव्हीमुळे मुले आळशी किंवा घाबरट बनतात. एखाद्या कार्यक्रमामुळे मुलांना भीती वाटत असेल, तर असे कार्यक्रम त्यांना दाखवू नका. त्यांची भीती, टीव्हीमधून आपले खरे आयुष्य यातील तफावत सांगून घालवण्याचा प्रयत्न करा. (भीती घालवण्यासाठी हॉरर शो दाखवणारे पालक आहेत, जे अत्यंत चुकीचे आहे.)

६. मुले इतरांचे पाहून वागायला शिकत असतात. विशेषतः स्मार्ट हिरोचे अनुकरण करायला त्यांना आवडते. त्याचे सर्वच त्यांना खरे वाटते. हिंसक वृत्तीचे

समर्थन किंवा हिरो बनण्यासाठी त्याची आवश्यकता मुलांवर अयोग्य परिणाम करते आणि त्यांच्यात बढाईखोर वृत्ती निर्माण करते.

दूरदर्शनचे परिणाम टाळण्यासाठी :

टीव्हीचा विधायक उपयोग करून घ्यायचा असेल, तर पालकांनी काही गोष्टी लक्षात ठेवल्या पाहिजेत. मुलांना आवडणाऱ्या कार्यक्रमाबद्दल त्यांच्याशी बोला. मूल लहान असल्यापासून टीव्ही पाहण्याचे नियम पक्के करा. रंजक व क्रियाशीलता जोपासेल, असा टीव्हीला पर्याय मुलांना द्या. मुलांनी केबल टीव्ही बघायचा नाही, तर त्याला पर्याय काय, या प्रश्नाचे उत्तर द्या. मुलांनी काय बघायचे हे मुलांना समजले व त्यातून मिळालेल्या माहितीचा उपयोग मुलांचे ज्ञानसंवर्धन व मनोरंजन यासाठी केला, तसेच काही घरांमध्ये आजी-आजोबा नाहीत तेथे संस्काराचे कामसुद्धा टीव्ही बजावू शकेल. ज्या कार्यक्रमामुळे मुलांना भीती वाटेल किंवा त्यांच्यावर वाईट परिणाम होतो, त्यांच्याबद्दल त्यांच्याशी जरूर बोला. (त्या कार्यक्रमामुळे मूल दुसऱ्या खोलीत जात असेल, तर असे कार्यक्रम दाखवू नका व भीती घालवा), टीव्हीमधून दिसणारे आणि आपले खरे आयुष्य यांतील तफावतीविषयी मुलांशी बोला. उदाहरणार्थ, हिंसाचाराबद्दल वा वाईट व्यसनांबद्दल व त्यातून उद्भवणाऱ्या दुःखाबद्दल त्यांच्याशी चर्चा करा. वाईट व चांगला यातील फरक सांगत जा. टीव्हीतल्या कर्तबगार, सज्जन प्रवृत्तीच्या व्यक्तींचे आदर्श ठेवा. टीव्हीवरचे निवडक कार्यक्रम बघा व त्याला त्यातून विचारांना चालना द्या.

दूरदर्शन हा तुमच्या घरातील नोकर नसून **तिसरा पालक** म्हणून त्याचा वापर केल्यास तो खूप उपयोगी आहे. बऱ्याचदा आई-वडील काम करत असतात आणि टीव्हीला मुलाला सांभाळायला ठेवलेले असते. असे न होता पालकांनी मुलांबरोबर टीव्ही बघायला हवा आणि जागरूकपणे टीव्ही बघताना त्या कार्यक्रमाबद्दल मनमोकळी चर्चा आणि योग्य मूल्यमापन करायला शिकवावे. दूरदर्शनला पर्यायी मनोरंजन देणे ही पालकांची जबाबदारी आहे. माझ्याकडील एका आईने आपल्या मुलीला संध्याकाळी सहज विचारले आपण फिरायला जायचे का? त्या मुलीला खूप आनंद झाला व ती आपला आवडता कार्यक्रम सोडून फिरायला जायला तयार झाली. तेव्हा मुले पालकांचा सहवास मिळतो म्हणून पालकांबरोबर टीव्ही समोर बसलेली असतात. यासाठी

पालकांनीच आत्मपरीक्षण करावे.

तसे पाहिले तर वाचनाची आवड असणारे, खेळात, चित्रकलेत रमणारे मूल, आई-बाबांबरोबर फिरायला किंवा सहलीला गेलेली मुले यांना टीव्ही न बघण्याचं दु:ख कधीही होत नाही; पण टीव्ही व्यतिरिक्त छंद जोपासण्यासाठी लहानपणापासून मुलांवर तसे संस्कार झाले पाहिजेत व पालकांची बंधने घालून घ्यायची तयारी पाहिजे. पुस्तकवाचनाची आवड ही पालक आपल्या मुलाला लावू शकले, तर खरोखर त्याच्यासारखे दुसरे साधन नाही. मुलाची आवड बघून त्यांची क्रियाशीलता कशी वापरता येईल याचा विचार केला पाहिजे. कारण टीव्हीची अतिआवड हा जन्मत: आलेला गुणधर्म नाही. तेव्हा तो आपल्या घरातल्या वातावरणावर अधिक अवलंबून आहे हे लक्षात ठेवावे.

शाळांमधून मुलांना दूरचित्रवाणी बघण्याचे प्रशिक्षण दिले गेले, तर दूरचित्रवाणीच्या कार्यक्रमातून निर्बुद्ध मनोरंजन व वेळेचा अपव्यय न होता **मुले ज्ञानग्रहण करण्याची शक्यता जास्त आहे.**

भारतामध्ये दूरदर्शनसंबंधी कायदा बनवण्यासाठी पालकांनी व बालरोगतज्ज्ञांनी सरकारवर दबाव आणला पाहिजे. संध्याकाळच्या प्राइम टाइम किंवा महत्त्वाच्या वेळेत प्रत्येक चॅनेलवर ठरावीक तास मुलांसाठी ज्ञानात्मक आणि संस्कार करणारे कार्यक्रम दाखवण्याचे बंधन घातले गेले पाहिजे, तसेच जाहिरातीपैकी दारूच्या किंवा बीभत्स जाहिराती रात्री १० नंतरच्या कार्यक्रमात दाखवण्याचे बंधन घातले गेले पाहिजे. बालचित्रवाणी ही मुलांना सुबुद्धपणे विचार करायला लावणारे कार्यक्रम देणारी आणि संस्कार करणारी वेगळी वाहिनी असावी, ही बालरोगतज्ज्ञ संघटनेने १९९४ साली केलेली सूचना सरकारने स्वीकारावी. आता सेटटॉप बॉक्समुळे पालकांना अनावश्यक चॅनेल काढून टाकण्याची सुवर्णसंधी मिळाली आहे.

एकसंध कुटुंबातील **पालकांनी मोजकेच व विधायक कार्यक्रम मुलांबरोबर बसून पाहिल्यास व त्यांची चर्चा केल्यास आणि दूरदर्शनचा रिमोट आपल्या हातात ठेवल्यास दूरदर्शन हे शाप नसून वरदान असल्याचे** पालकांच्या लक्षात येईल.

❖

मुलांमधील इंटरनेटचा आजार

टी.व्ही आणि सोशल मीडियाने निर्माण होणारे मुलांमधील आजार आजकाल शारीरिक आजारांपेक्षाही झपाट्याने वाढत आहेत. धूम्रपान, दारू, ड्रग्ज, हिंसा, लैंगिक वर्तनाची लवकर सुरुवात हे वर्तनातील पाच धोकादायक बदल किंवा सवयी वयात येताना असण्याची शक्यता आहे. त्यासाठी पालकांना प्रशिक्षण देण्याची गरज आहे.

हल्ली जग इतके लहान झाले आहे की, आपल्या आरामखुर्चीत बसून आपण जगाच्या कानाकोपऱ्याची सहल सहज करू शकतो. माहितीच्या विस्फोटाने संपर्काच्या नवीन जगात प्रवेश केला आहे. या क्रांतीची दुसरी बाजू अशी आहे की, अनावश्यक व अयोग्य माहिती नको त्या वयात मुलांना मिळत आहे. ही मुले अशी माहिती हाताळण्याइतकी प्रगल्भ झालेली नाहीत. या आभासी, वाईट रस्त्यावरून वावरताना आपले मूल कधी खाईत लोटले जाईल याची खात्री नाही. ८ ते १७ वर्षे वयातील ८७ टक्के मुले घरी व्हिडिओ गेम खेळतात. ६० टक्के मुलांना कार्यक्रमातील जाहिराती बघणे आवडते तर अमेरिकेत ७० टक्के मुलांच्या शयनकक्षात टीव्ही आहेत. संशोधकांनी हे सिद्ध केले आहे की, जी मुले टीव्ही जास्त पाहतात, ती मुले पौष्टिक खाण्यापेक्षा बाजारू अन्नावर जास्त भर देतात. वयात येणाऱ्या मुलांना बऱ्याचदा आभासी व सत्य दुनियेतला फरक समजत नाही. टीव्ही किंवा सिनेमा हे धोकादायक वर्तनाला खतपाणी घालतात.

पालकांना दोष द्यायला सर्वांत चांगले कारण मीडिया आहे; परंतु त्यांना हे समजत नाही की, जन्मत: ते एक वर्ष आईला वाटले म्हणून बाळ टीव्हीसमोर असते. १ ते ३ वर्षे या वयात मुलांना फक्त जाहिरातीचे स्लोगन्स किंवा संगीत आवडते. ३ ते ६ वर्षे मुलांना वाटते की, हे लोक वायरमधून आत जातात. खरंतर ६ वर्षांपर्यंत खूप मोठा काळ आपण मीडिया शिक्षण देऊ शकतो; परंतु आपण ती संधी दडवतो. मीडिया प्रशिक्षण देण्याने होणाऱ्या जाहिरातीच्या भडिमारातून वाटचाल

कशी करायची हे शिकवले जाते. संगीत, भाषा, मेसेजेस यांचे पृथ:क्करण करणे, चांगले ते घेणे हे सर्व संस्कारांवर अवलंबून असते.

मीडियाने निर्माण होणारे आजार आजकाल शारीरिक आजारापेक्षाही झपाट्याने वाढत आहेत. धूम्रपान, दारू, ड्रग्ज, हिंसकता, लैंगिक वर्तनाची लवकर सुरुवात हे वर्तनातील पाच धोकादायक बदल किंवा सवयी वयात येताना असण्याची शक्यता आहे. मीडिया आजाराचा इतिहास जाणून घेण्यासाठी डॉक्टरांना प्रशिक्षण देण्याची गरज आहे. सर्व मीडिया मिळून किती तास घालवतो? कोणते चॅनल बघतो? कोणत्या परिस्थितीत बघतो? कार्यक्रमाच्या आत काय आहे? कार्यक्रम निवडण्याचे निकष कोणते आहेत? कार्यक्रम पाहताना सोबत पालक आहेत का? इतर फावल्या वेळात तो काय करतो? कार्यक्रम बघितल्यावर चर्चा होते का? खाणे-पिणे वजन याचे प्रमाण तपासणे आवश्यक असते, कारण तो खात नाही म्हणून बरेच पालक टीव्हीचा उपयोग करतात. खरंतर या मीडियाचा उपयोग तुम्ही 'तिसरा पालक' म्हणून करता की मुलांना सांभाळण्यासाठी नोकर म्हणून करता, यावर मीडियाचे परिणाम अवलंबून असतात.

'इंटरनेटचे व्यसन' किंवा 'इंटरनेटची सवय' फारजणांना असते. याबाबत इतिहास विचारताना ऑनलाइन आधी ठरवल्यापेक्षा जास्त काळ असतो का? घरातील कामाकडे दुर्लक्ष करून ऑनलाइन बसण्याची सवय लागली आहे का? खऱ्या मित्रांबरोबर खेळण्यापेक्षा आभासी मित्र जास्त आनंद देतात का? या ऑनलाइन प्रकरणामुळे शाळेच्या अभ्यासावर परिणाम होऊन मार्क / ग्रेड खूप कमी होण्यात झाला आहे का? एवढ्यात काही लैंगिक संबंध आले होते का? पालकांकडून विचारणा करताना शालेय प्रगती, दिवसाही त्याला थकल्यासारखे किंवा झोपावेसे वाटते का? कृतीबाबत लक्ष कमी झाले आहे का? कुटुंबाबरोबर बाहेर जाण्यास नकार, इंटरनेटबद्दल चर्चा टाळणे इत्यादी माहिती विचारली जावी.

इंटरनेट सवयीचे गुलाम ओळखण्यासाठी बऱ्याचदा ही मुले गैरहजर असतात, सारखी भांडणे करतात, या मुलांबद्दल शालेय शिक्षकांच्या तक्रारी असतात, खोटे बोलणे, चोरी करणे, दम देणे, मुलींना चिडवणे, ड्रग्ज, धूम्रपान करणे इत्यादी लक्षणांनुसार निदान करण्याची गरज आहे.

इंटरनेट सवयीचे गुलाम सहसा सतत व नेहमी कॉम्प्युटरचा वापर करतात. मोबाइल वाजला नाही तरी थरथर का झाली, म्हणून अधूनमधून बघतात. याला फँटम व्हायब्रेशन म्हटले जाते. काहीजण मोबाइलचा अनावश्यक व अतिजास्त बोलण्यासाठी वापर करतात. काही साइट्सचा उपयोग पोर्नोग्राफी किंवा सायबर सेक्ससाठी केला जातो. जेव्हा मुले अतिजास्त ऑनलाइन नात्यांना महत्त्व देतात, तेव्हा त्यांना उपचाराची गरज असते. सायबर स्टेकिंग म्हणजे इंटरनेटचा वापर त्रास

देण्यासाठी किंवा धमकी देण्यासाठी केला जातो. आधीच्या पार्टनरचे प्रोफाइल तपासणे, दुसऱ्याच्या स्टेट्सवर कमेंट्स टाकणे, व्हल्गर, बदनामीकारक मजकूर पाठवणे इत्यादी सायबर गुन्हा मानला जातो.

या मुलांच्या शास्त्रीय चाचण्या केल्या जातात. या चाचण्यांमध्ये बुद्ध्यांक चाचणी, यशाचे मापन, सीबीसीएल चाचणी कॉर्नर, रेटिंग स्केल, बेक विमनस्कता चाचणी, इंटरनेट एडिक्शन किंवा सवयीचे गुलाम शोधण्यासाठी चाचणी, चेन इंटरनेट एडिक्शन स्केल, कंपस्लिव इंटरनेट युज स्केल या चाचण्यांद्वारे योग्य ते निदान केले जाते.

या मुलांना उपचार करताना त्यांचे छंद जोपासले पाहिजेत; सांघिक खेळ, शालेय स्तरावरील क्लब याच्या साह्याने मैदानी खेळ खेळावेत. सर्व मीडिया मिळून दोन तासांपेक्षा जास्त वेळ न देण्याची खबरदारी पालकांनी नक्कीच दृढतेने वापरली पाहिजे. या मुलांना असणारे ताण, अस्वस्थता, विमनस्कता लवकर ओळखता आली पाहिजे. या मुलांना जीवनकौशल्य शिकवताना वर्तनातील बदल, वैचारिक दृढता, सभोवतालची परिस्थिती लक्षात घ्यावी. या समस्यांसाठी सहकार्य समिती नेमावी. या समितीमध्ये समुपदेशक, शिक्षक, पालक, डॉक्टर यांचा समावेश असावा. सहकार्य समितीने वेळ काढून या मुलांकडे विशेष लक्ष द्यावे. पालकांमध्ये जागरूकता निर्माण करायला हवी, मुलांमधील सवय जपताना त्याची मर्यादा समजून घ्यावी. या मुलांमध्ये असणारी ऊर्जा ही नेहमी धन विचाराने मीडियातील योग्य ते वेचण्यास सत्कारणी लावावी. मीडिया प्रशिक्षण योग्य त्या वयात दिले तर या आभासी, वाईट रस्त्याचे चांगल्या महामार्गात रूपांतर होण्यास वेळ लागणार नाही.

❖

सवयी : चोरी करणे, खोटे बोलणे, लक्ष वेधून घेणे

सवयी : डोळे उघडझाप करणे, भुवया उडविणे, खांदे उडविणे, आठ्या काढून बोलणे इतर असंख्य प्रकार यात दिसतात. वयात आलेल्या मुलींमध्ये खांदे पुढे काढून चालण्याची सवय दिसते. या सवयी शालेयपूर्व वयोगटात सहसा दिसत नाहीत व झोपेत नाहीशा होतात, तर दडपण आल्यावर वाढतात. सहसा या सवयी असुरक्षिततेचे दर्शक असतात; परंतु कधीकधी आनुवंशिकसुद्धा असू शकतात. अशा सवयी ६ ते ८ या वयांतल्या मुलांमध्ये जास्त आढळतात.

अशा सवयींमुळे घरात भांडणे होऊ शकतात. या सवयी जाण्यासाठी पालक मुलांना रागावतात, मारतात व शिक्षा देऊन सवयी कमी करण्यासाठी प्रयत्न करतात. यामुळे सवय कमी होत तर नाहीच, तर अजून वाढण्याची शक्यता असते.

अशा सवयीची सुरुवात झाल्यावर पालकांनी त्याकडे दुर्लक्ष करून सवयीबद्दलची चर्चा टाळावी व रागावणे, मारणे बंद करावे. उलट विचारपूर्वक वागून सवय निर्माण होण्यामागचे कारण, वातावरणातील असुरक्षितता शोधून काढावी व ती नाहीशी करावी. काही सवयींची जागा दुसऱ्या सवयी घेतात.

चोरी करणे : काही वयात नैसर्गिक असणाऱ्या गोष्टी दुसऱ्या वयात काळजी निर्माण करणाऱ्या असतात.

अगदी लहान मुलांना निसर्गतः असे वाटत असते की, एखादी गोष्ट आपली असो किंवा नसो,

आपल्याला हवी असताना ती आपल्याला मिळायलाच पाहिजे. जसजशी मुले मोठी होतात, तसतसे त्यांना दुसऱ्याच्या मालमत्तेबद्दल आदर राखायला शिकवलेच पाहिजे. पालकांनी यासाठी उत्तम आदर्श घालून द्यायला हवा. रस्त्यात पडलेले आपले नसलेले नाणे पालकांनी उचलून खिशात घातलेले पाहिले किंवा हॉटेलमधील चमचा हळूच पर्समध्ये सरकवताना मुलांनी पाहिलेले असेल, तर ते असेच शिकतात. प्रामाणिकपणाचा आदर्श पालकांनी बोलण्यातून, तसेच कृतीमधून घालून द्यायला हवा.

चोरी करण्यामागची कारणे : शालेयपूर्व वयोगटांतील मुलांना चोरी सहसा माहीत नसतेच, तेव्हा त्यांच्या कृतीचा नीट विचार करावा. शालेय वयोगटांत असुरक्षितता, वाईट आदर्श, बदला घेणे, स्वत्व जपणे, पैसे कमी मिळाल्याने आलेला कमीपणा झाकण्यासाठी, लक्ष वेधून घेण्यासाठी, खूप जास्त मुले असलेली घरे अशा प्रकारची कारणे असू शकतात. चोरी करणे हा सर्वसाधारण गुन्हा (५० टक्के) लहान मुलांमध्ये आढळतो. काही वेळेस घरी पालक चोर असतात, तर काही वेळेस पालक मुलांच्या वागण्याबद्दल अत्यंत बेफिकीर असतात, तर काही वेळेस शिक्षकांनी आळशी, बिनकामाचा अशी हेटाळणी केलेली मुले असतात.

उपचार : कारण शोधून काढून ते नाहीसे करणे हे सर्वांत महत्त्वाचे असते. अशा मुलांना प्रामाणिकपणावर लांबलचक भाषण देऊन किंवा सतरा वेळा सांगून, रागावून काही उपयोग होत नाही. पालक-मुलांचे व पालक-पालक वाद संपविणे किंवा मिटविणे व मुलाने जी वस्तू चोरली असेल ती भरून देण्यास अवघड असली तरी भरून द्यायला लावावी व पूर्ववत जागेवर नेऊन ठेवण्यास सांगावी. यात मानहानी झाली तरी योग्य वळण लागण्यास मदत होते.

खोटे बोलणे : हा चोरी करण्यासारखाच प्रश्न आहे. २-३ वर्षांच्या मुलाला खोटे म्हणजे काय हे माहीत नसतेच, तसेच ५-६ वर्षांची मुले स्वप्नावस्थेतील विचाराच्या साह्याने गोष्टी बनवून सांगतात. या मुलांच्या विचारात त्यांना एखादी गोष्ट व्हावी, असे वाटत असते. या मुलांच्या सांगण्यामध्ये मुद्दाम खोटे बोलणे किंवा स्वप्नावस्थेतले विचार असा फरक पालकांना करता आला पाहिजे व मूल खोटे बोलते की नाही, हे शोधले पाहिजे. काही वेळेस खोटे बोलणे हे

अतिशयोक्ती करण्याच्या नादातसुद्धा होते. अशावेळेस खोटारडा यासारखी विशेषणे

लावणे किंवा शिक्षा करणे चुकीचे ठरते. अतिशयोक्तीची सवयसुद्धा आजूबाजूच्या मोठ्या माणसांमुळेच लागते.

काही मुले बक्षीस मिळविण्यासाठी, प्रतिष्ठा मिळविण्यासाठी, मित्र मिळविण्यासाठी, शिक्षेपासून वाचण्यासाठी, शाळेतील मार वाचवायला किंवा घरातील वातावरण बिघडू नये यासाठीसुद्धा खोटे बोलतात, त्यांना शिक्षा द्यायला हवी. बऱ्याचदा खोटे बोलणे हे त्या मुलाला प्रेम व सुरक्षितता घरात न मिळाल्याने, धार्मिक कडवेपणा, घरातील वाद, पालकांचे वाईट आदर्श व असे पालक जे आपल्या मुलाचा अप्रामाणिकपणा हुशारीच्या नावाखाली लोकांना अभिमानाने सांगतात. वर्गात नापास झालेली कित्येक मुले घरातला मार वाचविण्यासाठी खोटे मार्क सांगतात. तेवढेच नव्हे, तर हाताने मार्क बदलतात व त्याची परिणती मोठेपणी भ्रष्टाचारात होते. पालकांनी प्रामाणिकतेचे आदर्श घालून द्यायला हवेत, तरच पुढील पिढी उज्ज्वल मार्गाने जाऊ शकेल.

उपचार : खोटे बोलणाऱ्या मुलांवरील उपचार हे करणाऱ्यांवर अवलंबून असतात. असुरक्षिततेची कारणे नाहीशी केली पाहिजे. जर मुलांना चुकून खोटे बोलल्यावर शिक्षा मिळत नाही असे समजले, तर ते कबूल करतील. खोटे बोलण्यामुळे होणाऱ्या परिणामांची जाणीव मुलांना द्यावी व एक खोटे लपविण्यासाठी आणखी अनेक वेळा खोटे बोलावे लागते, ते समजावून सांगावे. खोटे बोलण्यामागची परिस्थिती समजून घेऊन ती परत उद्भवू नये म्हणून प्रयत्न करणे महत्त्वाचे असते. प्रामाणिकतेचे फायदे मुलांना ठसवून द्यावे व समाजातील आदर्श त्यांच्यापुढे ठेवावेत. मुलांना खोटे बोलण्याबद्दल नुसते रागावून, मारून ते कधीच कमी होत नाही.

लक्ष वेधून घेण्याचा आजार : प्रत्येक मुलाला असे वाटते की, पालकांनी सारखे आपल्याकडेच लक्ष द्यावे व आपले कौतुक करावे. १ ते ३ वर्षे या वयातील मुले मुद्दाम खायचे नाही, असा हट्ट धरतात. त्याला कारण आई सारखे खा-खा करून मागे लागते व मुलांचे खेळायचे वय असते. बऱ्याचदा त्यांना नको असते व नंतर मुले थुंकतात. उलटी काढतात किंवा तोंडातच अन्न ठेवतात किंवा तोंड गच्च मिटून ठेवतात. काही मुलांना जेव्हा कळते की, माती खाण्यामुळे सगळे आपल्याकडे लक्ष देतात, तेव्हा ते मुद्दाम माती खाण्याचा प्रयत्न करतात. मुले शी/ शू दाबून ठेवतात किंवा चादर/सतरंजी इ. खराब करतात. काही मुले शी लागल्यावर आई लक्ष देते म्हणूनसुद्धा संडासला जातात. (विशेष १ ते ३ वयोगटांत) अशा मुलांकडे संपूर्ण दुर्लक्ष करण्यास सांगितल्यावर त्यांची ही सवय ८ दिवसांत नाहीशी होते.

काही मुले पालकांचे लक्ष आपल्याकडे हस्तमैथुन, डोके आपटणे, नाकात

बोटे घालणे, ओठ खाणे इ. मार्गांनी वेधून घेतात. पालकांच्या अतिकाळजीने व घाईगडबडीने हे प्रश्न वाढतात व त्यांचे सवयीत रूपांतर होऊ शकते. काही मुले लक्ष वेधून घेण्यासाठी वेगवेगळे आवाज काढतात, मुद्दाम खोकतात, विचित्र हावभाव किंवा चेहऱ्याच्या हालचाली करतात. आपण श्वास रोखण्याबद्दल मागे बघितलेच आहे. तर काही मुले फुले तोडतात, कुरकुरतात, ऐकत नाहीत, पोट दुखणे, पाय दुखणे, डोके दुखणे अशा प्रकारच्या आजारांमध्ये काम टाळणे व लक्ष वेधून घेणे ही कारणेसुद्धा महत्त्वाची असू शकतात. काही मुले पालक रागावले की, त्यांना विचारतात, 'आई तुला मी आवडते का?' किंवा माफी मागून पटकन राग शांत करतात. खरेच, लहान मुलांची बुद्धिमत्ता अफाट असते व तिला योग्य वाट दाखविणे महत्त्वाचे असते, 'न धरी शस्त्र करी मी, गोष्टी सांगेन युक्तीच्या चार' असे म्हणून श्रीकृष्णाने घेतलेली सारथ्याची भूमिका आई-वडिलांनी घ्यायची असते, तरच मुलांना लढायला स्फूर्ती येते व ती यशस्वी होतात.

उपचार : लक्ष वेधून घेणाऱ्या मुलांवरचे उपचार सोपे असतात. जेव्हा पालकांना समजते की, हे सगळे लक्ष वेधण्यासाठी चाललेय तेव्हाच अर्धी लढाई संपते. अशा मुलांकडे सगळे लक्ष देऊन त्यांच्यात विश्वास निर्माण करावा लागतो. अशा प्रकारच्या मुलांना दुसरीकडे क्रियाशील कृतीत गुंतवावे हे सर्वांत उत्तम. शिक्षा किंवा धमक्या देऊ नयेत. अशा मुलांच्या कृतींकडे दुर्लक्ष करणे, त्यावर चर्चा न करणे यामुळेसुद्धा त्यांना शिक्षा मिळाल्यासारखी असते; पण त्या बरोबरच त्या मुलांना स्वतंत्र व्यक्ती म्हणून ओळखणे, त्यांना योग्य ते प्रेम, सुरक्षितता देणे यामुळे हे प्रश्न नाहीसे होऊ शकतील.

लहान मुले माती का खातात?

वयाच्या ९व्या महिन्यांपासून ते १३ महिन्यांपर्यंत वाढीच्या नैसर्गिक प्रक्रियेमुळे रक्त व लोह यांचे प्रमाण कमी असते. मुलांचे माती खाणे हे २ वर्षांपर्यंत नैसर्गिक समजले जाते. कारण खाण्याच्या वस्तू कोणत्या, न खाण्याच्या कोणत्या हे माहीत नसल्याने सगळ्यांचीच प्रथम चव घेतली जाते. माती खाणे, खडू खाणे, भिंतीचे पोपडे खाणे हे २ वर्षांनंतर अनैसर्गिक आणि चुकीचे असते. त्याची महत्त्वाची कारणे :

१. पालकांचे मुलाकडे झालेले दुर्लक्ष २. त्यांना समजावण्यात आलेले अपयश ३. लोह कमी असणे ४. माती खाण्याच्या कृतीमुळे जर आईचे लक्ष बाळ वेधून घेत असेल व आपल्यामागे आई येते आहे, याचा त्या मुलाला होणारा आनंद.

यावरील उपचार म्हणजे १. प्रथम माती खाण्यामुळे मातीतून पोटात गेलेले जंत जाण्यासाठी जंतावरचे औषध द्यावे, २. मुलांकडे नीट लक्ष द्यावे, ३. त्यांना

समजावून द्यावे, ४. लोहाच्या व रक्ताच्या वाढीसाठी औषधे वापरणे आवश्यक असते. ही औषधे ३ महिने सलग घेणे आवश्यक असते. कारण पहिल्या दोन आठवड्यांत रक्त वाढायला सुरुवात होते व लोहाची पुरेशी साठवण करण्यापर्यंतच्या प्रक्रियेस ३ महिने लागतात, तेव्हा नियमित लोह व झिंक यांची औषधे योग्य प्रमाणात घेणे आवश्यकच असते. लोहाची इंजेक्शन्स देण्याने लोहवाढीचे प्रमाण हे तोंडाने औषध देण्यासारखेच व तितक्याच वेळात होत असल्याने व इंजेक्शन स्नायूत खोलवर द्यावी लागत असल्याने दुखतात व कातडीचा रंग बदलू शकतो. तेव्हा इंजेक्शन्स न घेण्याचे श्रेयस्कर, ५. औषधोपचाराबरोबरच खाण्यात लोहाचे प्रमाण जास्ती असलेले अन्नसुद्धा द्यावे, हे उपचार व प्रतिबंध या दोन्ही दृष्टीने उपयुक्त ठरते. उदाहरणार्थ, राजगिरा, लाल माठ, तांदुळसा, पालक, मेथी, गूळ-दाण्याचा लाडू व कोथिंबीर या पदार्थांचा जास्त वापर करताना मुलांना हिरव्या भाज्या त्यांना आवडेल त्या प्रकारात बनवून द्याव्यात. उदाहरणार्थ, काही मुलांना हिरव्या भाज्या पराठ्यातून आवडतात; पण पातळभाजी आवडत नाही, तसेच गूळ-दाण्याची चिक्की आवडते, पण लाडू नाही.

६. मुलांच्या योग्य कृतीकडे योग्य वेळेस लक्ष देऊन त्यांना दुसरीकडे गुंतवल्यास माती खाण्यासारखा लक्ष वेधून घेण्याचा आजार होणार नाही, तेव्हा याप्रमाणे उपचार केल्यास माती खाणे १५ दिवसांत किंवा १ महिन्यामध्ये बंद होईल.

शालेय प्रवेशापूर्वी

शाळेतला पहिला दिवस हा बऱ्याच मुलांच्या आयुष्यातला रडण्याचा दिवस असतो. कारण ओळखीच्या, सुरक्षित अशा वातावरणातून प्रथमच बाळ अनोळखी अशा वातावरणात आई, बाबा किंवा दादा/ताई यांना सोडून काही तास राहणार असते. खरेतर शाळेतल्या बाई प्रेमळ व समजूतदार असतील, तर अशा रडक्या मुलांचे रूपांतर लवकरच हसऱ्या व शाळाभक्त मुलांमध्ये होते. पण काही मुले खूप जास्त काळ रडतात, हे मात्र त्यांच्या घरातील वातावरण चांगले नसल्याचे (उदाहरणार्थ, अतिसंरक्षण किंवा असुरक्षितता) किंवा सामाजीकरण नीट झाले नसल्याचे लक्षण असते. यासाठी पालकांना सोडून स्वतंत्र राहण्याची व समवयस्क मुलांमध्ये मिसळण्याची संधी आणि सवय निदान ६ ते ९ महिने आधीपासून करावयास हवी.

शाळा दोन वर्षे वयाच्या आतल्या मुलांसाठी :

हल्ली बाळ पोटात असल्यापासूनच आई विचार करते – 'मी या बाळाला CBSE, ICSC, SSC कोणत्या शाळेत घालू? कोणत्या माध्यमात घालू?' घरी आई-वडील अशिक्षित असले तरी त्यांना मुलाला इंग्लिश मीडियमलाच घालायचे असते. मातृभाषेतून शिकून शास्त्र व गणित इंग्रजीतून शिकणे हे जास्त सोयीस्कर माध्यम आहे.

पहिल्या दोन वर्षातील मुलांची शाळा ही घर, पाळणाघरे, शाळा येथील खेळणी व वातावरणाद्वारे घडत असते. पालक मात्र कधी बाळ बोलायला सुरुवात करेल, तेव्हा त्याला लगेच १, २, ३ व ABCD शिकवू पाहतात. जे मुलांच्या विकसाच्या दृष्टीने घातक असते.

बऱ्याचदा मुलाला शाळेत अडकवण्याचे महत्त्वाचे कारण; तेवढेच दोन तास घरी शांतता व लवकर शिकला म्हणजे जास्त हुशार होईल हे असते. मुलांच्या कौशल्याचा विकास झाल्याशिवाय शिकवणे यामुळे मुलांच्या शिकण्यातला आनंद कमी होतो. या वयात उचकापाचकी करणे हा खेळ असतो व पालक हे आदर्श असतात.

पालकांनी हे लक्षात ठेवावे. मेंदूच्या मज्जातंतूचे जाळे विकसित करण्यासाठी चांगले वातावरण देणे आवश्यक असते. प्रत्येक मूल वेगळे असते. सतत काम करणारा मेंदू म्हणजे मुलांचा मेंदू. नातेसंबंधाद्वारे ते शिकतात. मुले सर्वांकडूनच शिकतात, परंतु त्यांच्या आई-वडिलांची जागा कोणीच घेऊ शकत नाही. या मुलांना उद्दीपन खूप लागते. प्रतिबंधक उपाय, लसीकरण यांचे महत्त्व अनन्य साधारण आहे.

या वयात मुलांचा विकास हा शारीरिक, भाषिक, वैचारिक, सामाजिक बुद्धिमत्ता यांद्वारे मोजला जातो.

दोन वर्षांच्या आतील मुलांनी कधी शाळेत जावे :

* त्यांच्याबरोबर खेळायला कोणीच नाही
* जास्त जागा नाही खेळायला
* खेळण्याची संधी कमी आहे
* आईला बाळापासून सुटका हवी आहे
* शाळा खूप जास्त उद्दीपन न देता मनमोकळे व शारीरिक सुरक्षा घेऊन खेळू देत आहे

कोणत्या बाळाने शाळेत जाऊ नये :

* समायोजनात अडथळे आहेत
* शारीरिक सदृढता अयोग्य आहे
* जास्त दमतो किंवा जास्त उद्दीपन मिळतात
* शिक्षक मुलांना शिकवताना सगळ्या मुलांना एकाच तराजूत मोजत असतात
* जाणे-येणे फार जिकिरीचे आहे

नर्सरी शाळेच्या वेळा कशा असाव्यात :

१८ महिने – १ तास दर आठवड्यातून १-२ वेळा
२१ महिने – २ तास किंवा २ आठवड्यातून
२४ महिने – २ ते २.५ तास किंवा ३ वेळा आठवड्यातून

शिक्षण म्हणजे शिक्षक देतात ते नसून ती नैसर्गिक प्रक्रिया जी नुसते ऐकून नाही, तर वातावरणातील अनुभवाने तयार होते. खेळणी स्वत:हून शिकवणारी असावीत. स्वतंत्र काम करण्याची संधी व स्वत:चे अनुभव महत्त्वाचे असतात. कौशल्यांवर आधारित शिक्षण जे आयुष्यातील सत्याला सामोरे जायला शिकवते ते महत्त्वाचे असते. या वयात शिकवताना तो ते कौशल्य आत्मसात करण्यासाठी विकासात्मक दृष्टीने तयार आहे का, त्याची मुलभूत कौशल्ये विकसित झाली आहेत का, हे पाहिले पाहिजे. त्याची कृती करण्याची तयारी त्या कृतीमधला उत्साह पाहिला पाहिजे. शिकवण्याची सर्वांत चांगली पद्धत खेळातूनच असते. खेळणी, नाटिका, रचनात्मक खेळ, वाचन, रेडिओ, टीव्ही, सिनेमा, कॉम्प्यूटर इ. मुलांचे खेळण्याचे मार्ग असतात.

प्रगतिपुस्तकावर मोठे स्नायू, लहान स्नायू, व्यक्त भाषा, ग्रहण भाषा, बौद्धिक, वैयक्तिक, सामाजिक विकास या क्षेत्रात मूल कोठे आहे हे नोंदवून त्याप्रमाणे सल्ला दिला पाहिजे. डॉ. नायर यांची 'नेस्ट चाचणी' व डॉ. कोहली यांचे संवहन प्रदर्शिका याचा अभ्यास संस्थाचालक व शिक्षक यांनी करायला हवा. वाचन व लिखाण कौशल्याआधी इतर सराव स्नायूंची पकड, ताकद हे महत्त्वाचे असतात.

एखाद्या वयात मूल काय करते व काय अपेक्षित आहे; पण करत नाही हे समजले पाहिजे; अनुभवाने तो कसा समृद्ध होईल ते पाहिले पाहिजे. लवकर शाळेत घालताना त्याची तयारी, जास्त ताण देऊ नये खूप काही फार आधी नको, काम्प्यूटर्सचा वापर योग्य प्रकारे असावा.

नर्सरीत :

* सारखे लक्ष द्यावे लागते
* आल्यावर मुले तुम्ही काय सूचना सांगतात याची वाट न पाहता खेळायला सुरू करतात तुम्ही आजूबाजूला असणे हे त्यांना सुरक्षित वाटते
* नकला खूप छान करतात
* शांत बसत नाहीत सतत काहीतरी करतात
* चित्रांची पुस्तके आवडतात, नादमय संगीत आवडते

मुलांना शाळेत घालण्याआधी मुलांची व पालकांची दोघांचीही तयारी आवश्यक

आहे. सर्वप्रथम शाळेत घालण्यासाठी मूल शारीरिकदृष्ट्या सुदृढ आहे किंवा नाही हे पाहावे. ३ वर्षे वयाच्या मुलाचे वजन १२ किलो आणि उंची ८८.८ से.मी., तसेच ४ वर्षं वयाच्या मुलाचे वजन १३.५ किलो आणि उंची ९६ से.मी. सर्वसाधारणपणे असावी. त्याचे सर्व डोसेस बालरोगतज्ज्ञ संघटनेच्या शिफारशीनुसार झालेले आहेत का नाही, हे तपासावे. प्रत्येक मुलाने शाळेत जाण्याआधी बी.सी.जी; पोलिओचे ५, ट्रिपलचे ३ प्राथमिक डोसेस व १ दीड वर्षाचा बूस्टर, ९व्या महिन्यांतील गोवर, १५व्या महिन्यांतील एमएमआर या बरोबरच नवीन लसीपैकी रक्तातील कावीळ संदर्भात लसीचे ३ डोसेस पूर्ण केलेले असावे. टाइफॉइड, हिब, कावीळ अ, कांजिण्या या लसी देणेसुद्धा आवश्यकच आहे. या वयातील मुलांची वाढ व विकास योग्य आहे की नाही, यासाठी वजन व उंची याबरोबरच त्यांचे बालपण आठवा. दुसऱ्या महिन्यांत बाळ आईकडे बघून हसले होते का? चवथ्या महिन्यात मान धरायला लागले होते का? आठव्या महिन्यांत बसायला व १ वर्षाचा असताना चालायला लागले होते का? बाळाला ऐकायला, बघायला नीट येतेय ना. याची आपण खात्री केलेली आहे ना? बाळ आता ३ किंवा ४ वर्षांचे झालेले आहे, तेव्हा ते व्यवस्थित जिने चढ-उतार करू शकते ना, पळू शकते ना, तसेच ३ ते ४ शब्दांचे वाक्य सहज म्हणतेय ना? आपल्या बाळाचा शब्दसंग्रह नीट वाढतोय का? बाळ कातरकाम, मातीचे आकार बनवणे, ठोकळे रचणे, स्वत:च्या व दुसऱ्याच्या शरीराचे भाग दाखवणे, नेहमीच्या वापरातील वस्तूंची नावे सांगणे, स्वत:चे नाव, लिंग सांगणे, त्रिकोण, चौकोन, वर्तुळ आकार समजणे, यांसारख्या गोष्टी बाळ नीट करतेय का? या सर्व गोष्टींना बाळाच्या विकासाच्या दृष्टीने महत्त्व असल्याने आपण या कमीत कमी गोष्टी आपले बाळ करतंय ना, याची खात्री करून घ्यावी कारण शाळेत घालण्याआधी ह्या प्राथमिक गोष्टींची खात्री झालेली नसेल, तर आपल बाळ वैकासिक बालरोगतज्ज्ञांना दाखवून शाळेसाठी योग्य आहे ना हे पाहिलंच पाहिजे. कारण ५वी नंतर शाळेत मागे पडणारी किंवा शाळेच्या अभ्यासक्रमात उत्साह नसलेली मुले खरेतर खूप आधीच ओळखता येतात व ज्या मुलांमध्ये अशी शक्यता असते त्यांना विशेष प्रशिक्षण (खेळ व बौद्धिक विकास कार्यक्रम असे मराठीतून सोपे व उद्युक्त करणारे शास्त्रीय कार्यक्रम उपलब्ध आहेत) देऊन त्यांच्या कुवतीनुसार सर्वोत्तम पातळीवर नेता येते.

आता आपण मुलांच्या प्रत्यक्ष मानसिक तयारीचा विचार करू. बालरोगतज्ज्ञ शालेय समितीच्या शिफारशीनुसार **४ वर्षे वय पूर्ण केलेल्या मुलालाच L.K.G. किंवा बालवाडीत पाठवावे व ६ पूर्णला पहिलीत घालावे.** शालेयपूर्व शिक्षण हा शालेय शिक्षणाचा पाया नसल्याने औपचारिक शिक्षण म्हणजे लिहिण्या-वाचण्यावर भर न देता विकासात्मक दृष्टीने म्हणजे नाट्य, संगीत, खेळ इ. द्वारे

३ ते ६ या वयात शिक्षण द्यावे. ह्या मूलभूत गोष्टींचा पालकांनी नेहमी विचार मनात असू द्यावा.

मुलांची मानसिक तयारी करताना त्यांना शाळेबद्दल औत्सुक्य/कुतूहल निर्माण करावे व या वयातील मुलांना स्वत:च्या हट्टीपणावर नियंत्रण राखावयास शिकवावे. त्यांच्या मनात कोणत्याही भीतीचा बागुलबुवा निर्माण करू नये; असल्यास तो काढून टाकावा. शाळेत तो आनंद मिळवण्यास जाणार असून, शाळा म्हणजे नंबरची रेस किंवा अभ्यासाचा त्रास नव्हे, असे वातावरण निर्माण करावे. शाळेतून मिळणाऱ्या आनंदातून तो शिकत जातो व चुका दुरुस्त करत जातो. या वयातील मुलांच्या औत्सुक्य, कुतूहल, भीती, हट्टीपणा, चौकसबुद्धी या भावना पालकांनी समजावून घ्यायला हव्यात. मुलांना निरनिराळे खेळ खेळण्याची संधी द्यावी व खेळ म्हणजे वेळेचा अपव्यय व अभ्यास म्हणजे सदुपयोग ही भावना पालकांनी मनातून काढून टाकावी. या वयात खेळ हेच विकासाचे उत्तम माध्यम असते व खेळातूनच मुले कौशल्य विकसित करण्यास शिकतात. त्यांच्या साहस व कृतीला योग्य वाट दिल्यास ती मुले शाळेत घाबरत नाहीत व स्वत:चा योग्य विकास करवून घेतात. मुलांमध्ये अनेक सुप्त गुण असतात, जे फुलण्यासाठी पालकांच्या समजावून घेण्याची व मदतीची वाट पाहत असतात. मुलांना शाळेत स्वतंत्रपणे वावरणे शिकवण्यास, शाळेचा आनंद घ्यायला शिकवा आणि शिक्षण अनौपचारिक पद्धतीने द्या. साहस व कृतीला प्रोत्साहन द्या. स्वत:च्या गोष्टी स्वत: करायला लावा यातून स्वतंत्र, आनंदी व शाळाप्रेमी मूल तयार झालेले दिसेल.

लक्षात ठेवा, शिक्षण ही नैसर्गिक प्रक्रिया असून, नुसते शिकवून ते येत नाही, तर वातावरणातील अनुभवांवर ते अवलंबून असते.

लहान मुलांचे शाळेत जाण्याचे वय

माझा मुलगा आता ३ वर्षांचा आहे. त्याला कोणत्या मीडियमला शाळेत घालू? त्याच्यासाठी काही तपासणी करणे आवश्यक आहे का? तो काहीच लिहीत नाही? कृपया मार्गदर्शन करावे...

मुलांना शाळेत घालण्यासंबंधी 'राष्ट्रीय बालरोग संघटने'ने एक शालेयपूर्व शिक्षण समिती नेमली होती. त्या समितीचा महाराष्ट्रातील एकमेव सदस्य म्हणून मी काम पाहिले होते. त्या समितीने ३ ते ६ वर्षं वयोगटांतील मुलांच्या शिक्षणासाठी सूचना केल्या आहेत. त्यातील सर्व सूचनांचे कायद्यात रूपांतर दिल्ली व केरळ सरकारने केलेले असून, केंद्र सरकारने रिपोर्ट विचारार्थ घेतला आहे.

सर्वांत महत्त्वाचे म्हणजे मुलांना शाळेत घालण्याचे वय काय? तर मुलांना अडीच वर्षांपर्यंत कोणत्याही प्रकारच्या शाळेत घालूच नये. घरीच सर्वांगीण विकास

कसा होईल, या दृष्टीने प्रयत्न करावेत. यासाठी त्याच्याशी संवाद साधणे, आजूबाजूच्या परिसराची सोपी शास्त्रीय माहिती देणे, प्रश्न विचारण्यास उद्युक्त करणे व त्याचे बोलणे प्रगल्भ होण्यासाठी संधी देणे हे करावे. अडीच ते चार किंवा ३ ते ४ या वयात फक्त मुक्तपणे विहार करू देणाऱ्या व वैकासिक दृष्टीने शिकवणाऱ्या म्हणजे लिहिणे किंवा वाचणे न करायला लावता गाणी, गोष्टींच्या माध्यमाने व हसत खेळत शिकणाऱ्या २ तासांच्या आसपास असणाऱ्या शाळेत म्हणजेच प्ले ग्रुपमध्ये शाळेत घालावे. ४ वर्षानंतर पूर्वबालवाडीत (लोअर के. जी.) पाठवावे किंवा बालवाडीत घालावे व ६ वर्षं पूर्ण झाल्यावर पहिलीत घालावे.

मीडियम निवडताना मुलांची बौद्धिक कुवत, जी चौथ्या वर्षी बुद्ध्यांक करून मोजलेली असावी. घरातील वातावरण म्हणजे यात आई-वडिलांचे शिक्षण व ते देऊ शकत असलेला वेळ व घरात त्या माध्यमाबाबत तयारी करवून घेतली जाऊ शकते किंवा नाही याचा विचार करावा. खरेतर ३ ते ६ या वयोगटांत मातृभाषेतूनच शिक्षण दिले गेले पाहिजे व पहिलीपासून किंवा पाचवीपासून गणित व शास्त्र इंग्रजीतून व बाकी विषय मराठीतून असावेत. नुकताच महाराष्ट्र शासनाने १लीपासून इंग्रजी शिकवण्याचा घेतलेला निर्णय स्तुत्य आहे. याबरोबरच ५वीपासून गणित व शास्त्र ऐच्छिकरीत्या इंग्रजीतून शिकण्याची सोय असावी. बाकीच्या गोष्टींचा विचार करणे आवश्यक आहे. तुमचे मुले हुशार आहे का? त्याची बौद्धिक कुवत काय आहे? तुमच्या घरात वातावरण कसे आहे? शाळा कोणती निवडणार? तिथे कशाप्रकारे शिकवले जाते? या सर्व गोष्टींना महत्त्व नक्कीच असते. राम जोशी समितीचा शालेयपूर्व शिक्षणाचा अहवाल फारच उत्तम असून, सरकारने तो स्वीकारण्यास लावलेला विलंब अक्षम्य आहे.

३ वर्षांच्या मुलाला कृपया लिहायला लावूच नका. कारण लिहिण्यासाठी (पेन/पेन्सील पकडण्यासाठी) मुलांच्या बोटांचे स्नायू ४ वर्षे झाल्यावर विकसित होतात. त्यामुळेच जर २ वर्षांच्या मुलाला लिहायला शिकविले, तर ६ महिने लागतात आणि ३ वर्षांच्या मुलाला शिकवले, तर ६ आठवडे लागतात. ४ वर्षांच्या मुलाला लिहायला शिकवले, तर ६ दिवस लागतात. तेव्हा मुलांना आधी प्लास्टिसिन मातीचे आकार बनवायला लावून बोटे तयार करावीत व नंतर लिहायला शिकवावे.

सर्वांत शेवटी आपण IAP Preschool Education Committee (आ.ए.पी. शालेयपूर्व शिक्षण समिती)च्या विशेष सूचना पाहू, ज्यांचे दिल्ली व केरळ सरकारने कायद्यात रूपांतर झालेले आहे (महाराष्ट्रात अद्याप कायदा नाही).

१. पूर्व बालवाडी (लोअर के. जी.) साठी शालेयप्रवेशाच्या दिवशी मुलाला कमीत कमी ४ वर्षं पूर्ण झालेली असावीत.

२. मुलांचा शालेय प्रवेशाचा निकष, त्या मुलाची परीक्षा वा इंटरव्ह्यू नसावा.

३. शाळेत प्रवेश देताना लसीकरण व शारीरिक, मानसिक तपासणीचे प्रमाणपत्र सक्तीचे असावे.

४. शालेयपूर्व शिक्षणात शिक्षणाचे माध्यम शक्यतो मराठी (मातृभाषा) असावे.

५. मुलांच्या विकासात या वयात वाचन व लिखाणावर जास्त भर देणे हे विकासाच्या दृष्टीने धोकादायक असल्याने तसे करू नये.

६. एनसीइआरटी, नवी दिल्ली यांच्या सूचनांप्रमाणे शालेयपूर्व शिक्षण अभ्यासक्रम आखला जाऊन सर्व देशभर सुसूत्रता निर्माण करावी.

७. शालेयपूर्व शिक्षणात मुलांना गृहपाठ व परीक्षा असू नये व मार्क देण्यापेक्षा ग्रेडचा वापर करावा.

८. मुलांची वाहतूक करताना वाहतूक नियमांचे कडक पालन करावे. ६ ते ८ मुलांपेक्षा जास्त एका रिक्षात नकोत.

९. पहिलीत प्रवेश देताना शालेयपूर्व शिक्षण सक्तीचे नसावे. कारण तो शालेय शिक्षणाचा पाया नसून विकासाचे माध्यम आहे.

१०. सर्वसाधारण दिसणारी व वाटणारी; परंतु बौद्धिक वाढीच्या दृष्टीने अडथळे असणारी मुले लवकर ओळखून त्यांना शैक्षणिक व विकासात्मक उपचार करून सर्वसाधारण मुलांमध्ये ही मुले सामावून जातील अशी मदत करावी.

❖

आदर्श बालवाड्यांची कार्यपद्धती
(सर्जनशीलता)

बालवाडी याचा अर्थ बाळाची खेळण्याची व खेळण्यातून शिकण्याची जागा. यासाठी वयोगट अडीच वर्षे पूर्ण ते साडेचार वर्षे हा गृहीत धरला आहे. या वयातल्या मुलांना नेहमी खेळण्याच्या माध्यमातूनच शिकवावे. या मुलांना एखादी गोष्ट परत परत सांगितली की, मजा वाटते व त्यांना ती चांगली येईपर्यंत ती गोष्ट परत करायला ते तयार असतात; पण आपण त्यांना भीती दाखवून व सारखे हे करू नको, ते करू नको सांगून त्यांच्यातल्या साहस व उत्साहावर बंधन घालत असतो. ही मुले अनुकरणप्रिय व उत्साही असल्याने त्यांच्यातल्या शक्तीचा वापर

योग्य तऱ्हेने कसा होईल, याचा बालवाडी शिक्षकांनी विचार करावा. या वयात मुलांना स्वतंत्र बनवावे आणि स्वत:हून शोधण्याची व शिकण्याची सवय लावावी. बरेचसे शिक्षक, पालक खेळण्याला तुच्छ लेखून वेळ वाया जातो असे समजतात. त्यापेक्षा ते त्याला मोठा माणूस झाल्यावर कसे वागावे, याचे शिक्षण देण्यात मग्न असतात.

बालवाडीत मुलांच्या खेळाचे २ प्रकार करावेत. १. मुलांनी स्वत:हून खेळावे, निर्णय घ्यावेत. २. शिक्षकांनी मार्गदर्शन करावे.

पहिल्या प्रकारात मुलांची सर्जनशीलता वाढीस लागू शकते व ते स्वत:वर विश्वास ठेवायला व स्वत:चे गुण विकसित करण्यास शिकतात.

खेळणी ३-४ वयोगट :

भातुकलीचा खेळ, तीनचाकी सायकल, गाड्या, झोपाळा, खडूच्या पेट्या, मोठे कार्डबोर्डचे बॉक्सेस, तेलकट खडू, रंग, माती, प्लॅस्टिसिनची माती, चिखल, टेलिफोन, बाहुलीचे घर, ड्रमसेट वा वाद्ये, विमाने, जंगली-पाळीव प्राण्यांचा संग्रह, सोप्या शब्दांची पुस्तके.

चपळ, बुद्धिमान, हुशार हे गुण उत्तम बौद्धिक वाढीचे आदर्श आहेत व बुद्धिमत्ता ही जन्मत: गुणसूत्राद्वारे, आनुवंशिक असते, तसेच वातावरणामुळे त्याला पैलू पडत जातात. बुद्धिमान मुलाला योग्य वातावरण मिळणेही आवश्यक असते.

त्यांच्या खेळण्याचे खालील प्रकार करावेत.

१. खेळण्यांशी खेळणे

२. नाटक – टीव्हीवरचे वा पुस्तकातले/जीवनावर आधारित

३. क्रियाशीलता जोपासणे – ठोकळे, माती, मणी, रंग, डिंक, कात्री व रंगीत तेलकट खडू याच्या साह्याने

४. खेळ मैदानी – बॉल फेकणे, झेलणे, पळापळी वगैरे

५. वाचन – चित्राची, गोष्टीची पुस्तके, पक्षी व प्राण्यांचे तक्ते

६. कॅसेट ऐकवणे – बालगीतांच्या, गोष्टींच्या

७. गाणी कृतीसह तसेच अर्थासह व तालबद्ध असावीत

मुलांना ४ वर्षांचा होईपर्यंत लिहायला (अक्षरे) मात्र देऊ नये. मॉंटेसरी या इटालियन मानसरोगतज्ज्ञ व शिक्षणतज्ज्ञ बाईंनी जी मॉंटेसरीची कल्पना मांडली, त्यात मुलांमध्ये शारीरिक शिक्षण व स्वसूचनांद्वारे शिकवून वाचन व लिखाणासाठी पूर्वतयारी करवून घेणे हे उद्दिष्ट होते. त्यांचे म्हणणे असे होते की, शिक्षकांनी पडद्याआड राहून मुलाला काम करण्यास तयार करावे व काय करावे हे निवडण्याचे मुलाला स्वातंत्र्य असावे. 'शिक्षण म्हणजे शिक्षक देतात ते नसून शिक्षण ही

नैसर्गिक प्रक्रिया माणसांकडून आपोआप घेतली जाते आणि मनुष्य स्वत:च्या अनुभवातून व ऐकण्यातून शिकत जातो.'

बालवाडी शिक्षकांना प्रशिक्षण शिबिरात सहभागी होणे सक्तीचे असावे, कारण या शिक्षकांचा व्यवसाय हा ठरावीक, तेच ते करण्याचा नसून खुल्या मनाने स्वत:च्या अनुभवांना नवीन शास्त्रांची जोड देत करण्याचा आहे. माणूस जसजसा प्रगल्भ होत चाललाय तसतसे या क्षेत्रातले प्रयोग व संशोधन निश्चित रूप घेत आहे. मुलांची खेळणी ही स्वत:हून दुरुस्त होणारी असावीत म्हणजे मुलांचा एखादा गुण विकसित होईपर्यंत किंवा त्यांच्यामध्ये एखादी गोष्ट करण्याची पात्रता येईपर्यंत त्याला आपण खेळतोय ते बरोबर का चूक ते समजत नाही. मुले चुका करतात व सुधारत जातात. या वयातील मुलांमधले सुप्त गुण समजायला पालकांचा समजूतदारपणा व योग्य तेथे मदत लागते. मुलांच्या मानसिक सुरक्षिततेची काळजी योग्य प्रकारे घेतली व त्याच्या मूलभूत गरजा खऱ्या अर्थाने जर पूर्ण केल्या, तर मुलांचा विकास होण्यास वेळ लागत नाही.

लहान मुलांमध्येसुद्धा काही मुले खूप चपळ, बुद्धिमान, हुशार असतात. अशा मुलांना गुणी (Gifted) मुले म्हणतात. ही मुले खूप उत्साही, जबरदस्त निरीक्षण शक्ती व विचारशक्ती असलेली असतात. अशा 'गिफ्टेड' मुलांना समजून घेणे पालकांच्या, तसेच शिक्षकांच्या दृष्टीने फार महत्त्वाचे आहे. कारण त्यांच्या कृतींबद्दल जर कल्पना नसेल, तर त्यांच्या वागण्याबद्दल गैरसमज होण्याची शक्यता असते. त्यांना पटतील अशी उत्तरे मिळेपर्यंत नुसते होला हो करणे त्यांना जमत नाही, तेव्हा मोठ्या माणसांना अपमान झाल्यासारखे वाटण्याची शक्यता असते. नेहमीच्या वर्गात त्यांना अभ्यासात तोचतोपणा वाटू लागतो आणि सर्वांच्या आधी त्यांचे काम पूर्ण होऊन गेल्यामुळे खोड्या काढणे, दंगा करणे चालू होते. इतर मुलांना त्रास होतो याची कल्पना त्यांना येत नाही. शिक्षकांना याची कल्पना नसल्याने ते शिक्षा करतात व मुलांच्या विचारातील अस्सलपणा अथवा कल्पकता, त्यामुळे होणारा थोडासा अस्थिरपणा, अतिचिकित्सक वृत्ती आणि सर्जनशीलता यांची गफलत, गैरशिस्त, चंचल वृत्ती आणि विध्वंसकपणा यांच्याशी केली जाते. ही मुले शिक्षा टाळण्यासाठी खोटे बोलतात व हे खोटे बोलणे कल्पनांच्या भराऱ्यांच्या स्वरूपात सुरू होते. त्यांचा खोटे बोलण्यामागे दुष्ट हेतू नसतो व कोणाचे नुकसान करावे, असेही त्यांना वाटत नसते; पण या मुलांचे हे कल्पनाविश्व इतके खऱ्यासारखे वाटते की मग खरे काय आणि काल्पनिक काय हेच समजत नाही.

या मुलांच्या सर्जनशीलतेला आणि बुद्धीला वेळीच पोषक वातावरण आणि

खतपाणी मिळाले नाही, तर असामान्य मुलांना इतर सर्वसामान्यांनी घालून दिलेल्या पद्धतींना अनुसरून वागण्याची सवय होऊन जाते. ही सर्जनशील मुले एखाद्या गोष्टीची माहिती गोळा करतात. त्यातून त्यांचे विचार शिजतात किंवा त्यांना अचानक सुचतात आणि ती त्याचा पडताळा पाहतात.

सर्जनशीलतेच्या पोषणासाठी :

तुमच्या मुलाला त्याच्या कल्पनाशक्तीशी खेळण्यासाठी व त्याच्या विश्वात रमण्यासाठी योग्य संधी व वेळ द्या.

कुटुंबातील इतर व्यक्तींच्या आवडीनिवडींपेक्षा त्या मुलाच्या आवडी भिन्न असतील, तर त्याच्यावर त्या लादू नका.

मुलांच्या न संपणाऱ्या प्रश्नमालिकेला जरूर उत्तरे देत राहा. त्यांच्यातल्या शोधकवृत्ती व उत्सुकता या गुणांना प्रोत्साहन द्या.

मुलाने काही नवीन करून दाखविले, तर त्याला नाउमेद न करता स्वागत करा. इतरांपेक्षा काहीतरी वेगळे करण्याची त्याला मुभा द्या.

वर उल्लेखलेली खेळणी उदाहरणार्थ, मातीकाम, रंगकाम इ. त्याला द्या.

थोडे साहस-धाडस करू द्या. त्यामुळेच तो स्वावलंबी बनेल. तेव्हा बालवाडीच्या चपळ व बुद्धिमान मुलांबद्दल आपण बघितले; पण सर्वच मुलांना शिकविताना लहान लहान गट करून शिकवावे व स्वानुभवातून शिक्षण द्यावे. त्यांना निरीक्षण करणे, प्रयोग करणे व जवळून तपासणी करणे, मत बनविणे, मत व्यक्त करणे, कौतुक करून त्यांच्यामधल्या गुणांचे तसेच सर्जनशीलतेचे योग्य पोषण करणे, अशा पद्धतीने शिकवावे.

सर्जनशील मुले :

ही मुले उद्योगी, वरचढ, आत्मकेंद्रित, बोलकी, स्पष्टवक्ती, धाडसी, जिद्दी, प्रयोगशील, आत्मविश्वास असलेली असतात.

या मुलांना तुमच्याकडून काय हवे असते तर परवानगी, लक्ष, शाबासकी, प्रेरणा व उत्तेजन, त्यांच्या प्रयोगासाठी स्वातंत्र्य, त्यांच्या व्यक्तिमत्त्वाचा आदर व त्यांच्यावर विश्वास ठेवायला शिका. या मुलांना काय नको असते तर बंधन, शिक्षा,

अतिसुरक्षितता, जपणूक, टीका, नकारात्मक सूचना, धाकधमक्या, अतिलाड, अतिप्रेम इ.

सर्वांत महत्त्वाचे म्हणजे गप्प बसणारी मुले बुजरेपणामुळे गप्प बसतात, का समजत नाही म्हणून गप्प बसतात, हे शोधले पाहिजे. यासाठी अशा मुलांची यादी करून स्वतंत्ररीत्या पालकांशी चर्चा करून कारण शोधावे. बुजऱ्या मुलांना आत्मविश्वास व प्रेम मिळाले की ती मोकळी, चपळ, बोलकी बनतात; पण परिचयातल्या व्यक्तीबरोबरच ती बोलतात. जर बुजरेपणा स्वभावातील दोषामुळे असेल, तर त्यांना पालक-शिक्षक सहकार्याने मदत करून आत्मविश्वास देऊन बोलके बनवता येईल.

मात्र, मतिमंद, मंदबुद्धीची मुले चपळ, बोलकी बनण्यास त्यांच्या मेंदूच्या वयानुसार योग्य वातावरण देणे आवश्यक आहे. म्हणजे एखादे मूल ४ वर्षांचे असून, बौद्धिक वाढ ३ वर्षांची आहे, अशा मुलाला ३ वर्षांप्रमाणे वागवाल, तर तो दडपणाखाली न वावरता चपळ, बोलके बनू शकेल व यासाठीच जन्मानंतर २ किलोच्या आतील मुले, जन्मत: न रडलेली, झटके आलेली व इतर हाय-रिस्क मुले यांना पहिल्या महिन्यातच ओळखून त्याना नियमित मार्गदर्शन मिळणे आवश्यक आहे व अशा हायरिस्क मुलांच्या पालकांनी कायम जागरूक राहिल्यास या मुलांची वाढ त्यांच्यातल्या सर्व सुप्त शक्तींच्या विकासाबरोबर चांगली होऊ शकते व त्यांच्यातल्या गुणांचा पुरेपूर वापर आपल्याला करवून घेता येतो. कारणे शोधून त्याप्रमाणे वातावरणातील उपचार आखल्यास ही मुले बोलकी व चपळ बनू शकतील. मुलांना त्यांच्या वयाप्रमाणे, कुवतीप्रमाणे सर्वोत्तम वातावरण दिल्यास ती नक्कीच बोलकी व चपळ बनतील.

२ ते ४ वर्षं या वयातील विकास तपासण्यासाठीची यादी पुढीलप्रमाणे...

वय २ ते ३ वर्षे नेस्ट ज्युनिअर

स्नायू विकास :

१. धरून जिना चढणे.
२. २० से.मी. अंतराच्या दोन ओळींच्या मधून चालणे.
३. मागे चालणे.
४. जागेवर दोन्ही पायासकट उडी मारणे.
५. मदतीच्या साहाय्याने जिना उतरणे.
६. ५ फूट अंतरावरून मोठ्या माणसाकडे चेंडू फेकणे.
७. फुटबॉल लाथाडणे.
८. एका पायावरती एक सेकंद वजन तोलणे.

लहान स्नायू विकास :

१. मातीचे गोळे खेळणे.
२. गोलाकार फिरणे, स्वत: भोवती गिरकी घेणे.
३. सहा मणी एका मिनिटात ओवणे.
४. एका वेळेला एकच पान उलटणे.
५. पाच ठोकळ्यांचा मनोरा तयार करणे.
६. गोल डबीतून मणी बाहेर काढणे.
७. पेपरची अर्धी घडी पाहून करणे.
८. खाचा असलेले डब्याचे झाकण उघडणे व बंद करणे.
९. पेन्सील योग्य पद्धतीने धरणे.
१०. + हे चिन्ह पाहून काढता येणे.

बौद्धिक विकास :

१. ठरावीक वस्तू विनंतीनुसार शोधून देणे.
२. चार चित्रांची नावे सांगणे.
३. उभी रेष पाहून काढणे.
४. लहान-मोठे असा फरक विनंतीनुसार लक्षात आणून देणे.
५. 'आत', 'वर', 'खाली' असे विनंतीनुसार लक्षात आणून देणे.
६. घंटीसारख्या आवाज येणाऱ्या वस्तूचे नाव सांगणे.
७. स्वत:च्या शरीराच्या पाच भागांची नावे सांगणे.
८. तीन रंग जुळवणे.
९. पेग बोर्डवर तीन किंवा अधिक रिंग्ज क्रमाने लावता येणे.

वैयक्तिक सामाजिक विकास :

१. स्वत:च्या हाताने वाटी चमच्याने खाता येणे (थोडेसे सांडत).
२. ५० टक्के वेळा पालकांच्या विनंतीनुसार सहकार्य करणे.
३. फक्त खाण्याच्याच वस्तू चावणे आणि चघळणे.
४. मोठ्या माणसांचे कपडे घालण्याचा प्रयत्न करणे किंवा त्यांच्याशी खेळणे.
५. विचारल्यावर निवड करता येणे.
६. प्रेम, राग, दु:ख, हसणे, खाणे इ.ची भाषिक समज असणे.
७. स्लीपर्स घालता येणे.
८. साधे कपडे काढता येणे.
९. साधे कपडे घालता येणे.

१०. शी-शूचे दिवसा योग्य नियंत्रण असणे.

व्यक्त भाषा विकास :

१. नेहमीच्या वापरातील वस्तूंच्या वर्णनावरून त्या वस्तूंकडे बोट दाखवणे.
२. शरीराचे आठ भाग दाखविणे.
३. कृतिशील चित्रांकडे बोट दाखविणे.
४. परीक्षकाच्या वापरातील २ किंवा ३ शब्दांचा पुनरुच्चार करणे.
५. तीन निरनिराळ्या कृतींची आज्ञा खुणा न करता पाळणे.
६. विचारल्यावर अजून वस्तू देणे.
७. कुटुंबातील सदस्यांचे नातेसंबंधदर्शक शब्दांचा वापर करणे.
८. स्त्री/पुरुषांच्या चित्रांचे भाग दाखविणे.
९. वस्तू असलेली पेटी ओळखणे.

ग्रहण भाषा विकास :

१. दोन शब्द जुळविणे.
२. शूसाठी शब्दाने सांगणे.
३. 'मामा', 'दादा' या शब्दांशिवाय सहा शब्द बोलणे.
४. नाम, सर्वनाम आणि दोन शब्दांची वाक्य बनवता येणे.
५. दोन शब्दांचा एकत्र वापर स्वत:च्या गरजांसाठी करणे.
६. नाही आणि नको याचा बोलण्यात उपयोग करणे.
७. शरीराचे पाच भाग सांगणे.
८. कुत्रा, मांजर, बकरी इ. प्राण्यांचे आणि इतर ओळखीच्या वातावरणातील आवाजाची नक्कल करणे.
९. स्वत:चे नाव आदरार्थी वापरणे.
१०. हे काय आहे, ते कोण आहेत, या सारखे प्रश्न विचारणे.

वय ३ ते ४ वर्षे नेस्ट ज्युनिअर

स्नायू विकास :

१. ८ इंच उंचीवरून उडी मारणे.
२. बाळाकडे बॉल घरंगळवला असता त्याने पायाने लाथाडणे.
३. चवड्यांवर चालणे.
४. ३ चाकी सायकल ५ फूट अंतर पायडल मारत चालवणे.
५. एका पायरीवर एक पाय असे करत मदतीशिवाय जिना चढणे.
६. एका पायावर ५ सेकंद उभे राहणे.

७. लंगडी घालणे.
८. दोन्ही पाय एकत्र जुळवून जागेवर ३ वेळा उड्या मारणे.
९. ५ इंच रुंद उडी मारणे.
१०. टोपलीत चेंडू फेकणे.
११. दोन वेगवेगळ्या ठोकळ्यांवर पाय ठेवून चालून दाखविणे.

लहान स्नायू विकास :

१. मातीचा चेंडू बोटांनी गोलाकार करणे.
२. कात्रीने कातरणे.
३. दोन हातांनी चेंडू झेलणे.
४. टीव्हीचे अनुकरण करणे.
५. एका कडेपासून दुसऱ्या कडेपर्यंत सरळ रेष काढणे.
६. अनुकरणाने पूल तयार करणे.
७. पाहून गोल काढणे.
८. सहा मोठे मणी दोरीमध्ये २ मिनिटांत ओवणे.
९. टिंब जोडता येणे.
१०. आठ ठोकळे एकावर एक ठेवणे.

बौद्धिक विकास :

१. फार्म बोर्ड नीट लावणे.
२. मोठ्या आणि छोट्या वस्तूंची नावे सांगणे.
३. संपूर्ण वस्तूंचा आकार २ तुकडे जोडून तयार करणे.
४. कोणत्या वस्तू एकत्र राहतात हे सांगणे.
५. तीनपर्यंत अनुकरणाने मोजून दाखविणे.
६. मोठी आणि लहान रेषांमधील फरक ओळखणे.
७. वस्तूंचे वर्गीकरण करणे.
८. ३ रंग ओळखणे व नावे सांगणे.
९. वस्तू आणि त्याच्या सावल्या जुळवणे.
१०. तीन तुकड्यांतले कोडे एकत्र जुळवणे.

वैयक्तिक विकास :

१. आठवण करून दिल्यावर नाक पुसणे.
२. आठवड्यातून दोनदा सकाळी गादी ओली न करता उठणे.
३. पाणी किंवा पेय स्ट्रॉने ओढणे.
४. आंघोळ करताना स्वतःच्या अंगावर पाणी ओतणे.

५. तोंडावर/शरीरावर पावडर लावणे.
६. साधे कपडे घालता येणे.
७. सांगितल्यावर दुसऱ्या खोलीतून वस्तू आणणे.
८. मदतीशिवाय स्वतःचे दात घासणे.
९. मोठी बटणे लावणे आणि काढणे.
१०. नेहमीच्या धोकादायक प्रसंगांपासून स्वतःचे रक्षण करणे.

व्यक्त भाषा विकास :

१. स्वतःचे संपूर्ण नाव सांगता येणे.
२. निरनिराळ्या वस्तूंची नावे सांगता येणे.
३. कुटुंबातील सदस्यांची नावे सांगता येणे.
४. लिंगभेद ओळखणे व सांगणे.
५. हे कसे, ते कसे असे प्रश्न विचारणे.
६. नेहमीच्या वापरातील वस्तूंचे उपयोग सांगणे.
७. इकडे आणि तिकडे अशा शब्दांचा उपयोग करणे.
८. 'तू काय करतोस?' अशा प्रश्नांना उत्तर देणे.
९. स्वतःचे नाव वापरण्यापेक्षा मी, माझ्या, माझे अशा शब्दांचा उपयोग करणे.
१०. बोलण्यात 'एक'चा उपयोग करणे.
११. क्रमाने घडलेले दोन प्रसंग सांगता येणे.
१२. तत्कालिक अनुभवाचे कथन करणे.

ग्रहण भाषा विकास :

१. सोप्या गोष्टी ऐकून त्यावरील एक-दोन प्रश्नांची उत्तरे देणे.
२. जड, हलके ओळखणे.
३. माणसाच्या चित्रातील विसंगती दर्शविणे.
४. गार/थकणे/भूक लागणे सांगता येणे.
५. सारखेपणा व विरुद्ध अर्थाचे शब्द सांगायला सुरुवात करणे.
६. शरीराचे दहा भाग दर्शविणे.
७. लपविलेली वस्तू शोधून काढणे.
८. सांगितल्यावर क्रमशः दोन आदेश पाळणे.
९. पहिले/शेवटचे दर्शविता येणे.
१०. शरीराच्या दहा भागांची नावे सांगणे.

शाळेतील शिक्षक अथवा घरी आई आपल्या **४ ते ६ वयातील मुलाला**

खाली दिलेल्या गोष्टी येतात की नाही, हे तपासून बघू शकते व त्याप्रमाणे दोष सुधारू शकते.

नेस्ट कार्यक्रम ४ ते ६ वर्षे

स्नायू विकास

१. १० इंच मोठी उडी
   अ. मुलाला रुंद (मोठी) उडी कशी मारायची ते दाखवा.
   ब. आईने/शिक्षिकेने जमिनीवर पाय सरळ पसरून बसावे. मुलाला त्यावरून ओलांडण्यास खेळाच्या माध्यमातून सांगावे.
   क. तळ्यात-मळ्यात सारखे खेळ गोल/चौकोन काढून खेळण्यास मुलाला प्रवृत्त करावे.

२. १५ इंचांवरून खाली उडी मारणे
   अ. मुलांना १५ इंच उंचीवर ठेवावे व खाली आकर्षक खेळणे ठेवावे. जो मुलगा प्रथम उडी मारून खेळणे घेईल, तो जिंकला.
   ब. मुलांना रांगेत उभे करून एक-एक करून स्टुलावर चढण्यास सांगावे व घंटी वाजल्यावर उडी मारण्यास सांगावे.
   क. वाळूमध्ये १५ इंच खोल खड्डा करून त्यात मुलाला उडी मारण्यास उद्युक्त करावे.

३. चवड्यांवर चालणे
   अ. मुलांना चवड्यांवर चालून दाखवा.
   ब. मुलाच्या पायाच्या रुंदीएवढ्या २ समांतर रेषा आखून घ्या. त्याला त्या रेषांमधून चालायला लावा.
   क. वरीलप्रमाणे रेषा आखून त्यांना झुकझुक गाडीच्या आवाजासह खेळायला लावा.

४. एका पायावर १० सेकंद उभे राहणे
   अ. आई/शिक्षिका एका खुर्चीत एक पाय वर करून बसेल. मुलाचा पाय आईच्या पायावर आधार देऊन ठेवावा. मुलाला दुसऱ्या पायावर तोल राखण्यास मदत करावी.
   ब. मुलाला एका पायावर मदत देऊन उभे करा व हळूहळू तुमची मदत काढून घ्या.
   क. मुलाला चेंडूला लाथ मारण्यास उद्युक्त करा.

५. बाजूला व मागे उडी मारणे

अ. मुलाला तळ्यात-मळ्यात खेळण्यास प्रोत्साहित करा.

ब. मुलाला हाताला धरा आणि बाजूला आणि मागे उड्या मारायला लावा.

क. गोल काढा. मुलांना २-३ पावले मागे थांबवा. एका मुलाला चेंडू फेकण्यास सांगा. जर झेल घेण्यास मुलगा अयशस्वी ठरला, तर तो मागे उडी मारेल व नंतरचा मुलगा बाजूला उडी मारेल.

६. २० सें.मी. बॅलन्स बीमवर चालून दाखवणे

अ. मुलाचे हात धरा व त्याला बीमवर चालायला लावा.

ब. मुलाला बेंचवर चालायला लावा.

क. मुलाला ओळीने मांडलेल्या विटांवर चालायला लावा.

७. २० सें.मी. दोरीवर उडी मारणे

अ. मुलाला २० सें.मी. उंचीवर दोरखंड/दोरी बांधून त्यावरून उडी मारण्यास उत्तेजन द्या.

ब. सुरुवातीला दोरखंड जमिनीलगत ठेवा आणि हळूहळू त्याची उंची वाढवा. त्याबरोबर मुलाला प्रत्येक वेळेस उडी मारायला लावा.

८. तीनचाकी सायकल कोपऱ्यात वळवून चालवणे

अ. आई/शिक्षिकेने खुर्चीत बसून मुलाचे दोन्ही पाय आपल्या पायांवर ठेवून त्याच्या हाताला धरावे. नंतर आपले पाय एका आड एक वर उचलून सायकल-सायकल खेळावे. यामुळे एका आड एक पाय वर घेण्यास मूल शिकेल.

ब. सुरुवातीला मुलाला हँडलला धरून सायकल वळवण्यास शिकवावे व हळूहळू आपली मदत कमी करावी.

क. मुलाला सायकलवरून तुमच्या मागे यायला सांगावे व तुम्ही त्याच्या समोर निरनिराळ्या दिशांना फिरावे.

९. १ मीटर अंतरावरील चेंडू हाताने झेलणे

अ. सुरुवातीला उशी किंवा बाहुलीसारख्या मोठ्या वस्तूंचा वापर करावा.

ब. एक गोल काढा. त्यात मुलाला उभे करा. त्याच्या जवळ चेंडू फेका. सुरुवातीला ३० सें.मी. अंतरावर, नंतर हळूहळू १ मीटरपर्यंत लांब अंतरावर चेंडू फेका.

१०. एका पायावर १ मीटर अंतरापर्यंत लंगडी घालणे

अ. एक मोठा चौकोन जमिनीवर काढून त्यात लहान चौकोन काढा. फरशीचे/टाइल्सचे लहान तुकडे करून पहिल्या चौकोनात ठेवा व लंगडी घालून तो उचलण्यास लावा. तो तुकडा दुसऱ्या चौकोनात फेकून त्या चौकोनात लंगडी घालत उचलायला लावा.

ब. अशा प्रकारचे खेळ तयार करा.

११. ४ वेळा उड्या मारणे

अ. एकामागे एक ४ गोल काढा. एकामागून एका गोलात मुलाला हात हवेत ठेवून उड्या मारायला सांगा.

ब. एक मोठा आयत काढून त्याचे छोटे छोटे चौकोन करा. पहिल्या चौकोनात फरशीचा तुकडा टाकून त्यावर उडी मारायला सांगा. हात मात्र तरंगत ठेवा. असाच खेळ परत खेळवावा.

क. नारळाच्या झाडांच्या झावळ्यांचा झोका तयार करून उड्या मारण्यास सांगा.

१२. चेंडूला सलग ४ वेळा टप्पे देणे

अ. टप्पा पडणारा चेंडू झेलणे.
ब. मुलाला टप्पा पाडण्यास मदत करा.

१३. टेनिससारखा मऊ चेंडू एकाच हाताने झेलणे

अ. प्रथम चेंडू दोन्ही हातांनी झेलण्यास शिकवावे व नंतर एका हाताने झेलण्यास शिकवावे.

ब. वरील कृती घरातील न तुटणाऱ्या वस्तूंबाबत करायला लावा.

क. मुलाला चेंडू भिंतीवर किंवा जाळीवर टाकून एका हाताने झेलण्यास उद्युक्त करा.

१४. अनुकरणाने पूल तयार करणे

अ. काड्यापेट्या, विटा, ३ उश्या किंवा स्टीलचे ३ ग्लास वापरून मुलाला पूल तयार करून दाखवा.

१५. किल्लीचे खेळणे चालवणे

अ. मुलाला कुलूप किल्लीने उघडायला लावा.
ब. मुलाला पेन उघडायला लावा.
क. मुलाला नळ सोडायला व बंद करायला लावा.

१६. आकार रंगवणे

अ. मुलाला वेगवेगळे आकार काढून ते खडू/कोळसा/रंगीत खडूने

रंगवायला द्या.
- ब. जमिनीवर गोल काढून तो फुलांनी भरायला सांगा. फुले गोलाच्या आतच राहतील याची काळजी घ्या.
- क. मोठ्या आकारात अंक काढून ते रंगवायला लावा.

१७. कटर वापरणे
- अ. मुलाला पेन्सील कशी कटरमध्ये घालायची ते शिकवा आणि त्याला टोक करायला मदत करा.

१८. सोपे आकार फाडणे
- अ. पहिल्यांदा वर्तमानपत्र देऊन त्यातील चित्रे फाडायला सांगा.
- ब. पेपरवर आकार काढून द्या. मुलाला काढू द्या व मुलाला ते फाडण्यास मदत करा.
- क. चौकोनी कागदाची चार पदरी घडी घाला व ४ चौकोनी तुकडे करा.

१९. बदामाच्या आकाराचे अनुकरण
- अ. कणीक वापरून बदाम तयार करा.
- ब. पत्त्यांवरील बदाम दाखवा.

२०. ३ आकारांतील फरक ओळखा
- अ. प्रथम मुलाला त्रिकोण, चौकोन व गोल या आकाराच्या वस्तू दाखवा.
- ब. मुलाला हे आकार वाळूत काढायला शिकवा.

२१. त्रिकोण, चौकोन, गोल काढण्यास अनुकरणाने शिकवणे
- अ. त्रिकोण, चौकोन, गोल काढून दाखवा व मुलाला काढायला शिकवा.
- ब. कणीक वापरून काढायला सांगा.

२२. मुलाला ३ भागांत चित्र काढायला सांगणे.
- अ. मुलाला कोणतेही चित्र काढायला सांगा.
- ब. एखादी आकृती/आकडा पाहून काढायला सांगा.

२३. A, F, E सारखी अक्षरे काढायला लावणे
- अ. त्याची बोटे पकडून A, F, E काढायला लावा.
- ब. मोठे मणी देऊन त्यापासून ही अक्षरे करणे.
- क. बांगड्यांचे तुकडे वापरून अक्षरे बनवणे.

२४. सारख्या आकाराच्या २ भागांत पेपरची घडी घालणे
अ. कागदाची घडी घालण्याचा खेळ खेळा. नंतर त्यात फुंकर मारून त्याचा आवाज काढा.
ब. मुलाला कागदाची बोट, शर्ट, कॅमेरा, रॉकेट करायला शिकवा.

२५. अक्षरे गिरवणे
अ. वाळूवर बोटांनी गिरवून अक्षरे काढायला शिकवा.
ब. नावाचे ठोकळे नावाच्या खोक्यामध्ये एकत्र करून ठेवा व त्याच्या नावाच्या अक्षराचे ठोकळे बाजूला काढून त्यापासून नाव तयार करायला सांगा.
क. मुलाचे नाव ठिपक्यांनी तयार करा. ठिपके जोडून नाव तयार करायला सांगा.

२६. ब्लॉक्समध्ये चित्र जुळवणे/पूर्ण करणे
एका कागदावर चित्र काढून ते कार्डबोर्डवर चिकटवा. नंतर ते चित्र निरनिराळ्या आकारात कापा. मुलाला ते चित्र जुळवण्यास मदत करा.

२७. १० मणी ६० सेकंदांत ओवणे
अ. मुलाला बटण कसे ओवायचे, स्ट्रॉचे तुकडे, पेनच्या रिफिलीचे तुकडे कसे ओवायचे दाखवा.
ब. ओवण्यासाठी सुतळी किंवा प्लास्टिक वायरचा वापर करा.

२८. भौमितिक आकार जुळवणे
अ. वेगवेगळ्या आकारांची माहिती करून द्या.
ब. वेगवेगळे आकार कागदावर काढून रंगवा आणि कापा.
क. बिस्किटाचे वेगवेगळे आकार शोधून जोड्या लावण्यास उद्युक्त करा.

२९. एकसारखेपणा शोधणे/एकास एक जुळवणे
अ. परीक्षकांनी आधी दाखवल्याप्रमाणे दुसरा आकार मुलाला शोधायला लावा.
ब. प्राण्यांची चित्रे दाखवून त्यांच्या पिल्लांच्या चित्राबरोबर त्यांच्या जोड्या लावायला सांगा.

३०. वेगवेगळ्या गोष्टींचे गट करणे/सारख्या वस्तू सांगणे
अ. वेगवेगळ्या गोष्टी उदाहरणार्थ, फुले, फळे, पाने इ. ची चित्रे दाखवून वा वस्तू देऊन त्यांचे गट करायला सांगा.

ब. वेगवेगळ्या प्रकारची फुले एकत्र करून पुन्हा ते वेगळे करायला सांगा.

३१. ठरावीक क्रमांकाच्या वस्तू उचलणे
अ. बोटे/मणी देऊन अंकवाचन शिकवणे. एका खोक्यात निरनिराळ्या आकारांचे मणी देऊन विशिष्ट आकडा उच्चारणे व त्याप्रमाणे मणी गोळा करायला शिकवा.
ब. मण्यांची पाटी देऊन मोजायला शिकवा.
क. अवयव व त्यांची संख्या उदाहरणार्थ, डोळे किती? कान किती? असे शिकवा.

३२. १० ठोकळ्यांचा मनोरा करणे
अ. काड्यापेट्या व भाज्यांचे तुकडे, बिस्किटे वापरून मनोरे शिकवणे.

३३. उंची व जाडीप्रमाणे वस्तू लावणे
अ. उंचीप्रमाणे भाज्या लावणे उदाहरणार्थ, शेवगा व मग भेंडी.
ब. जाडीप्रमाणे उदाहरणार्थ, भोपळा, कोबी, टोमॅटो.

३४. १ ते १० क्रमवार लावणे
अ. आकडे चढत्या क्रमाने क्रमवार लावायला मदत करा.
ब. लहानापासून मोठ्यापर्यंत वेगवेगळे गोल काढून त्याला नंबर द्या.
क. संख्या ठिपक्यात काढून मुलाला त्या संख्या पूर्ण करायला सांगा.

३५. वस्तूची जागा/ठिकाण सांगणे
अ. एखादी वस्तू टेबलावर ठेवा आणि मुलाला टेबलाखाली/वर/बाजूला इ. ओळखायला लावा.
ब. आईला/आयाला खुर्चीवर बसवा आणि तिची जागा ओळखायला लावा.

३६. वाट ओळखणे
अ. मध्ये गाजराचे चित्र काढून वेगवेगळ्या बंद असलेल्या वाटा. मुलाला बरोबर वाट शोधून ससा ते गाजर कसे मिळवेल याचा मार्ग शोधायला लावा.

३७. आठवड्याचे वार क्रमवार सांगणे
अ. कवितेद्वारे आठवड्यातील वार शिकवणे.
ब. गाण्याच्या प्रत्येक ओळीच्या पहिल्या शब्दात वाराचे क्रमवार नाव घालून शिकवा किंवा तालबद्ध गाणे तयार करा.

३८. १० छापील शब्द वाचणे

अ. मुलाचे नाव लिहा व ते वाचायला लावा.

ब. चित्रे काढून त्याखाली नावे टाका व ती वाचायला शिकवा.

३९. ३ मधून २ काढणे/मिळवणे.

अ. बिस्किटे, ठोकळे, मणी, बोटे वापरून बेरीज/वजाबाकी शिकवणे.

ब. ३ वस्तू देणे, मग नंतर २ देणे व मग किती झाल्या ते विचारणे.

क. मुलाला प्रथम २ बिस्किटे द्या. नंतर ३ बिस्किटे द्या त्याला २ बिस्किटे खायला सांगा आणि किती राहिले ते विचारा.

४०. व्यक्तिगत सामाजिक विकास नियमांचे पालन

अ. मुलाला खेळणे द्या व ते आईला/आयाला घ्यायला सांगा.

ब. खुर्चीमागे जायला आणि परत यायला सांगा.

क. काहीतरी वस्तू जाऊन आणण्यास सांगा.

४१. इतर मुलांबरोबर खेळणे व बोलणे

अ. इतर मुलांबरोबर खेळणे.

ब. मुलाला शाळेत/बालवाडीत पाठवणे हे सर्वांत चांगले सामाजीकरण.

४२. जगमधून न सांडता ओतणे

अ. एका भांड्यातून दुसऱ्यात न सांडता वाळू ओतणे.

ब. आईने आंघोळ घालताना मग हातात घ्यावा, त्यात पाणी भरण्यास सांगावे व ते पाणी न सांडता टबात टाकावे.

४३. शर्ट घालता येणे

अ. दुसऱ्या मुलाला शर्ट घालायला मदत करण्यास शिकविणे.

ब. स्वतःचे मोजे स्वतः मदतीशिवाय घालण्यास शिकवा.

क. बाहुली देऊन तिला कपडे घालायला शिकवा.

४४. बटणे लावणे व काढणे

अ. बाहुलीचे कपड्याचे बटण लावा.

ब. शर्ट हँगरला लावून त्याची बटणे लावायला शिकवा.

क. वडिलांच्या शर्टाची बटणे लावण्यास शिकवा. सुरुवातीला वडिलांनी मदत करावी.

ड. पावडरच्या डब्याला छिद्र पाडून त्यात पैसे टाकणे (पिगी बँक).

४५. सांगितल्यावर नाक पुसणे

अ. रुमालाने नाक पुसण्यास शिकवून रुमालाची गरज शिकवणे.

ब. बाहुलीचे नाक पुसण्यास सांगणे.

क. सर्दी झाल्यावर रुमाल बाळगण्यास शिकवणे.

४६. सांगितल्यावर हात आणि तोंड धुता येणे

अ. जेवणाच्या आधी साबणाने हात धुण्यास सांगावे. सुरुवातीला पालकांनी हे काम करावे.

ब. बाहुलीचा चेहरा व हात धुवायला शिकवा. मदत करा.

४७. स्वत:च्या हाताने नीट खाता येणे

अ. जेवणाच्या वेळेला मुलाचे वेगळे ताट वाढा.

ब. बशीतून बिस्किट उचलून खाण्यास, तसेच हळूहळू इतर जेवण्यास शिकवा.

क. जेवणाच्या वेळेला गोष्ट सांगून त्याला उत्साही बनवा.

४८. हँगरवर कपडे अडकवणे

अ. मुलाच्या उंचीला हँगर लावा व त्याला पहिल्यांदा कृती शिकवा. जेव्हा तो स्वत:हून करेल तेव्हा कौतुक करा.

४९. सगळे कपडे काढता येणे

अ. बाहुलीचे सगळे कपडे काढण्यास सांगा.

ब. शाळेतून आल्यावर कपडे काढण्यास सांगा.

५०. मोठ्यांच्या नक्कल कृती करणे

अ. मुलाला नाटकात भाग घ्यायला लावा.

ब. त्यांना आई, वडील व शिक्षक यांची नक्कल करायला आणि घर-घर खेळण्यास लावा.

५१. शरीराच्या ३ भागांची कार्यासह माहिती सांगणे.

अ. उदाहरणार्थ, डोळा – पाहणे. मुलाला डोळे मिटण्यास सांगा व एखादी वस्तू दिसते का विचारा. तो नाही म्हणेल. तो नाही म्हणताच डोळे उघडून बघण्यास सांगा. त्याला डोळ्यांचे कार्य समजेल.

ब. शारीरिक अवयव आणि त्यांची कामे यांचे तयार केलेले गाणे शिकवा.

५२. 'कसा' या प्रश्नाचे उत्तर देणे

अ. मुलाला तू कसा बघतोस, तू कसा शाळेत जातोस, असे प्रश्न विचारून त्यांची उत्तरे द्या.

ब. 'कसा' या प्रश्नाचे उत्तर हावभावात्मक गाण्यातून येईल असे गाणे शिकवा.

५३. वस्तूंच्या निर्मितीबद्दल शिकवणे

अ. बाटली काचेपासून बनते व ती पडली की फुटते हे मुलाला शिकवा.

ब. याप्रमाणे इतर वस्तू कशा बनतात ते शिकवा. उदाहरणार्थ, टेबल लाकडापासून आणि पुस्तक कागदापासून.

५४. रोजचा दिनक्रम सांगणे

अ. शाळेतून घरी आल्यावर शाळेतील घडामोडी सांगणे.
ब. आज खाल्लेले अन्नपदार्थ विचारणे.
क. शिक्षकांनी कालची घरातील हकिगत विचारणे.

५५. 'का' या प्रश्नाचे उत्तर देणे

अ. मुलाला छत्री 'का' वापरतात, चप्पल 'का' वापरतात हे विचारावे आणि त्याची उत्तरे द्यावी.
ब. 'का' या शब्दापासूनची बडबडगीते शिकवणे.

५६. दहा शब्दांच्या उपयोगात्मक व्याख्या सांगणे

अ. रोजच्या वापरातील वस्तू व त्यांचे उपयोग सांगा. उदाहरणार्थ, साबण – अंघोळ, बाक – बसणे, बॉल – खेळणे इ.

५७. जर असे घडले तर, ... चे उत्तर देणे.

अ. मुलांना विशिष्ट क्रियांचे परिणाम सांगा. उदाहरणार्थ, जर विस्तवाला हात लावला तर भाजते.

ग्रहण भाषा विकास

५८. एकमेकांशी संबंध नसलेल्या आज्ञांचे पालन करणे

अ. 'कावळा उडाला व झाडावर जाऊन बसला' अशी वाक्ये तुमच्या मागे म्हणण्यास सांगा.

५९. १६ अवयवांची ओळख सांगणे

अ. अंघोळ करताना त्याचे अवयव दाखवा.
ब. वरील कृती चित्रे किंवा बाहुली घेऊन करून दाखवा.
क. अवयवांचे गाणे कृतीसह शिकवा.

६०. कठीण/मऊ, खरबरीत/बुळबुळीत ओळखणे

अ. वेगवेगळ्या पोताच्या वस्तू द्या व त्याचे पोत शिकवा. उदाहरणार्थ, लाकूड, पेन्सील, भांडे – कडक. कापूस, कणीक, आइसक्रीम – मऊ.

६१. बंद/उघडे निवडणे

अ. मुलाला पेन उघडावे की बंद ठेवावे हे विचारणे. याचप्रमाणे उदाहरणार्थ, दार, बॅग वापरून शिकवणे.

६२. पुरुष/स्त्री निवडणे

अ. मुलाला तो मुलगा की मुलगी हे विचारा.
ब. आपल्या वडिलांचे, आईचे, बहिणीचे, आजोबा, आजीचे लिंग विचारा.
क. हे चित्रांच्या साह्यानेसुद्धा तुम्ही करू शकता.

६३. रिकामे/भरलेले शिकवणे

अ. हे टप्प्याटप्प्याने शिकवा. आधी रिकामा ग्लास दाखवा. नंतर ग्लासमध्ये पाणी ओता आणि ग्लास आता भरलेला आहे हे समजावून सांगा.

६४. कमी/जास्त ओळखणे

अ. एका बाजूला कमी वाळूचा ढीग व दुसरीकडे जास्त वाळूचा ढीग ओता. आता कमी वाळूचा ढीग दाखविण्यास सांगा.
ब. एका डब्यात ३/४ चॉकलेट्स भरा व दुसऱ्यात पूर्ण डबा भरून चॉकलेट्स भरा. मुलाला कोणता डबा हवा ते विचारा.

६५. मध्य ओळखणे

अ. मुलाला विचारा 'आई कुठे कुंकू लावते?'
ब. त्याला समजवा. घड्याळाचा काटा एकदम मध्यभागी बसविलेला आहे.
क. ३ मुले एका रांगेत उभी करा व मधला कोण? विचारा.

६६. चित्रांमधील न दाखवलेल्या घडामोडी/भागांबद्दल सांगणे

अ. मुलाला २ चित्रे दाखवा. एकात मुलगा अंघोळ करतोय व दुसऱ्यात करत नाही. अंघोळ न करणारा मुलगा कोण विचारा.
ब. दुसऱ्यात सायकल चालविणारा मुलगा. सायकलजवळ उभा असलेला मुलगा दाखवा. कोण सायकल चालवीत नाही ते विचारा.

६७. चित्रांमधील विसंगती दाखवणे

अ. एक पूर्ण माणसाचे चित्र व दुसरे कोणतातरी अवयव गाळलेले चित्र दाखवा. काय कमी आहे ते विचारा आणि न सांगता आल्यास समजावून सांगा.

ब. कोल्हा शाळेत जातानाचे चित्र दाखवा. मग त्यात गैर काय किंवा विसंगत काय आहे, ते समजवा.

क. माणूस साडी नेसला आहे. यात काय गैर आहे ते समजवा.

६८. ५ तुकड्यांचे चित्र जुळवणे.

अ. हत्तीचे चित्र काढा व त्याचे ५ तुकडे करा. ते मुलाला जोडायला द्या.

ब. याप्रकारे विविध प्राण्यांची व वस्तूंची चित्रे तुकड्यात कापा व जोडायला द्या.

६९. विरुद्ध अर्थी शब्दांचे ज्ञान देणे.

अ. मुलाला खेळता खेळताच आइसक्रीम थंड असते व विस्तव गरम असतो हे शिकवा.

गतिमंद व मतिमंद : फरक व उपचार

भारतात गतिमंदत्वाचे प्रमाण लक्षणीय असून, या आजाराबद्दल लोकांमध्ये खूप अज्ञान आहे.

गतिमंद मुले ही सर्वसाधारण शाळेत विशेष लक्ष देऊन शिकवावी लागतात. ही मुले १०वी पर्यंत काही विषय वा विषयातला अवघड भाग गाळून शिकू शकतात व स्वत:च्या पायावर उभे राहण्याच्या दृष्टीने लहान कोर्सेस घेऊन स्वतंत्र बनू शकतात, तर मतिमंद मुलांच्या बाबत ५०-७० बुद्ध्यांक म्हणजे 'कमी मतिमंद' ही मुले ६वी पर्यंत शिक्षण घेऊ शकतात व कार्यशाळा शिक्षण घेऊन स्वतंत्र बनू शकतात. पण या मुलांना मतिमंद शाळेत वा सर्वसाधारण नॉर्मल मुलांच्या शाळेतील मतिमंद वर्गात शिकवावे लागते. ३५ ते ५० बुद्ध्यांक म्हणजे 'मध्यम मतिमंद' ही मुले दुसरीपर्यंत शिकू शकतात व कार्यशाळेतील शिक्षणानंतरही कुणावरतरी अवलंबून असतात.

मात्र, स्वत:ची काळजी, उदाहरणार्थ, अंघोळ, जेवण इ. स्वत: घेऊ शकतात. २० ते ३५ बुद्ध्यांक म्हणजे 'जास्त मतिमंद'. ही मुले स्वत:ची काळजी स्वत: घेणे अवघड असते व शाळेत शिकू शकत नाहीत व अवलंबून असतात. २०च्या खाली बुद्ध्यांक असणारी मुले संस्थेमध्ये ठेवावी लागतात. जिथे १:१ प्रमाणात त्यांच्या सर्व गरजांची काळजी घेतली जाते. खरेतर गतिमंद व कमी मतिमंद मुलांसाठी वेगळ्या शाळा ठेवण्यापेक्षा त्यांना सर्वसाधारण मुलांच्या बरोबरीने शिकवावे म्हणजे त्यांचे समाजीकरण होते व समाजाला त्यांची सवय होते व त्यांचे प्रश्न चांगले समजतात, असा एक प्रवाह मानतो.

या शाळाचे सुसूत्रीकरण अभ्यासक्रमाबाबत व कर्मचारीवर्गाचे दर ६ महिन्यांनी सक्तीचे प्रशिक्षण आवश्यक आहे. कारण या क्षेत्रातील हैदराबाद, चंदीगढ इ. ठिकाणच्या संशोधनाचा फायदा सर्व शाळांना व पर्यायाने मुलांना मिळाला पाहिजे. या शाळेत पालक-प्रशिक्षणवर्ग नियमित चालवणे व घरी जाऊन पालक करत

असलेल्या प्रशिक्षणाची पाहणी करणे, हेसुद्धा आवश्यक आहे.

सर्वांत महत्त्वाची गोष्ट म्हणजे पालकांनी आपल्या मुलाचा स्वीकार करणे. मूल जर जन्माच्या वेळेस दक्षता घेण्यासारखे असेल, तर लगेचच बालविकास कार्यक्रम सुरू करून वैकसिक निरीक्षण तक्त्याप्रमाणे वाढ योग्य प्रकारे होते की नाही, ते बघावे व वेळेवर मार्गदर्शन घेतल्यास बाळामध्ये निर्माण होणारे अपंगत्व टाळता येते. त्याच्या कुवतीचा संपूर्ण वापर करून स्वतंत्र बनवता येऊ शकेल. (याबाबत लवकर हस्तक्षेप उपचार यात स्वतंत्र व सविस्तर चर्चा केलेली आहेच.)

काही मुले बुद्धीने सर्वसाधारण असतात; पण नीट लिहू शकत नाहीत. तोंडी सर्व सांगतात; काही लिहिताना अक्षर खातात/उलटी लिहितात, इ. प्रकारांना 'अध्ययन अधिगम' या प्रकारात आपण बघितले आहे. त्या मुलांना योग्य मार्गदर्शन मिळाले पाहिजे, म्हणजे उदाहरणार्थ, लिहायच्या ऐवजी KEY BOARDचा वापर करायची परवानगी असावी. या संदर्भात महाराष्ट्र शिक्षण मंडळाने २ वर्षांपूर्वी कायदा केलेला आहे.

जर पालक मुलांचा स्वीकार करून प्रशिक्षण देऊ शकतील, तर ती मुले चांगली होतात; पण बऱ्याचदा पालक मान्यच करत नाही. उदाहरणार्थ, ११ वर्षांची मुलगी आहे. स्वत: आंघोळ करत नाही, स्वत:चे कपडे घालता येत नाहीत; पण ती मतिमंद. छे:! काहीतरीच काय बोलताय, असे आपल्या समाजात चाललेले असते. पण अशा वृत्तीमुळे मुलांचे आपण खूप नुकसान करत असतो एवढे निश्चितच! मतिमंद मुलांच्या पालकांसाठी खालील संस्थांचे पत्ते देत आहे.

१. ० ते ६ वर्षे - संवहन प्रदर्शिका : यात बुद्धीच्या ६ पैलूंवरील वेगवेगळे प्रकार देऊन ते कसे शिकवावेत, 'आपको क्या करना है' हे सांगितले आहे.

हा कार्यक्रम ७५ देशांत Portage नावाने यशस्वीरीत्या वापरला जातोय.

पत्ता : डॉ. तेहल कोहली (I. N. P. A.)
शिक्षण विभाग,
पंजाब विद्यापीठ सेक्टर क्र. १४,
चंदीगढ - १६००१४, भारत.

२. 'स्वतंत्रता की ओर' सीरिज व इतर पालक माहितीपत्रके,
N.I.M.H. राष्ट्रीय मानसिक विकलांग संस्थान,
मनोविकासनगर
सिकंदराबाद - ५००००९

३. तसेच पश्चिम महाराष्ट्रात के.ई.एम हॉस्पिटल, पुणे येथे डॉ. आनंद पंडित व मुंबई येथे तसेच के.ई.एम. L.T.G.M. सायन येथे चांगल्या प्रकारचे मार्गदर्शन मिळू शकते. नागपूरलासुद्धा उत्तम सुविधा व तज्ज्ञ आहेत. नागपूरचे डॉ. चोरघडे

हे मुलांच्या वर्तनसमस्यांतले आदरणीय व्यक्तिमत्त्व असून, त्यांचे 'अडगुळं मडगुळं' हे पुस्तक अप्रतिम असून, प्रत्येकाने आवर्जून वाचावे असेच आहे. तेव्हा विकासाचे टप्पे गाठताना जर मुलाला उशीर झालेला असेल, तर त्वरित बालविकासतज्ज्ञांचा सल्ला घ्या. कारण अगदी बालरोगतज्ज्ञांच्या नातेवाइकांमध्येसुद्धा अशा केसेस असतात. बोलेल हळूहळू, उभा राहील सावकाश अशावर जाऊ नका. तपासणीतून मूल सर्वसाधारण निघाले तर चांगलेच; पण १ वर्षाच्या आत हे ओळखा. फक्त ४ महत्त्वाच्या गोष्टींकडे लक्ष देऊन १) आईकडे बघून हसणे- २ महिने २) मान धरणे - ४ महिने ३) बसणे - ८ महिने ४) उभे राहणे - १ वर्ष व याची खात्री करा की, मुलाला नीट दिसते आहे, सांगितलेले ऐकू येते आहे व या पुस्तकातला बालविकास कार्यक्रम हा दोन्ही प्रकारच्या मुलांना उपयोगी असल्याने बाळाच्या आईने तो वापरून त्याप्रमाणे मुलांच्या प्रगतीची नोंद ठेवावी. मतिमंदत्व हे पहिल्या १ वर्षातच समजते, तर गतिमंदत्व ३ वर्षांपर्यंत समजते, तर शाळेत बुद्ध्यांक सर्वसाधारण असून, अध्ययन अधिगम असणारी मुले ५ वर्षांनंतर ओळखू येतात. या मुलांना योग्य त्या प्रमाणित चाचण्यांद्वारे निदान करून बालरोगतज्ज्ञ व बालमानसशास्त्रज्ञ यांचा समावेश असलेले बालविकास केंद्र पालकांना योग्य ते मार्गदर्शन करू शकते. यासंदर्भात पालकांनी मुलांचा स्वीकार करून वातावरण- खेळणी यांच्या साह्याने प्रयत्न करणे आवश्यक असते कारण औषधांची भूमिका याबाबत नगण्य असते. योग्य मार्गाने प्रशिक्षण हे अजिबात खर्चिक नसून फक्त पालकांची त्यात समरसता आवश्यक असते. काही ठरावीक प्रकारचे मतिमंदत्व हे औषधोपचाराने बरे करता येते (उदा. थायरॉईडचा आजार); परंतु त्याचे लवकर व योग्य निदान होणे आवश्यक असते.

गतिमंद मुलांना त्यांच्या गतीने शिकवावे लागते. उदा. एखादा मुलगा तिसरीतील गणित, चौथीची भाषा समजत असेल तर तो त्याप्रमाणे शिकतो. पुण्याला डॉ. सौ. पूर्णिमा पंडित यांच्या **'विद्याज्योती स्कूल फॉर स्लो लर्नर'** या शाळेत असे शिकवले जाते. सरकारने २०१७च्या कायद्यात गतिमंदत्व हा अपंगत्वाचा प्रकार मान्य करून त्यांना पहिली ते ग्रॅज्युएशनपर्यंत परीक्षेत सवलती दिल्या आहेत. आता दहावीला सातवीचे अंकगणित घेऊन परीक्षा द्यायला परवानगी आहे. तसेच ३ भाषांपैकी २ भाषा घेण्यास आणि शास्त्र व भूगोलासाठी अवघड भाग गाळण्यास शासनाने परवानगी दिली आहे. महाराष्ट्र शासनाने 'National Open School'च्या धरतीवर 'Open School' सुरू केले आहे.

मुलांना स्वीकारून, त्यांच्यातील सर्वोत्तम गोष्टींचा वापर करून त्यांना स्वतंत्र व आनंदी बनवणे फार महत्त्वाचे आहे हे लक्षात ठेवा.

गतिमंद शाळेची (वर्गाची) सामाजिक उपयुक्तता

'डॉक्टर, राकेशच्या बाबतीत आम्हाला असं वाटतं की, तो फारच बेजबाबदार व आळशी झाला आहे. हा आळशीपणा फक्त अभ्यासातच का दिसतो?

'तो टीव्ही पाहतो, गाणी म्हणतो, अभ्यासाचं पुस्तक फक्त डोळ्यांसमोर असते, कुणी काम सांगितलं तर दुसऱ्याचं काम पण हा जाऊन करणार फक्त अभ्यास टाळण्यासाठी. बाकी सर्व मात्र चांगलं कळतं. याचा खेळण्यावर तर खूपच जीव. दिवसभर खेळत असतो. खरंतर आम्ही काही बंधन घालत नाही, घरात सर्व सोयी आहेत; पण हा मात्र असा. काहीतरी औषध द्या म्हणजे त्याचे डोके चालायला लागेल. त्याच्यासाठी सगळं करायला तयार आहोत आम्ही; पण याला सुधारा', असे अनेक राकेश मला दर महिन्यात भेटतात. ही मुले मागे का पडतात? अभ्यासाचे व त्यांचे एवढे वाकडे का असते?

बुद्ध्यांक हा जन्मल्यापासूनचे वय व बौद्धिक वय यांच्या साह्याने काढला जातो, हे सर्वांना माहीत आहे. ९० ते ११० बुद्ध्यांक असलेली मुले "सर्वसामान्य" कक्षेत येतात. ११०च्या वर हुशारीच्या कक्षा असतात, तर ७० ते ९० म्हणजे गतिमंद व ७०च्या खाली मतिमंद. आता मतिमंद मुलांसाठी खूप शाळा आहेत; पण गतिमंद मुले ही आपल्या समाजात दुर्लक्षित राहिली आहेत. ही मुले दुर्लक्षित राहण्याचे महत्त्वाचे कारण म्हणजे ती मुले वागायला, बोलायला "सर्वसामान्य" मुलांसारखीच असतात व जोपर्यंत शाळेत नापास होत नाहीत तोपर्यंत त्यांच्याकडे कुणाचे लक्ष जात नाही व हल्लीच्या नियमाप्रमाणे चौथीपर्यंत मुलांना नापास करतच नाहीत. त्यामुळे बहुधा अशा मुलांचे पालक पाचवी किंवा सहावीनंतर डॉक्टरांकडे, मानसोपचारतज्ज्ञांकडे धावतात.

ही मुले सध्याच्या शिक्षण पद्धतीत सामावून जाऊ शकत नाहीत. ती मतिमंद

नसल्याने त्या शाळेचा त्यांना काहीच उपयोग नसतो व सामान्य मुलांच्या शाळेत त्यांच्याकडे योग्य लक्ष द्यायला शिक्षकांना वेळ नसतो, वर्गात ७० ते ८० मुले असल्यावर त्या शिक्षकांचा तो दोष नसतो, सर्वसामान्य मुलांना समजेल असे शिक्षक शिकवत असतात व त्यामुळे ही मुले मागे पडतात. योग्य वातावरण न मिळाल्यामुळे त्यांच्या क्षमतेचा जास्तीत जास्त वापर ते करू शकत नाहीत.

ही मुले बऱ्याचदा अस्थिर असतात व अजिबात मन एकाग्र करू शकत नाहीत. तसेच वर्गात सतत चुळबुळ करतात व दिवास्वप्न पाहण्यात गुंग होऊन जातात. ही मुले स्वभावाने हळवी व चिडखोर असू शकतात. ह्या मुलांचा भाषेच्या विकासाचा वेग कमी असतो. वाचणे, लिहिणे आणि अंकगणित शिकताना ह्या मुलांना खूप समस्या येतात. स्पेलिंग लिहिताना ह्या मुलांच्या नेहमी चुका होतात.

खूप वेळा पालकांची अशी तक्रार असते की, त्यांचे मूल तोंडी सगळे सांगू शकते; पण परीक्षेत उत्तर लिहिणे त्याला/तिला जमत नाही. त्यांच्यामध्ये हस्तनेत्र समायोजनाचा विकास होण्यास वेळ लागत असल्यामुळे ही समस्या निर्माण होते.

ही मुले ५ वर्षांपर्यंत सामान्य मुलांच्या शाळेत जाऊ शकतात; पण खरे म्हणजे ३ ते ५ या वयोगटांतच अशी मुले ओळखता आली पाहिजेत व मानसशास्त्रीय कसोट्या व शाळेतील शिक्षकांचे योग्य ट्रेनिंग या मार्फत हे सोप्या पद्धतीने करता येते (या बाबत के.ई.एम पुणे वर्कशॉप टीचर ट्रेनिंग किंवा डॉ. नायर त्रिवेंद्रम यांचे 'नेस्ट' आदर्श मार्गदर्शक ठरावेत.)

जसाजसा अभ्यासक्रम वाढतो तसे मुले त्याला तोंड देऊ शकत नाही. ह्या गोष्टींचा विचार करून त्यांच्या बुद्धीला सतत चालना मिळेल असे वातावरण जर त्यांच्या भोवती निर्माण केले आणि त्यांच्या विशेष वैयक्तिक गरजांप्रमाणे त्यांना शिक्षण दिले, तर ही मुलेही पूर्णपणे स्वतःच्या पायावर उभे राहू शकतात. ह्या मुलांच्या विशेष वैयक्तिक गरजांकडे नीट लक्ष पुरवल्यास त्यांना मूलभूत शालेय शिक्षण देता येते. त्यांच्याकडे जास्त लक्ष देता यावे, यासाठी थोडीशीच मुले असणाऱ्या वर्गामध्ये त्यांना शिकवले जावे. अभ्यासक्रमही कमी करून हळूहळू शिकवावा. ह्या मुलांवर परीक्षेत चांगले गुण मिळवण्यासाठी दबाव आणता कामा नये. त्यांना त्यांच्या पद्धतीने हळूहळू उमलण्याची संधी द्यावी.

गतिमंद मुलांच्या शाळेत प्रत्येक मुलाला त्याच्या वेगाने सावकाश शिकण्याची संधी दिली जाते. त्यासाठी त्याला मदत केली जाते. उदाहरणार्थ, एखादा मुलगा दुसरीतला गणिताचा व तिसरीतला भाषेचा अभ्यासक्रम एका वेळेस करतो. अभ्यासक्रम मुलाची क्षमता, त्या क्षमतेचा जास्तीत जास्त उपयोग कसा करता येईल याचा विचार करून ठरवलेला असतो. खालच्या इयत्तांसाठी इतर नेहमीच्या शाळांप्रमाणे अभ्यासक्रम असतो. मात्र, या खास शाळांमध्ये मुलांना शिकवताना

शिक्षक अनेक विविध पद्धती वापरतात. उदाहरणार्थ, नगरमधील आमच्या 'किशोर संस्कृत संवर्धिनी' शाळेत आम्ही पुण्याच्या 'लर्निंग रिसोर्सेस सेंटर'चे मराठी किट्स वापरतो. यात मुलांना वेगवेगळ्या वस्तू हाताळण्याची संधी दिली जाते. संपूर्ण शिकण्याची प्रक्रिया त्यांच्यासाठी सोपी करण्याचा प्रयत्न केला जातो. आमच्या शाळेत २ शिक्षिका पुणे येथील 'विद्याज्योती स्कूल फॉर स्लो लर्नर्स' या शाळेत प्रशिक्षण घेऊन आल्या आहेत. मुलांना खेळण्याच्या माध्यमातून व सोप्या पद्धतीने शिकवल्यास ती लवकर शिकतात व त्यांचा न्यूनगंड जाण्यास मदत होते. ती घरात व शाळेत आत्मविश्वासाने वागायला लागतात, असा आमचा ५ वर्षांचा अनुभव सांगतो.

वरच्या इयत्तांमध्ये मात्र नेहमीच्या शाळांपेक्षा त्या शाळांमध्ये वेगळा अभ्यासक्रम असतो. लिहिणे, वाचणे याबरोबर शिकताना मुलाला व्यवहारज्ञानही दिले जाते. बँकेतले खाते कसे उघडावे, त्याचे व्यवहार कसे करावे, बाजारात जाऊन खरेदी कशी करावी, समाजात वावरताना कसे वागावे, हे सगळे त्यांना शिकवले जाते. शालेय शिक्षण संपल्यावर बाहेरच्या जगात उपयोगी पडणारा कॅलक्युलेटर कसा वापरोवा, बस-रिक्षाने प्रवास कसा करावा, ह्या गोष्टीही मुलांना शिकवतात.

बुद्ध्यांक कमी असल्याने निर्माण होणारे शैक्षणिक अडथळे		
गतिमंद,	बुद्ध्यांक ७०-८०,	हळूहळू शिकतात, पण निश्चितच शिकू शकतात चर्चा गतिमंद शाळेची सामाजिक उपयुक्तता लेखात केली आहे.
कमी मतिमंद,	बुद्ध्यांक ५०-७०,	तोंडी पाचवी व सहावीचे शिक्षण व स्वतंत्र बनविणे
मध्यम मतिमंद,	बुद्ध्यांक < ५०,	कार्यशाळेत स्वतंत्र बनवणे व स्वत:ची काळजी स्वत: घ्यायला शिकणे.

गतिमंद मुलांच्या बाबतीत बऱ्याचदा सर्वसाधारण शाळेत ८वी किंवा ९वी नंतर 'प्लॅटू लेवल' येते म्हणजे ती सारखी नापास होणे चालू राहते, अशा मुलांना काही विषय सोडून १०वी ला बसवल्यास ती १०वी उत्तीर्ण होऊ शकतात, तसेच त्यांचा आत्मविश्वास वाढतो. १०वी नंतर वा ८वी नंतर या मुलांना व्यवसाय

शिक्षण दिल्यास ती स्वावलंबी तर बनतातच, पण व्यवहारात अत्यंत यशस्वी होऊ शकतात. तेव्हा अशा मुलांच्या चांगल्या गुणांचे कौतुक करून ते विकसित करणे अत्यंत महत्त्वाचे असते. त्याऐवजी जर १०वी, १२वी, बी.ए., बी.कॉम. याच्या नादी लागले व टक्क्यांमध्ये त्याचे यश मोजले तर त्यांचे नक्कीच नुकसान होते.

गतिमंदत्व/कमी मतिमंदत्व पालकांना ओळखता येत नाही; पण त्या त्या महिन्यात ती ती वाढ झालेली नसेल, तर योग्य सल्ला घ्यावा व खोट्या आशेवर राहू नये. त्याऐवजी योग्य दिशेने प्रयत्न करावे म्हणजे तुमच्या मुलाची जी पात्रता आहे व त्यातले जे दोष आहेत, ते दूर करण्याचा प्रयत्न होईल व त्याच्या पात्रतेच्या योग्य स्थानावरचे आयुष्य त्याला जगता येईल.

नुकताच ३ महिन्यांपूर्वी म्हणजे जानेवारी २००५ पासून महाराष्ट्र सरकारने एक फार चांगला कायदा केला आहे. गतिमंद, अध्ययन अधिगम किंवा कमी मतिमंद अशी पूर्ण शाळेतून जरी १० मुले असतील तरी त्यांच्यामागे १ अनुदानित शिक्षक देण्याचे मान्य केले आहे.

या निर्णयामुळे ह्या मुलांना वेगळ्या शाळेत न शिकवता नॉर्मल मुलांबरोबर शिकता येईल आणि समाजीकरणास, तसेच त्यांचा आत्मविश्वास वाढण्यास मदत होईल.

जेव्हा अशा वेगळ्या शाळांची गरज संपेल, तेव्हाच आपला समाज मनाने सुदृढ झाला, असे समजायला हरकत नाही.

स्वमग्नता : ओळख व उपचार

'दिव्यंगांना त्यांचे अधिकार व ताकद द्या. तंत्रज्ञानाच्या सहकार्याने कृतिशील सहभाग वाढवा.' हे या वर्षीचे स्वमग्नता दिवसाचे ब्रीदवाक्य आहे. युनोतर्फे जगभर 'स्वमग्नता दिवस' २ एप्रिल रोजी २००७ पासून मागील १२ वर्षांपासून साजरा केला जातो.

स्वमग्नता किंवा ऑटिझम या आजाराचे प्रमाण मागील १० वर्षांत झपाट्याने वाढते आहे. भारतात दर ५९ मुलांमागे १ मुलगा/मुलगी स्वमग्न आहे. हा आजार मुलांमध्ये मुलींपेक्षा (४:१) जास्त प्रमाणात आढळतो. स्वमग्नता या आजाराचे प्रमाण वाढण्याची असंख्य कारणे आहेत. **या आजाराबद्दल कोणतेही विशिष्ट कारण अद्याप सापडलेले नाही.** गुणसूत्र, सिरोटोनिनसारखा द्रव, जन्मावेळची परिस्थिती, मज्जातंतूंचे विस्कळित जाळे अशी अनेक कारणे सांगितली जातात.

या आजाराचे निदान प्रमाणित चाचण्यांद्वारे होते. या आजाराची सर्व लक्षणे सर्व मुलांमध्ये दिसतीलच असे नाही. या आजाराची तीव्रता आता मोजता येते. या आजाराबरोबर मतिमंदत्व, अस्थिरता, झोपेचे आजार, स्वतंत्र होण्यात अडचणी, झटके येणे, वर्तनसमस्या, चिंताग्रस्तता, वाढीतला उशीर हे आजारपण असतात. स्वमग्नतेच्या बरोबरीने येणारे सहआजार ओळखण्याच्या वेगळ्या चाचण्या असतात. निदान करताना स्वमग्नता तसेच कोणता सहआजार आहे हे पाहणे अत्यंत महत्त्वाचे असते.

स्वमग्नतेविषयी गैरसमज पुढीलप्रमाणे :–

स्वकेंद्रित आजाराची साथ आली आहे, स्वकेंद्रित मुले प्रेमळ नसतात, खराब पालकत्वामुळे ही मुले स्वकेंद्रित होतात, स्वमग्नता म्हणजेच मतिमंदत्व, स्वमग्न मुलांना मित्र आवडत नाहीत, स्वमग्न मुले प्रेमळ संबंध ठेवू शकत नाहीत, स्वमग्न मुले स्वतंत्र व यशस्वी होऊ शकत नाहीत, स्वमग्न मुलांना भावना नसतात, स्वमग्न मुलांना विनोदबुद्धी नसते.

सहसा पालक पुढील तक्रारीकरता डॉक्टरांकडे जातात, तो/ती अजून बोलत नाही, असंबद्ध बोलतो, आपल्या बोलण्याला प्रतिसाद देत नाही, बोटे दाखवून वस्तूंचा निर्देश करू शकत नाहीत, दुसऱ्यांचा विचार न करता वस्तू हिसकावून घेतात, स्वत:शीच हसतात, असे वागतात की, त्यांचा सभोवतालच्या वातावरणाशी संबंधच नाही, स्वत:च्या सावलीशी खेळतात, वस्तूचे वास घेतात, गिरकी मारतात, भोवरा, झोका यांसारखे खेळ आवडतात. या मुलांना सहसा बदल आवडत नाहीत, ही मुले अस्थिर, चंचल असतात. बहिरा तर नाही ना अशी पालकांना शंका असते. मुलांमध्ये मिसळून खेळत नाहीत.

लहानपणी यांना बुवा, कुक किंवा बाहुलीचे खेळ आवडत नाहीत. खऱ्या धोक्याची भीती नसते, नजरेला नजर टाळतात, लागल्याने दु:ख होत नाही. हा ग्लास आहे, यातून पाणी पितात हे माहिती असते; परंतु दाखवलेला ग्लास स्टीलचा असल्याने काचेच्या ग्लासातूनसुद्धा पाणी पिता येते हे कळत नाही.

स्वकेंद्रित मुले ओळखण्यासाठी पुढीलप्रमाणे **धोक्याच्या खुणा** मानल्या जातात :–

१. ६ महिन्यांचे मूल झाले. आईकडे बघून हसते की नाही, नजरेला नजर देत नाही, ओळखीच्या चेहऱ्यांकडे बघत नाही.

२. ९ महिने – आवाजाची नक्कल करत नाही, कल्पनाशक्तीचे खेळ खेळत नाही.

३. १२ महिने – नावाने हाक मारल्यास प्रतिसाद देत नाही, दा-दा, मा-मा, बा-बा बोलत नाही, टा-टा करत नाही, बोटाने दर्शवत नाही.

४. १८ महिने – अर्थासह शब्द बोलत नाही, बाहुलीचे खेळ खेळत नाही.

५. २४ महिने – दोन शब्दांचे वाक्य बोलत नाही, रोजच्या जीवनक्रमातील गोष्टी अवघड जाणे.

या मुलांचे **निदान प्रमाणित चाचण्यांद्वारे** करता येते. एम-चॅट ही जगमान्य असलेली पडताळणी चाचणी मानली जाते. DSM-V ही सखोल चाचणी तसेच INCLEN, CARS, ADOS या चाचण्या निदानासाठी केल्या जातात.

या मुलांना GFCT DIET ने फरक पडतो; परंतु हा फरक लवकर निदान केले तर जास्त असतो. आहाराबद्दल अजून संशोधन होणे बाकी असल्याने हा आहार प्रमाणित मानला जात नाही.

हा आहार देऊ नये :– गहू, ज्वारी, बाजरी, बेकरीचे पदार्थ, दूध व दुग्धजन्य पदार्थ, दही, मासे, सोयाबीन, मका, साखर, गूळ, खजूर, मध, बाहेरचे पदार्थ, रंगमिश्रित व साठवलेले अन्न, टोमॅटो, फळे - केळी, संत्री, सफरचंद

हा आहार द्यावा :– बटाटा/तांदूळ यांचे पीठ, अंडी, चिकन, मटण,

नारळाचे दूध, तंतुमय अन्न. उदा. हिरव्या भाज्या, फळे - पपई, पेरू आणि चिक्कू, हळद, कोथिंबीर, आले.

या मुलांना उपचार देताना डॉक्टर अस्थिरतेसाठी औषधे वापरतात त्यांचे पुनर्वसन करताना **लवकर हस्तक्षेप उपचार पद्धती** यात खेळण्यांच्या साह्याने स्नायूंचा विकास, भाषिक विकास, सामाजिक विकास, बौद्धिक विकास कसा करावा याचे मार्गदर्शन दिले जाते. या मुलांसाठी ऑक्युपेशन थेरपीस्टद्वारे सेन्सरी इंटिग्रेशन थेरपी म्हणजे पंचेंद्रियांना उद्दीपन देणारी उपचार पद्धती वापरली जाते. आखीव, बांधेसूद अध्यापनाची रचना केली जाते. अध्यापनास दृश्य माध्यमांची परिपूर्ण जोड दिली जाते. पूर्वनियोजित आराखडा, क्रमान्वित अध्यापन, शक्यतेची अंदाज बांधणी, वर्गाचे, शाळेचे पोषक वातावरण तयार करणे, दळणवळण साधने, वागणुकीचे नियम व आश्वासन फलक बनवणे, चित्रांची देवाणघेवाण करत, जाता-जाता न कळत अध्यापन होईल अशा संधीची निर्मिती करून शिकवतात. एकच बोली भाषा - मराठी यांचा वापर करावा. या मुलांना इंग्रजी माध्यमात शिकवण्याचा अट्टहास मराठी पालकांनी तरी धरू नये.

शैक्षणिक उपचार करताना या मुलांना सामावून घेण्याचे शिक्षण दिले जाते. विशिष्ट शिक्षण देताना त्या मुलाच्या वैयक्तिक गरजा काय आहेत याचा विचार करून प्रत्येक मुलासाठी वेगवेगळा कार्यक्रम आखला जातो. मुलांची शक्तिस्थाने व दुर्बलता यांचा विचार करून प्रशिक्षण दिले जाते. IEP, TEACCH, त्रिवेंद्रम बालविकास कार्यक्रम, पोर्टेज कार्यक्रम अशा वेगवेगळ्या उपचारात्मक कार्यक्रमांचा वापर केला जातो. आई किंवा पालक हेच बाळाचे उपचारतज्ज्ञ आहेत असे गृहीत धरून उपचार केले जातात.

या मुलांना प्रमाणित करण्यासाठी एप्रिल २०१६ मध्ये केंद्र सरकारने दिव्यांग प्रमाणीकरण कायदा आणला आहे. या मुलांचे प्रमाणीकरण शास्त्रीय व प्रमाणित चाचण्यांद्वारे मानसोपचारतज्ज्ञ अथवा बालरोगतज्ज्ञ करू शकतात. या मुलांना पहिली ते पदवीपर्यंत विशिष्ट सवलती दिल्या जातात. उदा. परीक्षेसाठी जास्त वेळ, लेखनिक घेऊन बसण्यास परवानगी, अभ्यासक्रम सोपा केला जातो. या मुलांना व्यावहारिकदृष्ट्या स्वतंत्र बनविणे हे महत्त्वाचे उद्दिष्ट असते. महाराष्ट्र सरकारने नुकतीच NOS ची स्थापना केल्याने त्या बोर्डाची परीक्षा ही मुले देऊ शकतात.

या मुलांचे भवितव्य हे पालकांचे प्रशिक्षण, मुलांमध्ये विकसित होणारे कौशल्य, कमी तीव्रता, लवकर निदान व हस्तक्षेप, चांगला बुद्ध्यांक यावर अवलंबून असते. लवकर निदान केल्यास काही मुलांमध्ये या आजाराची लक्षणे संपूर्ण कमी होऊ शकतात.

प्रत्येक स्वमग्न व्यक्तीला माणूस म्हणून जगण्याचा अधिकार आहे, त्यालाही

आवडीनिवडी आहेत. त्याचे त्याला व्यक्तिमत्त्व आहे. त्यांना सारखे टोचून बोलू नका. पालकांनी योग्य शास्त्रीय मार्गाचा वापर करावा.

    ही मुले वेगळी असतात; कमी नसतात. या मुलांकडे दुर्लक्ष करू नका. ती तुम्ही त्यांच्या जगात कधी येताय आणि त्यांना समजून घेताय याची वाट पाहत असतात. त्यांना प्रोत्साहन द्या, स्वतंत्र बनवा.

अध्ययन अधिगम

अध्ययन अधिगम म्हणजे शैक्षणिक अडथळे असणारी मुले. यांना इंग्रजीत 'लर्निंग डिसअ‍ॅबिलिटी' म्हणतात. आपण या लेखात याचा उल्लेख एल. डी. असा करू या.

एल. डी. हा मज्जातंतूंचा आजार असून, त्यात एखाद्या व्यक्तीची पात्रता व प्रत्यक्षात अंतर खूप जास्त असते. मज्जातंतूंच्या दोषांमुळे ह्या व्यक्तीची एखादी गोष्ट साठवणे, त्यावर विचार करणे व परत ती माहिती व्यक्त करणे, या प्रक्रियेत अडथळे येत असतात. ही मुले/मोठी माणसे सहसा सर्वसाधारण किंवा चांगल्या बुद्धिमत्तेची असतात.

आपल्याकडे सर्व नापासांना आपण 'बुद्धू' म्हणतो. आपण नॉर्मल किंवा हुशार मुले जी शाळेत मागे पडतात त्याची कारणमीमांसा व उपचार यांविषयी माहिती घेणार आहोत. शिक्षकांना एल.डी.ची मुले ओळखता आली पाहिजेत, कारण त्यामुळे या मुलांवरचा नापासाचा शिक्का पुसता येईल.

एल.डी.मुळे एखाद्याची वाचण्याची पात्रता कमी असते, तर कुणाची लिहिण्याची, काही मुलांच्या बोलण्यात व मांडण्यात अडथळे असतात व काहींना गणिते सोडवण्यात. काही मुलांचे सामाजीकरणात अडथळे असतात. एल.डी. हा आजार विकासाच्या एका किंवा एकावेळेस अनेक अंगावर परिणाम करू शकतो. एखाद्या व्यक्तीला काही गोष्टी करण्यात खूप अडथळे वाटतात; पण इतर गोष्टी सर्वसाधारण वा उत्तम करू शकतो.

एल.डी. आजार 'न ओळखू येणारे अपंग' अशा कक्षेत येतो. हा आजार लवकर ओळखू येत नाही. त्याचे गांभीर्य कोणाला नसते, तसेच तो आजार मान्य करण्याचे प्रमाण समाजात अत्यल्प आहे. एल.डी. हा आजार मुलांमध्ये तसेच मोठ्या माणसांमध्येसुद्धा असतो. विशिष्ट विषयात मागे पडणे याचे प्रमाण काही

मुलांमध्ये जास्त असते. सहसा हा आजार कुटुंबांमधून दिसून येतो.
एल. डी. या आजाराची लक्षणे पुढीलप्रमाणे आढळतात.

अ) मज्जासंस्थेशी निगडित :

१. शरीराच्या स्थूल/सूक्ष्म हालचालीत सुसूत्रता नसणे. २. हातांच्या बोटांची सूक्ष्म थरथर. ३. आरशातील प्रतिबिंबाप्रमाणे हातांची हालचाल. ४. शरीराचा काल्पनिक मध्य ओलांडण्यात अडचण. ५. हवेत आकृती काढता न येणे. ६. डोळे बंद करून सरळ रेषेत चालण्यास अडचण ७. अपुरे स्थिती व दिशाज्ञान. ८. डोळे बंद करून वस्तू ओळखण्यास अडचण.

ब) मेंदूशी निगडित :

१. आकलन/संकलन समस्या. २. अन्वयार्थ लावण्यात अडचण. ३. भाषा - भाषेचा अपुरा विकास, तोंडी व लेखी अभिव्यक्तीत उणीव, क्रमवारीत अडचण, चुकीची वाक्यरचना. ४. स्मरणशक्ती - ऐकलेल्या/वाचलेल्या गोष्टी जास्त वेळ लक्षात राहण्यास अडचण. ५. अवधान समस्या - एखाद्या गोष्टीवर जास्त वेळ केंद्रित करता न येणे (दर वर्षाला ५ मि. याप्रमाणे लक्ष केंद्रित करण्याची मुलांची योग्यता असते.) ६. भावनांचा प्रक्षोभ. ७. अपुरेपणाची भावना.

क) शैक्षणिक :

१. चुकीची अक्षरे/शब्द ओळख. २. वाचन दोष - अक्षर गाळणे/जोडणे, उलटसुलट वाचणे. ३. गणितात अडचण. ४. शुद्धलेखनात अडचण.

एल. डी. हा आजार म्हणजे पुढील प्रकारांपैकी आजार नक्कीच नाही.

मतिमंदत्व, गतिमंदत्व, ऑटिझम, मूकबधिरपणा, आंधळेपणा, वर्तनसमस्या हा आजार गरिबीमुळे, वातावरण व संस्कृतीतील फरकांमुळेसुद्धा होत नाही. अस्थिरता व लक्ष विचलित असण्याचा आजार एल. डी. बरोबर असू शकतो; पण असतोच असे नाही.

एल. डी. हा बरा होत नाही जसा मधुमेह. तो आयुष्यभर असतोच; पण त्या व्यक्तीला आपल्यातले दोष ओळखून त्यावर मात करण्यास शिकवण्याचे प्रशिक्षण दिले, तर ही मुले यशस्वी होऊ शकतात. न्यूटन हे मोठे उदाहरण एल. डी.चे मानले जाते. त्याचा आदर्श आपण ठेवू या.

एल. डी. या आजारातल्या आपण काही नेहमी येणाऱ्या संज्ञा बघू या. या प्रत्येक संज्ञेवर एक लेख होऊ शकेल. कारण तो प्रत्येक वेगळा आजार आहे व त्याची लक्षणे व उपचार याविषयी आपण चर्चा पुढील लेखांमध्ये करणार आहोत.

संज्ञा

* **डिसलेक्सिया (भाषिक एल. डी.)** : सर्वांत जास्त प्रमाणात सापडणारा आजार. भाषा साठवणे व व्यक्त करणे यात असलेल्या अडथळ्यांमुळे वाचन, लिखाण व स्पेलिंग्ज यात मागे पडणारी मुले.

* **डिसग्राफिया (लिखाणातील दोष)** : लिहिण्यातल्या अडचणी असणारी मुले. ही विचार तोंडी चांगली व्यक्त करू शकतात. त्यांना भाषेचा प्रश्न नसतो. त्यांच्या लहान स्नायूंमध्ये किंवा ते नियंत्रित करणाऱ्या मज्जातंतूंमध्ये दोष असतो. यांच्यात स्पेलिंगचे दोष व लिखाणाची आखणी व मांडणी यात दोष असतो.

* **डिसकॅलक्युलिया (आकडेमोड दोष, गणितातले दोष)** : या मुलांमध्ये गणिती प्रक्रियांमध्ये दोष असतात. गणिते सोडवण्यात अडथळे येतात. गणिती संकल्पनांची स्मरणशक्ती, वेळ, पैसे, संगीत यांच्या मूलभूत संकल्पना यांमध्ये दोष असतो. अमेरिकेत याचे प्रमाण ६ टक्के आहे. आपल्याकडे एल. डी.वर योग्य संशोधन झालेले नाही व फार मोठा डेटा उपलब्ध नाही.

* **डिसप्राक्सिया (स्नायू नियंत्रणातील दोष)** : शारीरिक हालचाली सुयोग्य करण्यास लागणाऱ्या स्नायूंच्या नियंत्रणामध्ये, योजना तयार करण्यात दोष असणारी मुले.

* **ऑडिटरी डिसक्रिमिनिशन (ऐकलेले वापरण्यातला दोष)** : चांगला भाषिक विकास व्हायचा असेल, तर प्रथम ऐकलेले नीट वापरता आले पाहिजेत. ते नीट आले तरच वाचनसुद्धा नीट येते. या मुलांमध्ये शब्दांचे, आवाजातील फरक ओळखण्यात, शब्दांचा क्रम लावून अर्थपूर्ण शब्दांत मांडण्यात दोष असतो.

* **व्हिज्युअल परसेप्शन (पाहिलेले वापरण्यातला)** : वाचनासाठी व लिखाणासाठी हे आवश्यक आहे की, जे पाहतो त्याचा अर्थ समजणे. या मुलांमध्ये पाहिलेल्या गोष्टींचा अर्थ समजावून घेण्याची कुवत कमी असते.

* **ए. डी. एच. डी. (अस्थिरता व लक्ष केंद्रित करण्यात अडथळा असणारी मुले)** : हा एल. डी.चा भाग नसून त्याबरोबर असणारा आजार असू शकतो. ही मुले अस्थिर, लक्ष विचलित असल्याने सूचनांचे पालन न करणारी असू शकतात.

एल. डी. या आजाराची सर्वसामान्य कारणे

तज्ज्ञ लोकांनासुद्धा नक्की कारणे माहिती नाहीत. हा आजार मज्जातंतूंचा मानला जातो; पण अजून बाकीचे परिणाम करणारे घटक खालीलप्रमाणे –

* **कौटुंबिक** : हा आजार सहसा कुटुंबांमधून आढळतो. सहसा आत्या,

मामा, काका कोणालातरी असा आजार असल्याचा इतिहास असतो.

* **गर्भारपणात व प्रसूतीच्या वेळेस आलेल्या अडचणी** : बाळ पोटात असताना अथवा बाहेर आल्यावर आईला झालेले आजार/अपघात, यामुळे हा आजार होऊ शकतो. औषधे/दारू गर्भारपणात घेतल्याने हा आजार होऊ शकतो. रक्तगटातील दोषांवर योग्य उपचार न केल्यास (आईचे निगेटिव्ह व वडिलांचे व बाळाचे पॉझिटिव्ह), कमी दिवसांचे जन्मणे, प्रसूतीला खूप जास्त वेळ लागणे, जन्मत: प्राणवायू कमी पडणे, जन्माच्या वेळेस वजन कमी असणे हीसुद्धा एल. डी. होण्याची काही कारणे आहेत.

* **जन्मल्यानंतर** : डोक्याला मार लागणे, योग्य आहार न मिळणे, रक्तातील शिशाचे प्रमाण वाढणे, मुलांना बेदम मारणे, यामुळे एल.डी.तील आजार वाढू शकतात.

पालकांनी याचा विचार करू नये की, आपण हे कसे टाळू शकलो असतो, तर याचा विचार करावा की, आता आपण हे दोष ओळखून त्यावर उपचार काय घेऊ शकतो व आपल्या मुलाला यशस्वी कसे बनवता येईल.

बालरोगतज्ज्ञाचा अध्ययन अधिगम लवकर ओळखण्यात व उपचारात महत्त्वाचा सहभाग असतो. सर्वसाधारणपणे पूर्वसूचनेनुसार बालरोगतज्ज्ञांनी अशा मुलांची ४५ मि. ते १ तास तपासणी करणे आवश्यक असते.

सर्वसाधारणपणे अशा मुलांच्या तक्रारी खालीलप्रमाणे असतात.

१. ७ ते ९ वर्षांचे मूल नुकतेच शाळेत मागे पडायला लागलेले असते व पालक त्याची कारणे शोधताना त्याला आळशी, शिक्षक आवडत नाही, शाळेत/अभ्यासात रस नाही, असे दोषारोपण करतात.

२. काही मुले वर्तनसमस्या म्हणून दाखवायला येतात.

१) मित्रांबरोबर/भावंडांबरोबर नीट जमत नाही.

२) मुडी, चुळबुळी, लहरी, लगेचच रडणारी, अस्थिर, लक्ष केंद्रित करण्याची कुवत कमी असणारी मुले (नैसर्गिक कुवत वर्षाला ५ मि. साधारण प्रमाण १२ वर्षांपर्यंत).

३. नुकतीच गादीत/चड्डीत शू/शी करण्यास सुरुवात केलेली असेल, तर मानसशास्त्रज्ञ/डॉक्टरांनी तपासणी करताना –

१. प्रश्नाच्या स्वरूपाचा इतिहास संपूर्णपणे व्यवस्थित नोंदवावा (केस हिस्टरी). मुलाला एकांतात पुढील प्रश्न विचारावेत (सोपे व प्रत्यक्ष प्रश्न)

* तुला शाळेत अथवा घरात काही अडचणी आहेत का?
* कशा प्रकारच्या अडचणी येतात?
* तुला तुझी शाळा आवडते का? कितपत?

* तुला तुझ्या शिक्षकांबद्दल काय वाटते? अथवा तुझे शिक्षक तुला आवडतात का?
* हा प्रश्न तुझ्यात निर्माण का झाला असेल? तुझे या प्रश्नाबाबत मत काय आहे?
* या प्रश्नाचा तुला कितपत त्रास होतो?
* तुझे घर, कुटुंब, भावंडांबद्दल तुझे काय मत आहे?
* तुला किती मित्र आहेत? तुझे आवडते मित्र कोणते? का?
* तुझ्या आवडी व छंद काय आहेत?

प्रश्न विचारून झाल्यावर उत्तरे लिहून ठेवावीत व नंतर शारीरिक तपासणी करावी.

१. श्रवण, दृष्टी दोष प्रथम तपासावा.

अ) मज्जासंस्थेशी निगडित

१. शरीराच्या स्थूल/सूक्ष्म हालचालीत सुसूत्रता नसणे
२. हातांच्या बोटांची सूक्ष्म थरथर
३. आरशातील प्रतिबिंबाप्रमाणे हातांची हालचाल
४. शरीराचा काल्पनिक मध्य ओलांडण्यात अडचण
५. हवेत आकृती काढता न येणे
६. डोळे बंद करून सरळ रेषेत चालण्यास अडचण
७. अपुरे स्थिती व दिशाज्ञान
८. डोळे बंद करून वस्तू ओळखण्यास अडचण

ब) मेंदूशी निगडित :

१. आकलन/संकलन समस्या
२. अन्वयार्थ लावण्यात अडचण
३. भाषा - भाषेचा अपुरा विकास, तोंडी व लेखी अभिव्यक्तीची उणीव, क्रमवारीत अडचण, चुकीची वाक्यरचना
४. स्मरणशक्ती - ऐकलेल्या/वाचलेल्या गोष्टी जास्त वेळ लक्षात राहण्यास अडचण
५. अवधान समस्या - एखाद्या गोष्टीवर जास्त वेळ लक्ष केंद्रित करता न येणे
६. भावनांचा प्रक्षोभ
७. अपुरेपणाची भावना.

क) शैक्षणिक :

१. चुकीची अक्षरे/शब्दओळख
२. वाचनदोष - अक्षर गाळणे अथवा जोडणे, उलटसुलट वाचणे उदाहरणार्थ,

कमल – कलम

३. गणितात अडचण

४. शुद्धलेखनात अडचण

या मुलांची तपासणी करताना खालील गोष्टी जाणीवपूर्वक बघाव्यात.

१. लक्ष केंद्रित करण्याची कुवत

२. एकाग्रता

३. चुळबुळेपणा

४. लकब/विचित्र सवयी

५. अपरिपक्व वर्तन

६. सहकार्य

७. अस्थिरपणा

८. मानसिक अस्थिरता, उदाहरणार्थ, अचानक रडू फुटणे इ. वयाच्यानुसार योग्य/अयोग्य अशा नोंदी ठेवाव्यात.

मुलाची तपासणी करताना त्याला थोडे शब्द तयार करायला सांगा, वाचायला लावा, गणित सांगा किंवा अल्पकाळातील स्मरणशक्तीची चाचणी असे १५-२० मिनिटे त्याच्याबरोबर घालवा. गरज असल्यास मानसिक, भाषिक, सामाजिक तपासण्या वेगवेगळ्या तपासण्यांद्वारे तज्ज्ञांमार्फत करवून घ्या.

आकडेमोड दोष
(गणितातील दोष – Dyscalculia)

या मुलांमध्ये गणिती प्रक्रियांमध्ये दोष असतात. गणित सोडवण्यात अडथळे येतात. याचे प्रमाण अमेरिकेत ६ टक्के आहे.

काही सर्वसामान्य लक्षणे

१. या मुलांमध्ये भाषिक विकास व इतर कौशल्ये विकसित झालेली असतात, तसेच शब्द वाचनाची स्मरणशक्ती चांगली असते.

२. गणिती संकल्पनांमध्ये मात्र ही मुले कमी दर्जाची असतात. त्यांना पैशाच्या वापराबाबत, चेकबुक वापरण्याबाबत तसेच इतर व्यवहारज्ञान खूप कमी असते.

३. गणिती संकल्पना, उदाहरणार्थ, बेरीज, वजाबाकी, गुणाकार, भागाकार आणि क्रम लावणे, अशा सारख्यांमध्ये त्यांना अडचणी येत असतात. बऱ्याचदा शिकलेलं साठवण्यात व परत मांडणी करण्यात ही मुले अयशस्वी ठरतात किंवा गणिती नियमांचे पालन करण्यात त्यांची कुवत कमी पडते.

४. ही मुले दिशाज्ञान, नकाशा, वाचन, वेळ सांगणे किंवा गुंतागुंतीच्या प्रक्रिया तसेच ओरिएंटेशन यात कमी पडतात.

५. या मुलांना भूत व भविष्य काळातील संगती लावण्यात अडचणी येतात, वेळेचे भान नसते. वेळ आणि दिशा यांचे वेळापत्रक किंवा संकल्पना यात अडचणी असतात.

६. ही मुले अंकांच्या बाबत गाळलेल्या जागा, अंक उलटे लिहिणे अशा प्रकारच्या साध्या-साध्या गोष्टीतही चुका करतात.

७. या मुलांना संगीतातील मूलभूत संकल्पना समजण्यात अडचणी असतात. तसेच ज्या खेळामध्ये नियम व क्रमाची गरज असते, अशा खेळामध्ये ती मागे

पडतात. तसेच ज्या खेळामध्ये खेळताना स्कोअरचे भान ठेवावे लागते, अशा कार्ड आणि बोर्डच्या गेममध्ये त्यांना अडचणी येतात.

आकडेमोड दोषाचे दोन प्रकार

१. सांख्यिकी दोष, ज्यात मोजण्यात आणि हिशेब करण्यात चुका असू शकतात.

२. गणिती संकल्पना, संख्या आणि चिन्ह समजण्यात अडचणी असतात. तज्ज्ञांमार्फत अनेक प्रकारच्या चाचण्या देऊन गणिती दोष ओळखता येतो.

या मुलांना मदत कशी कराल?

१. गणिती दोष असणाऱ्या मुलांना आकडे आणि गणिती संकल्पना यासंबंधी माहिती, तसेच अनुक्रमाने लावणे व व्यवस्थित रचना करणे, यामध्ये मदत लागत असते. गणित या विषयात शब्दांऐवजी अंकाचा वापर करत असल्यामुळे या मुलांना सारखे सारखे व स्पष्टपणे गणित सोडवताना काय काय करावे लागते हे समजावून सांगावे लागते.

२. या मुलांना रोजच्या जीवनातील गणिताचा संबंध व व्यवहारज्ञान जास्तीत जास्त शिकवण्याचा प्रयत्न करावा. उदाहरणार्थ, या मुलांना एखादा पदार्थ बनवताना त्यात कच्चा माल काय काय व किती लागतो? किंवा एखादी विकत आणलेली वस्तू बदलून आणण्यासाठी काय काय करावे लागते, अशा प्रकारचे रोजच्या व्यवहारातील ज्ञान देण्याचा प्रयत्न करावा.

३. पालक आणि शिक्षकांनी मिळून कार्यक्रम ठरवताना मुलाला कशी मदत होईल, याचा विचार करावा. या मुलांना आलेख पेपर (ग्राफ पेपर), कॅलक्युलेटर यांचा वापर करण्याची परवानगी असावी. मुलांना कौशल्य आत्मसात करण्याच्या दृष्टीने शिक्षकांनी इतर पुस्तके व कॉम्प्यूटरवरील कार्यक्रम सुचवावेत, तसेच कॉम्प्यूटर वापरण्यास परवानगी द्यावी. या मुलांना प्रोत्साहन देण्यासाठी एकास एक शिकवणी, तसेच बालविकास केंद्राचा उपयोग करून द्यावा.

४. ही मुले कोणत्या क्षेत्रात चांगली आहेत त्याकडे लक्ष द्यावे, तसेच त्यांनी केलेल्या प्रयत्नांचे आणि साध्य केलेल्या यशाचे योग्य कौतुक करावे.

शिक्षकांसाठी सूचना

या मुलांना सहजतेने शिकण्याचा आनंद व संधी मिळावी, यासाठी शिक्षकांनी खालील सूचना लक्षात ठेवाव्यात.

१. या मुलांना नेहमीच्या वर्गामधूनच शिकवावे; परंतु शिक्षकांसमोरील पुढच्या रांगेत बसवावे. खिडकीजवळ बसवू नये.

२. या मुलांच्या मित्रांना उपचारामध्ये सहभागी करून घ्यावे. त्यांच्यापुढे चांगले आदर्श ठेवावेत. इतर मुलांच्या नोट्सचा वापर करण्याची परवानगी द्यावी, तसेच सहकार्याने प्रोत्साहन देऊन शिकवावे.

३. मुलांना बोलवताना नावाने हाक मारावी, तसेच डोळ्यांत डोळे घालून त्यांच्याशी बोलावे.

४. त्यांनी केलेल्या अचूक आणि योग्य कामाचे कौतुक करावे. सारख्या त्यांच्या चुका काढू नयेत.

५. त्यांनी वर्गात चर्चेत सहभाग घेतल्यावर त्याची नोंद घ्यावी आणि त्याबद्दल त्या मुलाला त्याचे क्रेडिट द्यावे.

६. त्यांनी लिहिलेल्या स्वाध्यायाला श्रेणी द्यावी. त्यांचे विचार, प्रयत्न आणि सहभाग याला एक श्रेणी द्यावी. तर हस्ताक्षर, शब्दरचना, व्याकरण याला दुसरी श्रेणी द्यावी.

७. या मुलांना प्रत्येक विषयामध्ये तोंडी परीक्षा देण्याची संधी द्यावी. जेणेकरून त्यांच्या शिक्षणाचे योग्य मूल्यमापन होऊ शकते.

८. या मुलांमधील आवड आणि बुद्धिमत्ता यांना प्रोत्साहन देऊन लेखी संकल्पना तयार करण्यापेक्षा एखाद्या प्रकल्पामध्ये त्यांना सहभागी करून घ्यावे. या मुलांमधील बुद्धिमत्ता कोणत्या क्षेत्रात आहे ते शोधून ती विकसित करण्याचा प्रयत्न करावा.

९. या मुलांना शब्दरचना लिहिताना मोठ्याने म्हणायला लावावे. त्यांना परीक्षेमध्ये ज्या प्रकारची शब्दरचना अपेक्षित आहे त्या क्रमाने लिहिण्याची सवय करावी.

१०. या मुलांची जडणघडण करताना योग्य त्याप्रमाणे रचना करावी.

११. या मुलांना परीक्षा पूर्ण करण्यासाठी ज्यादा वेळ द्या. त्यांना सुट्टीत किंवा शाळा सुटल्यानंतर थांबायला लावून परीक्षा पूर्ण करण्याची संधी द्या.

१२. या मुलांना गृहपाठासाठी विशेष व्यवस्थेद्वारे रोजचा रोज गृहपाठ वहीत देण्याची व्यवस्था करा. सहसा ही मुले फळ्यावरचा गृहपाठ अचूकतेने लिहू शकत नाही. पालकांना घरामध्ये अभ्यासाची योग्य जागा तयार करण्यास सांगा.

१३. ही मुले पूर्ण नोट्स लिहू शकत नसल्याने किंवा पूर्णपणे वाचू शकत नसल्याने त्यांना वर्गामध्ये टेपरेकॉर्डर आणण्याची परवानगी द्या.

१४. या मुलांना शक्य तिथे वेळेचे बंधन घालू नका, तसेच वेळेच्या दबावाखाली अथवा स्पर्धेच्या दबावाखाली त्यांच्याकडून काम करून घेऊ नका.

१५. तयारीशिवाय मोठ्याने वाचण्यास त्यांना लावू नका.

१६. शिक्षक म्हणून स्वत:च्या संपर्काबाबत परीक्षण करा. उदाहरणार्थ -

आपले फळ्यावरचे अक्षर व्यवस्थित व दिसण्यासारखे मोठे आहे का? आपण सावकाश व स्पष्ट बोलतो का? आपण योग्य प्रकारे प्रोजेक्टर व स्लाइड्सचा वापर करतो का?

१७. तुम्ही स्वत: अध्यगम याविषयी नीट माहिती करून घ्या आणि मुलामध्ये तो आहे किंवा नाही हे ओळखायला शिका.

१८. शक्यतो वेळापत्रक पाळण्याचा प्रयत्न करा. जेव्हा वेळापत्रकात बदल आवश्यक असेल, तेव्हा तो न दुखवता करा. बदल पचविणे यांना अवघड जाते. बदलासाठी तयार करताना या मुलांना आधी सूचना द्या आणि ते सहजतेने तयार होतील, यासाठी वातावरण निर्माण करा.

१९. मुले तुमच्याकडून शिकत असल्याने आणि तुम्ही त्यांचे हिरो असल्याने अशा मुलांबाबत तुमची विचारसरणी धन असू द्या आणि ती मुलांना जाणवू द्या.

२०. या प्रकारची मुले सहसा मदत मागत नाहीत; परंतु तुम्ही या मुलांना प्रश्न विचारण्यास उद्युक्त करा आणि त्यांच्याबाबत रचनात्मक व विधायक दृष्टिकोन ठेवा.

२१. या मुलांना योग्य व स्वच्छ शब्दांत सूचना द्या आणि गरज असल्यास परत परत सांगा.

२२. मुलांना तुम्ही जसे गणित किंवा व्याकरण शिकवता, तसेच तुम्ही समाजात योग्य प्रकारे वागण्यास शिकवा. अभ्यास सोडून इतर गोष्टीतील अडचणींचासुद्धा विचार करा.

२३. तुमच्या सर्व विद्यार्थ्यांमध्ये तुम्ही केलेल्या कौतुकामुळे त्यांना प्रोत्साहन मिळत असते. हे कायम लक्षात ठेवा.

अध्ययनातील अडचणीत तुमच्या मुलांना, तुमचीच सोबत!

हा आजार लवकर ओळखून, त्यावर योग्य वेळेस, योग्य उपचार केले, तर ही मुले सर्वसामान्य गुणांचा चांगला वापर करून यशस्वी होऊ शकतात.

मुलांच्या वागण्यातील लवकर लक्षात येणारी व पुढे गंभीर स्वरूप धारण करू शकणारी काही लक्षणे पुढीलप्रमाणे –

१. भाषिक : उशिरा बोलायला शिकणे, नवीन शब्दसंग्रह वाढवण्यास अडचणी किंवा सभोवतालच्या नेहमीच्या वापरातल्या वस्तूंची नावे सांगण्यात अडथळा, एका शब्दात योग्य उत्तर देण्याऐवजी ३-४ शब्दांचे वाक्य वापरणे, बोललेले समजण्यात अडचण, दिलेल्या सूचना किंवा प्रश्न यांची समज नसणे, स्वत:च्या गरजा सांगण्यामध्ये अडखळणे, सोप्या सूचनांचेसुद्धा पालन न करता येणे.

२. स्नायू विकास : तेलकट, रंगीत खडू किंवा पेन्सील हाताळण्यास अडचण वाटणे, चालण्यातले व वागण्यातले नियंत्रण नीट नसणे, उड्या मारणे, पळणे किंवा चढणे नीट न जमणे, स्वत:बद्दलचा अंदाज नीट नसणे.

३. सामाजिक विकास : बरोबरीच्या मुलांबरोबर मिसळण्यात उत्साह नसणे, जास्त प्रमाणात दंगेखोर किंवा एकलकोंडेपणा, अचानक आणि टोकाचे भावनांमधील बदल, सारखेसारखे रडणे किंवा चिडणे, लवकर आणि जास्त निराश होणे.

४. अनुभवसिद्ध ज्ञान : एखाद्या कृतीचे कारण किंवा परिणाम समजण्यात अडथळे, एकासएक संपर्क किंवा संलग्नता समजण्यात अडचणी, मूलभूत संकल्पना समजण्यात अडचणी, उदाहरणार्थ, आकार, रंग इ.

५. स्वावलंबन : हात धुणे, कपडे घालणे, स्वत:च्या हाताने जेवणे यात अडथळे असणे.

६. एकाग्रता : अस्थिरपणा, सहज लक्ष विचलित होणे.

वरील लक्षणांवरून मुलाची तपासणी केल्यावर शाळेतील शिक्षक व पालकांनी मिळून चर्चा करून वैयक्तिक शिक्षण कार्यक्रम बनवावा लागतो. तुमच्या पाल्याची गरज पूर्ण करण्यासाठी तुमचा सहभाग अत्यंत महत्त्वाचा असतो. शाळेतील यशामध्ये, तसेच सशक्त व कृतिशील वेळापत्रकाला प्रोत्साहन देऊन मुलांना स्वतंत्र बनविण्यात पालकांचा सहभाग अत्यंत महत्त्वाचा मानला जातो.

पालकांसाठी काही सूचना :

१. तुमच्या मुलाला घरगुती कामामध्ये मदत करू द्या. मुलांमध्ये आत्मविश्वास आणि कृतिशीलता येण्यासाठी अर्थपूर्ण कृतीची निवड करा. मुलांच्या प्रयत्नांना यश मिळाले असे त्यांना वाटू द्या. त्यांच्या प्रयत्नांबद्दल कौतुक करा.

२. सूचना देताना त्या सरळ व सोप्या शब्दांत द्या. भाषा सोपी करून सांगा, सांगितलेल्या कृती गरज असल्यास करून दाखवा. कृती करताना शाब्दिक प्रोत्साहन द्या.

३. दिनक्रमाची आखणी करा. मुलांच्या कृतीची, त्यांच्या परिणामांची योग्य प्रकारे आखणी करा. कृतीमध्ये मधूनमधून विश्रांतीसुद्धा द्या.

४. लक्ष विचलित करणाऱ्या गोष्टी टाळा. उदाहरणार्थ,: टीव्ही बंद करा किंवा सोमवार ते शुक्रवार टीव्हीचे तास कमी ठेवा. अमेरिकन बालरोगतज्ज्ञ संघटनेच्या शिफारशीप्रमाणे १ ते २ तास टीव्ही पाहणे योग्य आहे. कृतीसाठी लक्ष विचलित होणार नाही, अशा प्रकारच्या जागेची निवड करा.

५. शांत राहा आणि मुलांना आठवण करून द्या. मुले मुद्दाम विसरत नसतात. त्यामुळे त्यांना आठवण करून देणे योग्य ठरते. तुमचे त्याच्याकडे संपूर्ण लक्ष आहे याची खात्री ठेवा (उदाहरणार्थ, डोळ्यांत डोळे घालून सूचना देणे. तुमच्या इतर कृती बंद ठेवा). मुलांना समजावून सांगताना किंवा आठवण करून देताना त्याने ती कृती करण्यात तुम्हाला रस आहे असे दाखवा.

६. त्यांच्या प्रयत्नांना व चांगल्या कामाला शाबासकी द्या. शाबासकी ही साधे हसणे अथवा स्पर्श अथवा एखादे बक्षीस स्वरूपात द्या. तुमची प्रतिक्रिया त्वरित असू द्या. मात्र ही शाबासकी विशिष्ट कृतीसाठीच आहे असे जाणवायला नको.

७. माणुसकीची जाणीव ठेवा आणि सकारात्मक विचार मनात ठेवा.

८. मुलांना लाच देऊ नका, तसेच अशक्यप्राय आश्वासने देऊ नका.

९. तुम्ही मुलांना वाचून दाखवा आणि मुलांना तुम्हाला वाचून दाखवायला सांगा. अधूनमधून चुकीचे वाचल्याने रागवू नका. वाचनातून मिळणारा आनंद त्यांना मिळू द्या.

१०. संपूर्ण कुटुंबाचा विचार करा. तुमच्या मुलाच्या गरजांमुळे इतर मुलांवर आणि घरातल्या इतर व्यक्तींवर परिणाम होऊ देऊ नका. घरातील सर्व सदस्य, भावंड यांना त्या मुलाची गरज समजावून सांगा आणि त्यांना उपचारात सहभागी करा.

११. सुसंगत विचार करा आणि ते पाळा. शिक्षा व कौतुक यांबाबत सुसंगती ठेवा. नियम सरळ, सोप्या शब्दांमध्ये सांगत जा.

१२. मूर्ख बनू नका. प्रत्येक मुलगा शिकत असतो; परंतु शिकण्याची गती वेगवेगळी असू शकते. जाहिरातीतील जादूच्या उपचारांना आणि त्वरित फरक पडण्याच्या आश्वासनांना भुलून जाऊ नका. दूरदर्शन किंवा वृत्तपत्रातील संशोधन आणि जाहिराती यांच्यामुळे भुलण्यापेक्षा या क्षेत्रातील तज्ज्ञ व्यक्तींकडून माहिती घ्या.

१३. मित्रमंडळींबरोबर खास वेळ काढून आनंदात राहायला शिका व शिकवा. समदुःखी पालकांबरोबर अनुभवांची देवाणघेवाण करा. बरोबरीच्या मुलांबरोबर खेळण्यास प्रोत्साहन द्या व सामाजिकीकरण करण्यास मदत करा. आपण आता मुलांच्या या अडचणी कशा ओळखायच्या आणि त्यावर काय उपाय करता येतील ते पाहू या.

वाचनातील अडथळे — Dyslexia :

वाचनातील अडथळ्यांचा आजार हा मज्जातंतूचा आजार मानला जातो आणि जेव्हा एखाद्या मुलाची किंवा व्यक्तीची बौद्धिक पातळी, वय, शैक्षणिक संधी यांपेक्षा वाचनाची पातळी खूप कमी असेल, तर त्याला वाचनदोष आहे, असे समजावे. हा आजार डोळ्यांतील दोषांमुळे होत नाही. शारीरिक कमकुवतपणामुळे होत नाही. हा आजार मेंदूला मिळालेल्या माहितीचा वापर वाचनामध्ये करण्यातील अडथळ्यांमुळे होत असतो.

वाचनदोषातील सर्वसामान्य लक्षणे पुढीलप्रमाणे :

१. वाचलेले समजण्यामध्ये अडचण.

२. शब्द बनविण्यात लागणारे स्वर व व्यंजन समजण्याचा अभाव तसेच लिहिलेल्या शब्दांचा अर्थ समजण्याचा अभाव.

३. शब्दरचना योग्य प्रकारे करण्यात अडथळा (एकच शब्द एकाच कागदावर वेगळ्या पद्धतीने लिहिलेला आढळतो).

४. शब्दांमधील अक्षरांचा क्रम नीट लावण्यात अडचणी, यमक जुळविण्यात अडचणी.

५. शब्द उच्चारण्यामध्ये अडथळे, (कदाचित उलट्या प्रकारे).

६. बरोबरीच्या मुलांपेक्षा उशिरा बोलायला लागणे.

७. मुळाक्षरे, अंक, आठवड्यातील वार, महिन्यांची नावे, रंग, आकार इ. मूलभूत माहिती शिकण्यामध्ये उशीर.

८. कोडी, विनोद, समजण्यामध्ये अडचण.

वाचनदोष असणाऱ्या मुलांना मदत कशी कराल?

१. वाचनदोष असणाऱ्या मुलांना भाषिक कार्यक्रमाद्वारे चांगला फरक पडतो. या भाषिक कार्यक्रमात सूचना योग्य प्रकारे व स्पष्टपणे दिल्या जातात, तसेच शब्दांचे उच्चार व शब्दरचना यावर जोर दिला जातो. या सूचना लवकर शिकविण्यास सुरुवात केली, तर वाचन सुधारते.

२. सर्वसाधारण नियमानुसार जेवढा इंद्रियांचा संवेदनात्मक वापर जास्त प्रमाणात एखादी गोष्ट शिकण्यासाठी केला जातो, तेवढी ती गोष्ट चांगली शिकली जाते. वाचनदोष असणाऱ्या मुलांना शिकण्यासाठी पाहाणे, ऐकणे, लिहिणे, बोलणे या सर्व गोष्टींना महत्त्व आहे. उदाहरणार्थ, इतिहास शिकवणाऱ्या शिक्षकांनी अशा प्रकारच्या मुलांना तास संपताना नुसते बोलण्यापेक्षा लेखी सारांश देणे फायद्याचे ठरते. वर्गात लिहिण्याचा अभ्यास देऊन शिक्षक त्यावरील प्रश्न पुढील भाग शिकविण्यासाठी वापरू शकतात.

३. टेप केलेली पुस्तके : मुलांना साहित्य वाचनासाठी अडचण येत असल्यास वापरावीत. वाचनात अडथळे असल्यास शब्दसंग्रह वाढण्यास व कल्पनाशक्तीला वाव देण्यास टेपरेकॉर्डरचा उपयोग होऊ शकतो. वाचनदोष असणाऱ्या मुलांच्या पालकांनी मुलांना वाचनास प्रोत्साहित करण्यासाठी त्यांच्या आवडीच्या विषयाची पुस्तके आणून द्यावीत. यासाठी पालकांनी पुस्तकाची दुकाने, लायब्ररी व इंटरनेटचा वापर करावा. आवडत्या विषयावर वाचनाचे साहित्य आणून दिल्यास मुले लवकर वाचायला शिकतात.

लिखाणातील दोष – Dysgraphia

लिखाणातील दोष हा मज्जातंतूचा आजार असून, लेखनातील अडचणीमध्ये शारीरिक दोष कारणीभूत असतात. (उदाहरणार्थ – पेन्सील पकडण्यात होणारा त्रास व घाणेरडे हस्ताक्षर). शब्दरचना करण्यात किंवा मनातले विचार पेपरवर लिहिण्यात अडचणी असू शकतात.

लिखाणातील दोष : काही सर्वसामान्य लक्षणे

१. लेखातील रचना व सारांश मांडण्यामध्ये अडचणी.

२. घाणेरडे किंवा न वाचता येण्यासारखे हस्ताक्षर.

३. पेन्सिलीची पकड नीट नसणे.
४. लिखाणासाठी लागणाऱ्या कृती टाळण्याचा प्रयत्न करणे.
५. कागदावर कल्पना उतरविताना येणाऱ्या अडचणी (अनावश्यक व त्रोटक लिखाण). याच कल्पना चर्चा करण्यास घेतल्या असता तोंडी त्याची मांडणी चांगल्या प्रकारे करणे.
६. अक्षरे व शब्द वेगवेगळ्या पद्धतीने लिहिणे (एकाच लेखात एखादे अक्षर वेगवेगळ्या पद्धतीने लिहिलेले असते).
७. समासामध्ये लिहिणे किंवा शब्दांमधील अंतर योग्य न राखणे किंवा ओळींमधील अंतर अनियमित असणे.

लिखाणदोष असलेल्या मुलांना मदत कशी कराल?

१. लिखाणदोष असणाऱ्या मुलांना स्पष्ट व सुबोध सूचना दिल्यानंतर त्यांचे लिखाण सुधारू शकते. चेकलिस्टचा वापर त्यांना मदतीचा हात देतो. पायऱ्यापायऱ्यांनी सारांश कसा तयार करायचा, याचे ज्ञान शिकविले जाते.

२. या मुलांची खरी परीक्षा शिक्षकांनी तोंडी पद्धतीने घ्यावी म्हणजे मुलांचे त्या विषयातील खरे ज्ञान समजू शकेल. त्यांना लेखी परीक्षा देणे अडचणीचे असते. या मुलांना परीक्षेच्या काळात लेखनिक पुरविण्याची सोय शाळेने करावी. असा कायदा महाराष्ट्र सरकारने बोर्डाच्या परीक्षेलासुद्धा केला आहे.

३. एखाद्या मुलाला लिखाण दोषामुळे स्वत:च्या कल्पना पेपरवर लिहिण्यास अडचणी येत असतील, तर त्यांनी टेपरेकॉर्डर वापरावा. या मुलांनी चित्राद्वारे आपल्या कल्पना मांडून स्वत:मधील क्रयशक्ती जोपासावी.

४. या मुलांना आपल्या मित्रांना व कुटुंबातील सदस्यांना पत्र लिहिण्यास पालकांनी प्रोत्साहन द्यावे, तसेच या मुलांना बँकेचे आणि इतर फॉर्म भरण्यास लावावे. त्यांना प्रोत्साहन देताना वेगवेगळ्या प्रकारचे उपक्रम आखावेत, तसेच त्यांच्यामध्ये लिखाणाचे कौशल्य आत्मसात करण्यास प्रोत्साहन द्यावे.

❖

दिव्यांगांचे हक्क – कायदा २०१६

- २००९च्या शिक्षण ही अत्यावश्यक सेवा ठरविणाऱ्या भारतीय संविधान कलम ४५ नुसार शिक्षण हा प्रत्येक मुलाचा मूलभूत हक्क मानला गेला आहे.
- प्रत्येक मुलाला मोफत आणि आवश्यक शिक्षण देणे ही सरकारची जबाबदारी आहे.
- ६-१४ वर्षांतील मुलांसाठी शैक्षणिक सोयी-सुविधा पुरविणे हीदेखील सरकारची जबाबदारी आहे.
- विशिष्ट मुलांसाठी वेगळा अभ्यासक्रम, शैक्षणिक साहित्य तसेच त्यांचे मूल्यांकन करणारी मापने तयार केली आहेत.
- मूल्यांकन करताना त्यांच्या अडचणी समजून निकष ठरविले गेले.
- कौशल्यांचे मापन करताना विविध मार्गांचा उपयोग कसा करावा हेही सांगितले गेले.
- या मुलांसाठी अभ्यासाची विविध क्षेत्रे खुली केली गेली.
- या मुलांना परीक्षेत विविध सोयी व सवलती यांचा विचार केला गेला.
- या मुलांना नियमित शाळेत शिक्षण मिळावे अशी शिफारस केली गेली.
- दिव्यांगांसाठी सर्वसमावेशक शिक्षण पहिली ते बारावीसाठी वेगवेगळ्या मापनाच्या कसोट्या आणि परीक्षेतील सवलती तसेच ज्ञान व भाषिक कौशल्य मूल्यांकनाच्या पद्धती यामध्ये बदल केला गेला.

प्रश्न क्र. १) २०१६चा दिव्यांग कायदा काय आहे?

हा कायदा १९९५च्या कायद्याची जागा घेणारा असून समान संधी, संपूर्ण सहभाग आणि हक्कांचे संरक्षण असा कायदा असून या कायद्यानुसार UNCPRD (अपंग व्यक्तींच्या अधिकारांवर संयुक्त राष्ट्र परिषद) या आंतरराष्ट्रीय करारावर

भारताने सही केली आहे. त्याला अनुसरून या कायद्यात बदल केले गेले आहेत.
* त्यांचा स्वतःचा स्वाभिमान, वैयक्तिक स्वायत्तता आणि स्वतःची निवड करण्याची स्वतंत्रता आणि व्यक्तींच्या स्वातंत्र्यासह आदर करणे.
* पूर्ण आणि प्रभावी सहभागासह, भेदभाव नसलेला, सामावून घेणारा समाज निर्माण करणे.
* मानवतेचा एक भाग म्हणून विकलांग लोकांसाठी आदरणीय व्यवस्था निर्माण करणे.
* संधीची समानता, अक्षमता असलेल्या मुलांची क्षमता वाढविण्यासाठी वातावरण निर्मिती.

प्रश्न क्र. २) दिव्यांग मुलांचे पुनर्वसन करताना कोणते अडथळे तुम्हाला अपेक्षित आहेत आणि हा कायदा तुम्हाला कशा प्रकारे मदत करू शकतो?

- समाजातील अपंग व्यक्तींच्या पूर्ण आणि प्रभावी सहभागास सामोरे जाणारे सांप्रदायिक, सांस्कृतिक, आर्थिक पर्यावरणीय, संस्थात्मक, राजकीय, सामाजिक, अनुवांशिक किंवा संरचनात्मक समस्या असलेले कोणतेही अडथळे निर्माण करणारे घटक.
- हा कायदा विकलांग व्यक्तींना शिक्षण, कौशल्यविकास आणि रोजगारासाठी त्यांना सहाय्य किंवा सहाय्य देऊन मदत करेल. सामाजिक सुरक्षा, आरोग्य, पुनर्वसन आणि मनोरंजनदेखील देतो.

प्रश्न क्र. ३) या कायद्यानुसार आरोग्याच्या कोणत्या सुविधा दिल्या जातात?

आरोग्याच्या सुविधा

* कायदा केवळ सरकारी आणि खासगी हॉस्पिटलची भौतिक संरचनात्मक उपलब्धता करून देत नाही, तर आरोग्य सेवेची खास आणि विस्तारित समग्र उपलब्धतादेखील प्रदान करतो.
* या कायद्यानुसार, योग्य सरकारी आणि स्थानिक अधिकारी, विकलांग व्यक्तींच्या आरोग्य सेवेसाठी आवश्यक उपाययोजना करतील.

a) विशेषतः ग्रामीण भागातील परिसरात विनामूल्य आरोग्य सेवा
b) सरकारी तसेच खासगी रुग्णालये आणि इतर आरोग्य सेवा संस्था आणि केंद्रे यांच्या सर्व विभागांमध्ये सहज व विनाअडथळा प्रवेश
c) दिव्यांगांना सर्व विभागांत उपस्थिती आणि उपचार प्राधान्य

आरोग्य सेवेस प्रोत्साहन देणे आणि अपंगत्वास प्रतिबंध करणे

a) अपंगत्वाचे कारण ओळखण्यासाठी सर्वेक्षण, तपास आणि संशोधन करा.
b) धोका असलेली मुले ओळखण्यासाठी प्रत्येक वर्षी किमान एकदा सर्व मुलांची पडताळणी चाचणी (Screening) करा.
c) प्राथमिक आरोग्य केंद्रामध्ये कर्मचाऱ्यांना प्रशिक्षण देण्यासाठी सुविधा पुरवा.
d) प्रायोजकांमार्फत सर्वसाधारण स्वच्छता, आरोग्य आणि स्वच्छतेसाठी मोहिमेमार्फत जनजागृती करणे, माहिती प्रसारित करणे, तसेच जागरूकता निर्माण करणे.
e) प्रसवपूर्व, जन्मोत्तर आणि वेळेच्या परिस्थितीविषयी आईची व बाळाची योग्य काळजी घेण्यासाठी उपाय करा.
f) पूर्व शाळा, शाळा, प्राथमिक आरोग्य केंद्रे, ग्रामीण पातळीवरील कामगार आणि अंगणवाडी कामगारांद्वारे लोकांना प्रशिक्षित करा.
g) टेलिव्हिजन, रेडिओ आणि इतर मास मीडियाद्वारे जनतेमध्ये जागरूकता निर्माण करा.
h) नैसर्गिक आपत्ती आणि इतर धोकादायक परिस्थितीत त्वरित आरोग्य सेवा पुरविणे.
i) विकलांग महिलांसाठी लैंगिक आणि पुनरुत्पादन आरोग्य सेवा पुरविणे.
j) अपंग असलेल्या कर्मचाऱ्यांसाठी विशेष विमा योजना

प्रश्न ४ : आरपीडब्ल्यूडी कायद्यानुसार दिव्यांगांना प्रमाणित करण्याचा अधिकार कोणाला आहे?

- कलम (५७) च्या उपविभाग (१) खाली अधिकाराची रचना केली आहे.
- आवश्यक पात्रता आणि अनुभव असलेल्या व्यक्तीस अथवा योग्य शासकीय अधिकारी यांना अक्षमता प्रमाणपत्र जारी करण्यास प्रशिक्षणाने सक्षम बनवावे.
- सरकारी अधिनियमानुसार प्रमाणपत्र अधिकारी यांचे काम व मर्यादा यांची आखणी केली आहे. या कायद्यानुसार अधिकारी प्रमाणपत्र देऊ शकतात.

प्रश्न ५) या आरपीडब्ल्यूडी कायद्यानुसार संबंधित अधिकारी कोण आहे?

- राज्य किंवा केंद्र सरकारद्वारे नियुक्त केलेली कोणतीही सक्षम व्यक्ती हे काम करू शकते.
- पीडब्ल्यूडी कायद्यासाठी सर्व संस्था नोंदणीकृत केल्या पाहिजेत. सक्षम अधिकारी या अधिनियमाच्या अर्जदारांच्या आवश्यकतांबद्दल चौकशी करेल आणि अर्ज मिळाल्यानंतर ९० दिवसांच्या कालावधीत अर्जदारांना नोंदणी प्रमाणपत्र दिले जाईल आणि अनुदान प्रमाणपत्र नाकारले असल्यास, समाधानी

नसल्यास तसे योग्य कारण कळवले जाईल.

प्रश्न ६) या कायद्याच्या अंतर्गत शैक्षणिक सुविधा काय आहेत?

शैक्षणिक सुविधा

- सरकारमान्य किंवा सरकारी निधीवर चालणाऱ्या सर्व शैक्षणिक संस्थांनी सर्व समावेशक शिक्षण द्यावे. शिक्षण, क्रीडा, मनोरंजन इत्यादी उपक्रमांसाठी कोणताही भेदभाव न बाळगता प्रवेश द्यावा.
- वैयक्तिक गरजेनुसार योग्य असा निवास प्रदान करा.
- अंधत्व किंवा बहिरेपणा असलेल्या लोकांसाठी, योग्य भाषेत शिक्षण आणि माध्यम/संवाद साधण्याचे माध्यम
- सहभाग आणि प्रगती निरीक्षण करा.
- परिवहन प्रदान करा.
- सर्व समावेशक शिक्षणास प्रोत्साहन देणे.
- शैक्षणिक उद्दिष्टे निश्चित करण्याच्या मूल्यांकनासाठी ५ वर्षांचे सर्वेक्षण करा.
- शिक्षकांची उपलब्धता आणि त्यांच्या स्वत:च्या प्रशिक्षणाची पर्याप्तता तपासण्यासाठी सर्वेक्षण करा.
- या संस्थांसाठी संसाधन केंद्रे स्थापन करणे.
- ब्रेल आणि संकेत भाषेची उपलब्धता आणि उपयुक्तता यावर लक्ष केंद्रित करा.
- १८ वर्षे वयापर्यंत पुस्तके, शिक्षणाची सामग्री आणि सहाय्यक उपकरणे विनामूल्य उपलब्ध केलेली आहेत.
- गरजू व हुशार मुलांसाठी सरकारतर्फे शिष्यवृत्ती दिली जाते.
- अभ्यासक्रमात सुधारणा, परीक्षेत अतिरिक्त वेळ, द्वितीय आणि तृतीय भाषांमधून सवलत, शास्त्र विषयात अवघड अभ्यासक्रमातून सुटका ही या कायद्याची वैशिष्ट्ये आहेत.
- प्रौढांच्या शिक्षणासाठी तरतूद

व्यावसायिक प्रशिक्षण तरतुदी

- स्वयंरोजगार व व्यावसायिक प्रशिक्षण यासाठी सवलतीच्या दरात दिव्यांगांना कर्ज उपलब्ध करून त्यांना रोजगाराच्या संधी वाढविणे.
- रोजगाराबाबत कोणत्याही प्रकारचा भेदभाव न ठेवता सरकारी खात्यांकडून

मदत करणे.

- सरकारी संस्थांमध्ये राहण्याची सोय आणि अनुकूल वातावरण निर्माण करणे.
- कोणतीही पदोन्नती नाकारली जाणार नाही याची काळजी घेणे.
- सेवेमध्ये अपंगत्व प्राप्त झाले, तर पदावनती न करता योग्य तो मान राखणे.

टिप्पणी

महाराष्ट्र सरकारच्या २०१५च्या कायद्याअंतर्गत दिव्यांगांना दिलेल्या सवलती खालीलप्रमाणे आहेत :-

सामान्य सवलती –

१. परीक्षा केंद्र त्यांच्या घराजवळ असणे आवश्यक आहे.
२. परीक्षा पूर्ण करण्यासाठी प्रत्येक विद्यार्थ्याला प्रति तास अतिरिक्त २० मिनिटांचा वेळ मिळेल.
३. एका विषयासाठी २० गुणांची सवलत किंवा सर्व विषयांमध्ये २० गुण विभाजित केले जातील.
४. रेखाचित्र आणि नकाशे काढण्यासाठी सवलत
५. विज्ञान विषयाच्या प्रात्यक्षिक परीक्षेऐवजी तोंडी परीक्षा आयोजित केल्या पाहिजेत.

विशिष्ट सवलती :-

१) अंशतः किंवा पूर्णपणे आंधळा विद्यार्थी

a) टेलर फ्रेमचा वापर परीक्षेच्या वेळी केला जाऊ शकतो.
b) बोलणाऱ्या कॅलक्युलेटरचा वापर परीक्षेच्या वेळी केला जाऊ शकतो.
c) प्रश्नपत्रिका वाचण्यासाठी आवर्धक (मोठे दिसणारी) काचेचा वापर करण्यास परवानगी.
d) ॲबॅकस आणि भूमितीय उपकरणांचा वापर करण्यास परवानगी.
e) पडद्यावरील वाचनाचे सॉफ्टवेअर, एनव्हीडीए सॉफ्टवेअर वापरण्यास परवानगी.
f) प्रश्नांचा संवाद साधण्यासाठी टेपरेकॉर्डरचा वापर करण्यास परवानगी
g) ब्रेलमध्ये लेखन व विश्रांतीसाठी वेळ
h) लांबलचक उत्तरांऐवजी महत्त्वाच्या मुद्द्यांकरिता गुण देणे

२) बहिरे व मूक विद्यार्थी

a) उत्तरामधील शब्दांची संख्या अपेक्षेपेक्षा कमी असू शकते.

b) विद्यार्थ्यांच्या गरजेनुसार प्रश्नपत्रिकेमध्ये योग्य बदल
  c) व्याकरणातील त्रुटी, शब्दलेखन, विरामचिन्हे इ.साठी गुण कमी करू नयेत.
  d) गणितीय विधान सरळ आणि सोपे असावे.
  e) लेखन हे मौखिक मूल्यांकनाऐवजी वैकल्पिक असावे.
  f) परीक्षेसाठी असणाऱ्या सर्व मौखिक सूचना फळ्यावर लिहाव्यात.

३) हाडांच्या विकृती
  a) हातातील दोष असेल तर लेखनिक नियुक्त करावा.
  b) टेबलाच्या संरचनेमध्ये बदल करावा.

४) मेंदूचा पक्षाघात झालेले विद्यार्थी
  a) त्या मुलांची शाळा हेच परीक्षा केंद्र असावे.
  b) या विद्यार्थ्यांसाठी विशेषतः तयार केलेले टेबल, टायपिंग मशीन, खुर्च्या यांचा वापर करावा.
  c) लेखन किंवा टायपिंग केलेल्या उत्तरांना परवानगी आहे.
  d) परीक्षेच्या दरम्यान या मुलांना स्वतंत्र बसण्याची व्यवस्था करावी.

५) अध्ययन अक्षमता
  a) लेखनिक द्यावा.
  b) काही भाग किंवा संपूर्ण उत्तरांसाठी कागदावर लिहिणे किंवा टाइप करणे याला परवानगी असावी.

६) स्वमग्न मुले
  a) परीक्षा केंद्र म्हणून स्वतःची शाळा असावी. विशेषतः तयार केलेले टेबल, टायपिंग मशीन, खुर्च्या प्रदान कराव्यात.
  b) लेखनिक प्रदान केले जाऊ शकतात.
  c) व्याकरणातील त्रुटी, शब्दलेखन, विरामचिन्हे इत्यादींसाठी गुण कमी करू नयेत.
  d) गणितीय विधान सरळ आणि सोपे असावे.
  e) लेखन हे मौखिक मूल्यांकनाऐवजी वैकल्पिक असावे.
  f) परीक्षेसाठी असणाऱ्या सर्व मौखिक सूचना फळ्यावर लिहाव्यात.

७) सेरेब्रल पाल्सी
  d) परीक्षेत आवाज संश्लेषकासारख्या तंत्रज्ञानाचा वापर करण्यास परवानगी द्यावी.
  e) प्रश्नांची प्रक्रिया समजून घेण्यासाठी संवादी फळा (Communication board) वापरला जावा.

f) मुलांच्या कौशल्यातील त्रुटी समजावून घेऊन त्याप्रमाणे प्रश्नांमध्ये बदल करण्यात यावेत.
g) स्नायू संतुलित करण्यासाठी योग्य टेबल आणि खुर्ची द्यावी.
h) परीक्षेत वापरल्या जाणाऱ्या उपुयक्त सामग्री आणि उपकरणांचा वापर करण्यास परवानगी आहे. (उदा. पेन्सिल, ग्रिप्स)

८) परीक्षेचा कागद हा जाड असावा; जेणेकरून कितीही दाबून लिहिले तरीही तो टिकण्यास मजबूत असावा.

मानसिकदृष्ट्या अपंग मुले

a) योग्य मूल्यांकन करण्यासाठी विद्यार्थ्यांना साहित्य आणि वाङ्मय पुरवण्यात यावे.
b) व्याकरणातील त्रुटी, शब्दलेखन, विरामचिन्हे इत्यादींसाठी गुण कमी करणे आवश्यक नाही.
c) लेखनिक हा विद्यार्थ्यांच्या इयत्तेपेक्षा खालच्या इयत्तेचा असावा, प्रौढ नातेवाईक किंवा पालक लेखनिक असू नयेत.

प्रश्न ७) समावेशित शिक्षण ही संकल्पना काय आहे? हा कायदा समावेशित शिक्षणास कसा उत्तेजन देतो?

आरपीडब्ल्यूडीमध्ये समाविष्ट :–

a) वाजवी निवास प्रदान करा.
b) वातावरणात आवश्यक ती मदत प्रदान करा.
c) सहभागाची देखरेख करा.
d) ब्रेल आणि संकेत भाषेसाठी शिक्षकांची नेमणूक करा.
e) समावेशित शिक्षणासाठी व्यावसायिक, कर्मचारी प्रशिक्षण यांचा समावेश करावा.
f) मदत केंद्रे विकसित करा.
g) संप्रेषणाच्या योग्य वाढीव आणि पर्यायी पद्धतींचा वापर करावा.
h) पुस्तक, शिक्षण सामग्री, सहाय्यक साधने प्रदान करा.
i) अभ्यासक्रमात काळानुसार योग्य ते बदल करावेत.
j) औपचारिक व अनौपचारिक शिक्षणाचा समावेश करण्यात यावा.

प्रश्न ८) बेंचमार्क (अतिजास्त / असहाय्य) अपंगत्वाचा अर्थ काय आहे? हा कायदा त्यांना कशी मदत करतो?

बेंचमार्क (अतिजास्त / असहाय्य) अक्षमता

- ४० टक्क्यांपेक्षा जास्त विकलांगता असल्यास त्याला बेंचमार्क अक्षमता असे म्हणतात.
- शारीरिक, मानसिक समस्या अथवा रोजच्या जीवनातील कार्य, निर्णय घेणे, शिक्षणासाठी, रोजगारासाठी कौटुंबिक आणि सामाजिक जीवनासाठी, उपचार आणि उपचारांच्या जीवनातील सहभागासाठी अर्थसहाय्य तसेच प्रशिक्षण तसेच तज्ज्ञांमार्फत मार्गदर्शन.

पीडब्ल्यूडी कायद्यामध्ये पुढील गोष्टींचा समावेश आहे :–

- १८ वर्षांपर्यंत विनामूल्य आणि अनिवार्य शिक्षण
- दिव्यांगांना शैक्षणिक संस्थांमध्ये ५ टक्के जागा राखीव
- सरकारी नोकरीमध्ये ३-४ टक्के जागा अंध, बहिरा, शारीरिक अक्षमता, स्वकेंद्रित, अध्ययन अक्षमता, एकाधिक अक्षमतांसाठी आरक्षण
- खासगी क्षेत्रामध्ये ५ टक्के आरक्षणातील रिक्त जागा बेंचमार्क अपंगत्व असणाऱ्यांना देण्यात याव्यात.
- गृहनिर्माण योजना आणि कृषी जमीनवाटपासाठी ५ टक्के आरक्षण यामध्ये बेंचमार्क अपंग असलेल्या महिलांना प्राधान्य देण्यात यावे.
- दारिद्र्यनिर्मूलन आणि इतर विकासात्मक योजनांमध्ये ५ टक्के आरक्षण असावे.
- गृहनिर्माण किंवा स्वयंरोजगारासाठी सवलतीच्या दराने भूखंडवाटपामध्ये ५ टक्के आरक्षण द्यावे.

बेंचमार्क अपंगत्व – विशेष तरतुदी

- एखाद्या अर्जावर पावती मिळाल्यावर प्राधिकरणाने केंद्र सरकारद्वारे नेमलेल्या सदस्यांसह मूल्यांकन समितीकडे संदर्भित केले पाहिजे / पाठविले पाहिजे.
- मूल्यांकन मंडळ केंद्र सरकारद्वारे नमूद केल्याप्रमाणे प्रकरणाचा आढावा घेईल आणि उच्च समर्थनाची आवश्यकता आणि त्याचे स्वरूप आवश्यक असल्याचा अहवाल प्रमाणित करणाऱ्या प्राधिकरणास पाठवेल.
- अहवाल मिळाल्यानंतर संबंधित अधिकाऱ्यांनी प्राधिकृत अहवालानुसार आणि संबंधित योजनांच्या अधीन समर्थन प्रदान करण्यासाठी पावले उचलली पाहिजेत.

प्रश्न ९) कोणत्या २१ अपंगत्वाचा तपशीलवार समावेश या कायद्यात समाविष्ट आहे?

१) शारीरिक अपंगत्व
   a) बरा झालेला कुष्ठरोग
   b) सेरेब्रल पाल्सी
   c) खुजेपणा
   d) स्नायूंची विकृती
   f) ॲसिडहल्ला बळी

२) दृष्टिदोष
   a) अंधत्व
   b) कमी दृष्टी

३) कर्णदोष
   a) बहिरेपणा
   b) ऐकण्यामध्ये दोष

४) वाचा आणि भाषा अक्षमता

५) बौद्धिक विकलांगता
   a) अध्ययन अक्षमता
   b) स्वमग्नता

६) बौद्धिक आणि वर्तणूक समस्या
   a) मानसिक आजार

७) अक्षमता येण्याची कारणे
   a) दीर्घकालीन मेंदूविकार
   b) मेंदू आणि मज्जापेशींच्या काठिण्यामुळे आणि नाशामुळे होणारा रोग
   c) रक्तविकार जसे हिमोफेलिया, सिकल सेल रोग
   d) एकाधिक अपंगत्व

प्र. १०) प्रमाणीकरण प्रक्रिया काय आहे?
- सरकार प्रमाणित प्राधिकरणाची / अधिकाऱ्याची नियुक्ती करेल
- त्या अधिकाऱ्याची योग्य पात्रता, अनुभव आणि अधिकार क्षेत्र सरकारतर्फे ठरवण्यात येईल.
- कलम (५६) अंतर्गत सूचित दिशा निर्देशांच्या साह्याने मूल्यांकन केले जाईल.

- शासनाद्वारे निर्धारित स्वरूपात प्रमाणपत्र जारी केले जाईल.
- जर त्याला विशिष्ट अंपगत्व नसेल तर त्याला लिखित स्वरूपात तशी माहिती दिली पाहिजे.
- हे प्रमाणपत्र देशभरात वैध असते.

प्रश्न ११) केंद्रीय सल्लागार मंडळाचा काय अर्थ आहे?

- केंद्र सरकारद्वारे केंद्रीय सल्लागार समिती स्थापन केली.
- संसदेचे ३ सदस्य, भारत सरकारचे सचिव, राष्ट्रीय अपंगत्व संस्थेचे संचालक
- अपंग क्षेत्रातील सदस्य केंद्र सरकारद्वारे नेमण्यात येतात.
- ६ महिन्यांतून एकदा भेटतात.
- विशेष शिक्षकांसाठी प्रशिक्षण संस्था स्थापन करणे.
- पुस्तके आणि इतर शिक्षण सामग्रीची तरतूद करणे.

मुलांशी सुसंवाद

भाग १ – एकत्र वेळ देणे

आजकालच्या युगात सर्वांत अवघड किंवा दुर्मीळ कोणती गोष्ट आहे तर वेळ. बऱ्याचदा पालकांशी चर्चा करताना जाणवते की, मुलांबरोबर ते अर्धा ताससुद्धा वेळ देऊ शकत नाहीत. याची कारणे असंख्य असतात. कोणाला व्यवसायामुळे, कोणाला प्रवासामुळे व नोकरीमुळे घरी आल्यावर शांतता हवी म्हणून, तर काही वेळेस मित्रांबरोबर राहणारे व अजून लग्नाच्या जबाबदाऱ्या न स्वीकारणारे तरुण असोत किंवा टीव्ही, दारू इ. व्यसनांमुळे असो. मुलांना काय वेळ द्यायचा, त्यांचं ते वाढतात की, आमच्या वडिलांशी कुठे आम्ही जास्त बोलत होतो? परंतु आजकाल निर्माण होणाऱ्या वर्तनसमस्यांमध्ये पालक व मुलांमधला सुसंवाद नसणे हा एक महत्त्वाचा घटक आहे.

मुलांशी एकत्र वेळ घालवायचा म्हणजे करायचे तरी काय? दररोज आपल्या मुलांबरोबर किमान १ तास घालवा. काही निरीक्षणे तुम्ही नोंदवा की, आपला मुलगा काय करतो, कसा वागतोय? एकत्र वेळ घालवताना काही सहज निरीक्षण-निष्कर्ष काढता येतात.

मित्र : तुमच्या मुलाला एकलकोंडेपणाचे खेळ जास्त आवडतात का समूहात राहायला आवडते? फक्त जिंकायलाच पाहिजे असे वाटते का हारसुद्धा खिलाडूपणे स्वीकारतो? ऐकायला कान तयार करण्यासाठी पालकांचा सहभाग महत्त्वाचा असतो. तो काही निर्माण करण्यातला आनंद मिळवतो की नाही, म्हणजे चित्र काढणे, वस्तू बनवणे. नसल्यास त्याला उद्युक्त करा व प्रोत्साहन द्या. मुलांबरोबर एकत्र पत्ते, कॅरम यांसारखे बैठे खेळ अथवा क्रिकेट, फुटबॉलसारखे मैदानी खेळ त्याच्या वयाच्या ४ ते ७ वर्षे या वयात खेळा.

दूरचित्रवाणी : तो किती तास टीव्ही बघतो? कोणते कार्यक्रम जास्त

आवडतात? तुमच्या स्वत:वर काही बंधने घालून घ्या. आता नवीन टीव्हीला काही चॅनल्स लपवता येतात, तसेच मुलांना टीव्हीला पर्याय द्यायला शिका. जर पालकच सारखे टीव्ही समोर बसत असतील, तर मुलांची काय चूक? एकदा मी अशाच टीव्हीचे व्यसन लागलेल्या पालकांना पर्यायाबद्दल बोललो तेव्हा ते लगेच २ दिवसांनंतर सांगू लागले, "माझ्या मुलाच्या चेहऱ्यावर फिरायला जायचं म्हटल्यावर खूप आनंद मला दिसला व मलाच जाणवलं, खरंच आपणच ही सवय लावली होती." कोणते कार्यक्रम व का बघायचे, याबद्दल चर्चा करा. कार्यक्रमामधून मिळणारा आनंद व ज्ञान घेण्याची मुलांना सवय लावा. त्यांचा आदर्श तुम्ही असल्याने ते नक्कीच चांगले ते बघायला व ऐकायला शिकतील. ठरावीक तास व चांगले कार्यक्रम बघितल्यास टीव्हीचा उपयोग उत्तम मनोरंजन व ज्ञान मिळवण्याचे साधन म्हणून होऊ शकतो. यासंदर्भात पुस्तकात इतरत्रसुद्धा उल्लेख आहेच.

वैयक्तिक संगणक (PC) : सध्याच्या काळात कदाचित सर्वांनाच हा परवडत असेल असे नाही; पण लवकरच टीव्ही व रेडियो सारखा हा आपल्या घराचा अविभाज्य घटक बनणार आहे यात शंकाच नाही. PC हा मुलांचा योग्य मार्गदर्शक बनू शकतो. मल्टिमीडिया व इंटरनेट यांच्या साह्याने मुलांना सखोल अभ्यास करण्याची सवय लागू शकते, तसेच त्यांच्या संकल्पना स्पष्ट करण्यास मदत होते. ज्ञानाचा अथांग सागर घरात बसल्या बसल्या आपल्याला बघायला मिळतो. खरेच २०व्या शतकात जग अगदी जवळ आणण्यास फोन व कॉम्प्यूटर्स, इंटरनेट यांनी फार महत्त्वाची कामगिरी बजावली आहे. इंटरनेटचेही काही तोटे आहेतच; पण योग्य मार्गाने वापर केल्यास फारच फायदेशीर व चांगला मित्र म्हणून तो भूमिका बजावू शकतो. संगणकावरील खेळ मात्र मुलांना व्यसन लावू शकतात तेव्हा त्यांच्या सुरुवातीपासूनच थोडे बंधन घातलेले चांगले.

पुस्तके : पुस्तक वाचनाची सवय तुम्ही तुमच्या मुलांना लावलीत, तर या सारखी उत्तम सवय नाही. ९व्या महिन्यांपासून मुलांना पुस्तकातून गोष्टी वाचून दाखवाव्यात. सुरुवातीला चित्राच्या व कार्डबोर्डच्या पुस्तकांमधून छोट्या छोट्या गोष्टींपासून सुरुवात करावी व नंतर मोठ्या गोष्टी सांगाव्यात. आवाजातले चढ-उतार, स्पष्ट बोलणे व चेहऱ्यावरचे हावभाव या सर्वांनाच गोष्ट सांगण्यात महत्त्व असल्याने तुम्ही त्या दृष्टीने मुलांसमोर चांगला आदर्श निर्माण करा. पुस्तक वाचनाची गोडी असणारी मुले आत्मविश्वासाने वावरू शकतात व कंटाळा हा शब्द त्यांना सहसा माहिती नसतो. मुलांची स्वत:ची छोटी लायब्ररी असावी व पुस्तकखरेदी व पुस्तक वाचन हा आनंददायक अनुभव आहे हे मुलांना ठसावे. वाचन चांगल्या दर्जाचे असल्याने पुस्तकेही चांगले संस्कार करतात व मुलांच्या संगोपनात महत्त्वाची कामगिरी बजावतात.

तुमच्या मुलाबरोबर तुम्ही संभाषण करताना काही गोष्टी लक्षात ठेवा – ऐका आणि सांगा किंवा द्या व घ्या, असे धोरण ठेवा म्हणजे लांबलचक भाषण देऊ नका किंवा मला माहिती आहे सगळे; तू काही बोलू नको, अशी वाक्ये वापरू नका. त्याच्या मताचा सन्मान करा. त्याचे बोलणे लक्षपूर्वक ऐका. तुमच्याबरोबर त्याला खरेदीसाठी न्या व त्यांची मते विचारा. त्याच्या मतावर चर्चा करून त्याला व्यवस्थित व स्पष्टपणे विषयावर मत मांडू द्या व आपले मत सांगा. त्याला कोणत्या वयात काय सांगायचे व कसे सांगायचे याचे भान ठेवा. त्याच्या शारीरिक व मानसिक बदलाबद्दल चर्चा करा. पाळी येऊन ५ वर्षे झाली तरी त्याबद्दलची इतकी त्रोटक माहिती मुलींना असते की आश्चर्यच वाटते. आपल्याकडे SEX हा विषय घृणेचा व लपवण्याचा असल्याने मुलांना अर्धवट ज्ञान मिळते व ती मुले त्यातून विकृत प्रेम करायला लागतात. माझ्याकडे मागच्या महिन्यात एक मुलगी आठवीमधली तिच्या पालकांनी आणली. तिने इतकी भयंकर भाषा वापरून मुलांना पत्रे लिहिली होती व ती मुलांच्या मागे लागत होती. चौकशी केल्यावर तिला प्रेम या शब्दाचा अर्थ माहिती नव्हताच व तिला इंद्रियाबद्दलची सर्व माहिती योग्य चर्चेद्वारे दिल्यावर व तिला विधायक कामात गुंतवल्यावर तिच्यात छान फरक पडला. शाळेत नापास होणारी ही बुद्धिमान मुलगी चांगले मार्क मिळवून पास झाली. कारण डोके शांत झाले व डोळ्यांसमोर उद्दिष्ट दिले गेले. आता तिचे आई-वडील भेटले की, खूप बरे वाटते. कारण त्यांचे २-३ महिन्यांपूर्वीचे चेहरे व आताचे चेहरे यातला फरकच समाधान देऊन जातो. मुलांना शिश्न ताठ होणे नैसर्गिक आहे, अशा प्रकारचे ज्ञान कोणी देतच नाही व अर्धवट व चुकीच्या ज्ञानामुळे या विषयाबद्दल घृणा व स्वत:बद्दल कमीपणाची भावना निर्माण होते. १० ते १६ वर्षे या वयात मुलांशी शारीरिक व मानसिक बदलांबद्दल बोलून त्यांच्या शंका दूर कराव्यात. शास्त्रीय ज्ञान, धोके नीट समजवल्यास मुलांना याविषयी घृणा, भीती, कमीपणाची भावना निर्माण होणार नाही.

मुलांना भावना व्यक्त करण्यास व त्यांचे नियंत्रण करण्यास शिकवा. त्यांच्याबरोबर छोट्या-मोठ्या सहली आयोजित करा. मुलांशी मिसळून वागण्याने व त्यांना मोकळे बनवल्याने ती संघर्ष चांगला करू शकतात. त्यांना भेडसावणारे प्रश्न सोडवण्यास हा सुसंवाद नक्कीच फार उपयोगी पडतो.

भाग २ : शाळा, गृहपाठ, वाचन, लिखाण, परीक्षा इ.

मुलांना शाळेत घालताना ४ वर्षे पूर्णला बालवाडी व ६ वर्षे पूर्णला पहिलीत जातील असे बघा (NCERT व IAP PRESCHOOL COMMITTE RECOMENDATION). शाळा निवडताना घरापासूनचे अंतर, शिक्षक, वर्गातील मुलांची संख्या, शिकवण्याचा उत्साह, शाळेतील वातावरण, मुलाची बुद्धिमत्ता

(बुद्ध्यांक व इतर तपासण्या), घरातील वातावरण या सर्वांचा विचार करून शाळा व माध्यम ठरवावे. तुम्ही स्वत: मुलाला वेळ देऊ शकता का? तुम्हाला मुलाची काळजी आहे व शिकवण्याची आवड आहे म्हणून त्याचा अभ्यास घेता का, शिक्षकांकडून मुलांची प्रशंसा झाली पाहिजे, आपला मुलगा हुशारच हवा म्हणून अभ्यास घेता? शाळेतून आल्यावर मुलाला पहिल्या भेटीत आज शाळेत काय काय झाले हा साधा प्रश्न विचारा. मुलांना सर्व घडलेल्या गोष्टी तुमच्यापर्यंत पोहोचवण्याची संधी द्या. वर्गात काय काय शिकवले व ते आपल्या मुलाला नीट समजलंय ना ते पडताळून बघा. फक्त परीक्षेपुरते पाठांतर करण्यापेक्षा त्याच्या मूलभूत संकल्पना तयार करा व त्याला अभ्यास कंटाळवाणा न वाटता कमी वेळात योग्य पद्धतीने कसा घेता येईल, याचा विचार करा. किती तास अभ्यास केला यापेक्षा कसा केला हे महत्त्वाचे. त्या दृष्टीने प्रयत्न करा. मुलांची वृत्ती ओळखून त्या पद्धतीने शिकवा. प्रत्येक मूल हे वेगवेगळे असते. तेव्हा त्यांना समजेल, पटेल अशा भाषेत बोला. त्याचा अभ्यास घेणे तुम्हाला शक्य नसेल अथवा अभ्यास अवघड जात असेल, तर ट्यूशनमध्ये अगदी कमी मुले असावीत व ट्यूशनच्या शिक्षकास तुमच्या मुलाची कुवत व कमजोरपणा याची माहिती असली पाहिजे व वैयक्तिक लक्ष दिले गेले पाहिजे. हल्ली बऱ्याचदा क्लासमध्ये शाळेएवढी गर्दी असते.

मुलांच्या शिकण्यामध्ये तुमचे प्रोत्साहन सर्वांत महत्त्वाचे आहे. तुम्ही त्यांच्यातील चांगला गुण हेरून त्यांना त्याची जाणीव करून द्या. प्रत्येक मुलामध्ये काहीतरी गुण चांगले असतातच. उदाहरणार्थ, वसंतदादा चौथी शिकले होते; पण नेतृत्वगुण व माणसे जमा करायची कला यावर चांगले मुख्यमंत्री म्हणून नावाजले गेले. आता शास्त्रशुद्ध तपासण्यांद्वारे मुलांची शक्तिस्थाने ओळखता येतात व ती विकसित करण्यासाठी योग्य मार्गदर्शन बालविकास केंद्रामार्फत देता येते. या तपासण्यांमध्ये बुद्ध्यांक न काढता प्रत्येक मुलगा कोणत्यातरी क्षेत्रात हुशार आहे हे गृहीत धरून ते क्षेत्र शोधले जाते व विकसित केले जाते.

मुलांना शिकताना आनंद घ्यायला शिकवा. अपयश ही यशाची पहिली पायरी आहे, असे त्यांना त्यांच्या चुकातून सांगा. तुमच्या मुलाचे अभ्यासात लक्ष नसेल, तर त्याची कारणे शोधण्याचा प्रयत्न करा. त्याला समजले नसेल तर सोप्या भाषेत स्पष्टपणे समजावून सांगा. त्यांची बुद्ध्यांक, अध्ययन अधिगम, मेंदूत दोष, मानसिक प्रश्न याबद्दलची तपासणी बालविकास केंद्रामार्फत करून खात्री करून घ्या. मागे पडणाऱ्या मुलांना किंवा अभ्यासात लक्ष नसणाऱ्या मुलांसाठी पाठ्यपुस्तकांव्यतिरिक्त पुस्तके, शब्दकोश, ऑडिओ-व्हीडिओ कॅसेट्स, वाचनालय, तक्ते, सोप्या व चित्ररूपी अभिव्यक्ती यांचा शिकवण्यात वापर करून त्यांना आवड निर्माण करा.

गृहपाठ करताना लक्षात ठेवण्याचे मुद्दे

मुलांना वेळापत्रक आखायला शिकवा. गृहपाठ लिहिण्यापूर्वी त्या धड्याचा वाचून विचार करून घटना कुठे, कधी व कशी घडली, शेवट व सारांश याची उजळणी करून सारांश लिहून लक्षात ठेवा व सारांशावरून परत कथा सराव करायला लावा. गृहपाठाचे नियोजन केल्यास तो कमी वेळात व प्रभावीपणे करता येतो. एकदा याची सवय लागली की, मोठेपणी स्वत:चा अभ्यास चांगला करता येतो. वेळापत्रकाप्रमाणे वागायला शिकवल्यास मुलांना शिस्त लागेल व वेळेचे महत्त्व समजते. ते चांगले व वेळेवर वागत असतील, तर तुम्ही योग्य ते कौतुक करा.

शालेय अभ्यास व मूलभूत कौशल्ये विकास

शालेय अभ्यास करताना मूलभूत कौशल्ये विकसित करण्यास तुम्ही पुढीलप्रमाणे मदत करू शकाल –

वाचन :

अ) सुरुवातीच्या काळात मुलांना वाचण्यात आनंद आहे हे दाखवणे, तुम्ही कसे वाचता ते दाखवा. अवांतर वाचन करून दाखवा.

ब) मुलांना शिकवताना शब्द आणि उच्चार स्पष्ट व सावकाशपणे समजावून द्या.

क) एकत्र वाचन : तुमचा मुलगा कसे वाचतो ते ऐका. त्याच्याशी लहान संभाषणे करा, तो वाचताना त्याच्याकडे लक्ष द्या. त्याला त्याच्या पद्धतीने वाचू द्या. तुम्ही धीर धरा कारण चुका थोड्या होणारच, तेव्हा चुका ओळखा व नोंदवा व पुढच्या वेळेस टाळण्यासाठी प्रयत्न करा. बोट ठेवून व भाव व्यक्त करून वाचायला सांगा व त्याने काय वाचले, त्याबद्दल त्याच्याशी बोला.

ड) त्याच्यासमोर प्रवाही वाचन शांत व स्पष्टपणे करा व त्याला विविध नवीन व जुने वाचन करून दाखवा व पाठ्यपुस्तकाव्यतिरिक्त संदर्भ वाचायला द्या. उदाहरणार्थ, शिवाजीचा इतिहास, म्हणजे वाचनात उत्साह निर्माण होईल व आनंद मिळेल.

लिखाण :

लिहिण्याचे शिकवताना एक गोष्ट लक्षात ठेवा की, त्या दृष्टीने मूल तयार आहे का? पुस्तकात इतरत्र सांगितल्याप्रमाणे २ वर्षांचे मूल लिहायला शिकल्यास ६ महिने लागले, तर ३ वर्षांचे मूल ६ आठवडे, तर ४ वर्षांचे ६ दिवसांत शिकू शकते. मुलांना बळजबरी करू नका. २ ते ४ या वयात मातीचे आकार करणे,

स्नायूंचे व्यायाम करावेत. उदाहरणार्थ, कणीक तिंबणे, गोळे करणे. सहजगत्या त्यांना तेलकट खडूने रेघोट्या काढायला शिकवा. ४ ते ६ या वयात त्यांना सराव करू द्या. शाबासकी द्या, उजव्या हाताने लिहितो का डाव्या हाताने ते बघा. डाव्या हाताने लिहिणारे लोकसुद्धा हुशार असू शकतात, तेव्हा त्याला ज्या हाताने लिहिणे सोयीस्कर असेल तोच हात वापरायला परवानगी द्या. बळेच उजव्या हाताने लिहायला लावल्याने तोतरेपणा, शाळेत मागे पडणे अशी लक्षणे दिसतात. तेव्हा तो जसा असेल उजवा/डावरा त्याचा स्वीकार करा.

उजवा/डावरा : सहसा मुले कोणत्या हाताचा वापर करणार हे ४ वर्षांपर्यंत निश्चित नसते. डाव्यापेक्षा उजव्या हाताचा वापर मुले करतात. त्यामागे विकासापेक्षा सामाजिक अपेक्षा व शिकवणुकीचा वाटा जास्त असतो, असे जेसेल नावाचे शास्त्रज्ञ मानतात.

डावरे/उजवेपणा हा काही अंशी गुणसूत्रांवर व बऱ्याचदा वातावरण, सूचना, नक्कल करणे यावर अवलंबून असतो. डावरेपणा हा मुलांमध्ये मुलींपेक्षा जास्त प्रमाणात असतो, तसेच अतिहुशार किंवा गुन्हेगार यांच्यातही आढळतो.

डावऱ्या मुलांमध्ये वाचनाचे दोष, अर्धशीशीचे प्रमाण साहचर्याचे असते. डावरी मुले गणितात जास्त बुद्धिमान असू शकतात. काही डावरी मुले ठरावीक कामे उजव्या हाताने करतात. त्यांना मिश्र हाताळणी करणारे असे म्हणतात.

मुलांचा हात ओळखण्यास त्यांना चित्र काढायला लावणे, कात्रीने पेपर कापणे, बॉल लाथाडणे, घड्याळाची टिकटिक ऐकणे किंवा पेपर रोलमधून बघणे, यासारख्या तपासण्या केल्या जातात.

कोणत्याही हाताने मुले काम करत असतील तरी त्यांना खूप जास्त बळजबरी मात्र करू नये हे नक्की.

लिखाणातील कौशल्य : लिखाणातील कसब वाढवण्यास त्याला शब्द बनवण्यास शिकवा : चित्रावरून किंवा तोंडी : कोणते अक्षर कोठे वापरायचे व लिहिण्याअगोदर काय लिहायचे, याची योजना मनात तयार करण्याची सवय लावा. अक्षरे जोडून शब्द बनवणे, व्याकरण : वाक्य पूर्ण करणे याकडे जास्त लक्ष द्या. लिखाणातील कौशल्य वाढवताना त्याला काय पाहिजे, याची चिठ्ठी लिहून द्यायला सांगा, कथा उतरवून त्यात स्वतःच्या कविता, कथा लिहायला आवडू शकते. त्यांना कथा, कविता, पत्र लिहिण्यास प्रोत्साहन द्या. अभ्यास कौशल्य शिबिरासारख्या शिबिरांचा उपयोग करून शास्त्रशुद्धरीत्या अभ्यास करण्याची सवय लावा.

लिखाणातील/वाचनातील अडचणी : हा सर्वसाधारणपणे आढळणारा प्रश्न असून, त्याची कारणे खालीलप्रमाणे असू शकतात अ) शाळा बुडवणे - बऱ्याचदा पालकांनी घरातील कार्यक्रम, पाहुणे, ट्रिप यासाठी शाळा बुडवल्याने या अडचणी निर्माण होतात.

ब) काही मुलांच्या ऐकण्यात दोष असतो, तर काहींच्या दृष्टीत. ऐकण्यातला दोष म्हणजे आपल्याला फक्त बहिरेपणा माहीत असतो; पण मूल उशिरा बोलायला लागणे, खुणेचा जास्त वापर करत असेल तर, शब्दसंग्रह वयाच्या मानाने कमी असेल किंवा शाळेत मागे पडत असेल, तर 'बेरा' नावाची संगणकयुक्त तपासणी करून घ्यावी. कमी श्रवणदोष लक्षात येत नाहीत व आपण मुलाला वेंधळेपणाचे लेबल लावतो. उपचार व्यवस्थित वेळेवर झाल्यास हा दोष कमी करता येतो. यातसुद्धा प्रशिक्षण महत्त्वाचे असते.

दृष्टिदोषासाठी डोळ्यांच्या डॉक्टरकडून तपासणी व उपचार आवश्यक असतात. डोके दुखणे, डोळ्यांतून पाणी येणे, अभ्यासात लक्ष नसणे, वर्गातले न समजणे ही काही लक्षणे असून या मुलांची तपासणी आवश्यक असते.

क) लिखाणातील किंवा वाचनातील अडचणी काही वेळेस शाळेतील शिक्षकांच्या शिकवण्याच्या सामान्य/वाईट पद्धती किंवा दर्जा यामुळेसुद्धा असतात.

ड) काही वेळेस लिखाण/वाचनातील दोष हा मेंदूतील दोषामुळे असू शकतो. यासाठी योग्य तपासणी बालरोगतज्ज्ञांमार्फत करणे आवश्यक आहे.

गणित शिकवताना लक्षात ठेवण्याची मूलभूत तत्त्वे :

येथे आपण सखोल पद्धतीचा विचार न करता फक्त मूलभूत तत्त्वे बघू यात. प्रथम हे तपासून बघा की, मुलाला अंक समजतात व वापरता येतात किंवा लिहिता येतात की नाही? अंकगणितातील चार मूलभूत नियम (+, -, x, ÷) योग्य रितीने समजले आहेत का? गणित सोडवण्याच्या वेगवेगळ्या सोप्या व अवघड पद्धती आत्मसात करणे. वेळेचे गणित मांडणे, आकडेमोड करता येणे. लांबी रुंदी, आकार, स्थान व परिसर यासंदर्भात माहिती मिळवणे. गरज पडल्यास गणितात मदत करणे. त्यांना किमतीतील फरक ओळखण्यास मदत करा व महिनाभर खर्च करायला पॉकेटमनी दिलेले पैसे कसे नियोजित करायचे हे शिकवा. बचतीचे बाळकडू पाजा. वेळापत्रक आखणे व राबवणे याची सवय लावा. मूल जर काही सूचना विसरत असेल किंवा दुर्लक्ष करत असेल किंवा महत्त्वाचा मुद्दा विसरत असेल, तर त्याची नीट नोंद ठेवून त्याचा सराव करून घ्या. शिकलेल्या/ शिकवलेल्या गोष्टीचा भरपूर सराव करून घ्या व ते वापरायची संधी द्या.

मुलांना गणित शिकवताना आधुनिक पद्धतीने चित्र, ऑडिओ, व्हीडिओ कॅसेट्स व भरपूर उदाहरणे यांचा वापर केल्यास गणित हे रंजक कोड्यासारखे मुलांना वाटते व ते चांगला प्रयत्न करतात अन्यथा रूक्ष पद्धतीने शिकवल्यास त्यांचा रस निघून जातो.

ऐकणे व काळजीपूर्वक ऐकणे यात फरक असतो

ऐकताना आपण कान, डोळे, मेंदूचा वापर करून वक्त्याला नेमके काय म्हणायचे आहे, याचा मनापासून विचार करतो. आपण ऐकताना आपले मन मोकळे ठेवून एकाग्र करायला शिकले पाहिजे. स्थिरचित्त ठेवून आशयाकडे ध्यान देऊन संपूर्ण भाषण ऐकल्यावर मत बनवण्यास शिकले पाहिजे. श्रवण हे जन्मजात असले तरी श्रवणकौशल्य हे आत्मसात करता येते.

अभ्यास कौशल्य शिबिराद्वारे ज्ञानप्रबोधिनी, पुणे यांनी खूप मोठा ठेवा दिला आहे. मुलांमार्फत तो पोहोचणे अत्यंत आवश्यक आहे.

ऐकणे, वाचणे, टिपणे काढणे, स्मरण कौशल्य, लेखन कौशल्य, मूल्यमापन, अभ्यासाचे नियोजन ही सर्व मूलभूत कौशल्ये असून, ती जन्मजात नसतात. ही सरावाने आपल्यामध्ये आणता येऊ शकतात.

ऐकणे व वाचणे तसेच लेखन यावर आपण मागील आवृत्तीतच विचार केला होता.

टिपणे ही स्वत:च्या शब्दात असावीत. अनावश्यक शब्द, क्रियापदे, स्पष्टीकरण, उदाहरणे लिहू नयेत. न्यूमोनिक्स किंवा लघुरूपे वापरावीत. उदाहरणार्थ, इंद्रधनुष्याचे रंग. एका दृष्टिक्षेपात आकलन होईल अशी असावीत. सविस्तर टिपणांच्या $^{१}/_{३}$ असावीत. लेखन करताना सुवाच्च्य हस्ताक्षर, अचूक व शुद्धलेखन, विरामचिन्हांचा उपयोग व गतीने लेखन हे आले पाहिजे.

शब्दसंग्रह वाढवण्यासाठी वर्तमानपत्र नियमित वाचावे. नवीन शब्दांकडे लक्ष देऊन त्यांची नोंद करावी. शब्दकोश डिक्शनरीतील रोज ५ शब्द नवीन समजावून घ्यावेत. चांगल्या व्याख्यात्यांची भाषणे ऐकावीत. संस्कृत व मराठी, तसेच इंग्रजी सुभाषिते पाठ करावीत.

अभ्यास नियोजनामुळे वेळेची बचत व सदुपयोग होतो. ठरावीक वेळात हा अभ्यास संपवायचा असल्याने अभ्यासाच्या वेगात वाढ होते. निश्चित काय अभ्यास करायचा हे ठरल्याने अभ्यासातील एकाग्रता वाढते. अभ्यास वेळेत संपवता येईल, असा आत्मविश्वास वाटतो. अभ्यास करताना प्रथम सर्व पाठ्यपुस्तकांचे प्रथम वाचन, अडचणी निरसन व टिपणे काढणे, प्रश्नोत्तर लिखाण करावे. नंतर प्रश्नोत्तरांचे मुद्देसूद (महत्त्वाच्या शब्दांचे) पाठांतर करावे. नंतर प्रश्नपत्रिका सोडवणे व चुका सुधारणे यानंतर लेखी परीक्षेच्या आधी १५ दिवस ते १ महिना आधीची उजळणी व प्रत्यक्ष परीक्षेच्या दिवसांत करायची उजळणी. प्रत्येक विषयाचा अभ्यास करताना त्यात वाचन, टिपणे काढणे, पाठांतर, प्रश्नोत्तर लेखन या सर्व प्रक्रियांचा आलटूनपालटून समावेश असावा. त्यामुळे कंटाळाही येत नाही व अभ्यासही पक्का

होतो. १ तास अभ्यास केला की, ५ मिनिटे विश्रांती घ्यावी. नियोजनाप्रमाणे काम झाले का ते पाहावे.

सुरुवातीपासून नियमित अभ्यास केला, तर यश तुमचेच असते हे लक्षात ठेवा.

चाचणी परीक्षा व वार्षिक परीक्षा :

मुलांची परीक्षेसाठी तयारी करून घेताना नंबर अथवा मार्क लक्षात न घेता सर्वांगीण तयारीचा विचार करा. तुमचा मुलगा सतत काळजी करतो का? तसे असेल तर बऱ्याचदा वाचलेले आठवत नाही व अभ्यास विसरला जातो. त्याच्या परीक्षेची घरी तयारी करून घेताना त्याला विकासमाला आणा, त्या नीट तपासा. त्याने कोणते प्रश्न व्यवस्थित सोडवले आहेत व कोणते सोडवता आले नाहीत, याचा नीट विचार करा व कमकुवतपणा नाहीसा करण्यासाठी प्रयत्न करा. वेगवेगळ्या पद्धती/युक्त्या वापरा. परीक्षेत यश मिळवण्यासाठी ते आधी बघण्याची स्वतःच्या मनाला सवय लावा, त्यामुळे तणाव कमी होतो. मुलांची परीक्षेची तयारी करून घेताना खालील गोष्टींचा कटाक्ष पुरवण्यास मुलांना सांगा.

अ) सूचना नीट वाचाव्यात, धांदरटपणा करू नये व सूचना नीट पाळाव्यात.

ब) प्रश्नाप्रमाणे वेळेचे नियोजन करायला शिकवा.

क) प्रश्नपत्रिकेचा साचा लक्षात घ्या.

ड) वेगवेगळे प्रश्न व ते सोडवताना दृष्टिकोनातील भिन्नता लक्षात घ्या.

* परीक्षेला जाताना अगदी शेवटपर्यंत सूचना देण्याचे टाळा.

* मुलांना अगदी परीक्षा तोंडावर आली म्हणून रागावण्यापेक्षा किंवा उपदेश करण्यापेक्षा नियमित अभ्यासाची सवय लावा.

* परीक्षेआधी काही दिवस त्यांच्याकडून मॉडेल पेपर सोडवून घ्या व त्याचा उपयोग मुलांचा आत्मविश्वास वाढवण्यास मदत करा.

* मार्क्स मिळवल्यावर त्याला रागवण्यापेक्षा तो व आपण कुठे कमी पडतो, त्याच्यात कशी सुधारणा घडवता येईल, मर्यादा किती आहेत याचा विचार करा.

* उद्दिष्ट ठरवताना आपल्या मुलाचा बुद्ध्यांक, वातावरणातील मर्यादा, अध्ययनातले दोष, पात्रता व प्रयत्न या सर्वांचा विचार करा व जास्तीत जास्त साध्य करण्याचा प्रयत्न करा.

परीक्षा ही तुम्हाला काय येत हे बघण्यासाठी असते. आपण नेहमी काय येत नाही, याचा विचार परीक्षेच्या काळात जास्त करतो.

भाग ३ : शाळेबरोबर एकत्रित काम करणे, पालक-शाळा संबंध

आपल्याकडे बहुतेक शाळांमध्ये पालक-शिक्षक संघ आहेत. खरेतर पालकांनी

शाळेच्या उन्नतीसाठी शिक्षकांच्या प्रमाणेच रस घ्यायला हवा. पालक-शिक्षक संघाची महिन्यातून एकदा तरी बैठक व्हावी. संघाचा करार व नियमावली लिखित स्वरूपात असावी. नियमित बैठका घेतल्या जाव्यात. तुम्ही शाळेला खालील प्रकारे मदत करू शकता. १) योजना आखणे, योजनांची माहिती घेणे व दुसऱ्याला पुरवणे. २) मदतनिधी जमवणे, आर्थिक पाठबळ पुरवणे, ३) कार्यक्रम प्रायोजित करणे. ४) नियमित मदत/वर्गणी जमा करणे. ५) इतर उपक्रमांद्वारे मदत करणे. ६) या सर्व आर्थिक मदतीचा व्यवस्थित हिशेब ठेवणे व जाहीर करणे. ७) मुलांबरोबर गरज असल्यास स्वयंसेवक या नात्याने सहलींना जाणे. शालेय शिस्त व वर्तणूक कशी असावी, मुलांच्या वर्तणुकीबाबत नियमावली निश्चित असावी व धोरण आखावे. त्याची प्रत पालकांजवळ असावी. तुम्ही नियम मोडला तर काय होईल, याबाबत निश्चित सूत्रे असावीत. शिस्त लावताना शाळेने प्रोत्साहन व स्तुती या आवश्यक गोष्टींना विसरायला नको. शिक्षकवर्गाची वागणूक कशी आहे, याचा पालकांनी विचार करून शिक्षकांशी चर्चा करून हा प्रश्न सोडवावा. शिक्षकांनीसुद्धा प्रत्येक मुलाला तो वर्गातील महत्त्वाचा व सन्माननीय सदस्य आहे, अशी वागणूक द्यावी. आदर करायला शिकवावे. मुलाला वर्गाबाहेर काढणे किंवा शाळेतून काढणे याची कारणे सयुक्तिक असावी व याची माहिती मिळविणे हा पालकांचा हक्क मानला जावा.

पालक-शिक्षक :

संबंध नेहमी मैत्रीपूर्ण असावेत. शिक्षकही आपल्यातील एक आहे हे लक्षात ठेवा. शिक्षकांबरोबर बोला. शाळेने बोलावलेल्या बैठकींना हजर राहा. मुलांच्या प्रगतीबाबत चर्चा करा. आपले मत स्पष्टपणे मांडा. महिन्याचा व वार्षिक अहवाल याविषयी खुली चर्चा करा व निष्कर्षाची अंमलबजावणी करा. तुमच्या मुलांबरोबरसुद्धा चर्चा करा. चांगली बैठक कोणती म्हणता येईल? १) ज्याची पूर्वतयारी करून पालक व शिक्षक आलेले आहेत. २) दोघांमध्ये विनयशीलता, नियमितपणा, खुली चर्चा करायची व अडचणींवर चर्चेतून उपाय शोधायची तयारी हवी. ३) दोघांनी अडचणींवर एकत्रित व नियमितपणे काही काळ न कंटाळता एक-एक पायरी चढत गेल्यास मात नक्कीच करता येते. शालेय सहलीत पालकांना शिक्षकांबरोबर सहभागी करण्याने समन्वय वाढतो. सहलीचे आयोजन करताना तयारी, खर्च, सुरक्षितता या गोष्टींकडे लक्ष द्यावे.

शाळेबरोबर पालकांनी शाळा ही संस्था आपलीच आहे समजून मदत केली व शाळेनेसुद्धा पालकांना योग्य मान देऊन त्यांच्याशी वेळोवेळी चर्चा करून सुधारणा करत गेल्यास शाळेची प्रगती तर होतेच व मुलांचासुद्धा फायदा होतो. शिक्षण हे प्रवाही बनते व तोचतोचपणामुळे खुंटणारी प्रगती टाळता येते. शिक्षकांनी व

पालकांनी वाद घालण्यापेक्षा चर्चेद्वारे प्रगती साधणे नक्कीच हितकारक असते.

मुलांमधील दंगेखोरपणा : ही मुलांमधली नैसर्गिक भावना आहे का वर्तनसमस्या आहे हे प्रथम ओळखायला पाहिजे. दंगेखोरपणाची लक्षणे काय आहेत? मुले दंगामस्ती का करतात, याची कारणे समजून घ्या. त्यांना कंटाळा आला म्हणून दंगा करतात की, त्यांना काहीतरी करून लक्ष वेधून घ्यायचे असते म्हणून दंगा करतात, हे समजले पाहिजे. त्यांच्या दंगामस्तीमुळे किती नुकसान होते? त्याची कारणे माफ करण्याजोगी आहेत का? पालक व शाळेने अशा मुलांना सतत विधायक कार्यात गुंतवले पाहिजे व दंगामस्ती करण्याने झालेली चूक

मुलाच्या निदर्शनास आणून द्या; परंतु चुकीची शिक्षा गुन्हेगारी स्वरूपाची न देता चुकीची जाणीव होईल व परत चूक घडणार नाही अशाप्रकारे द्या. या मुलांना सारखे चांगल्या कामात गुंतवून त्यांच्यात निर्णयक्षमता व नेतृत्वगुणांचा विकास करवला, तर हीच दंगेखोर मुले पुढे आयुष्यात खूप यशस्वी होतात व अशा धडपडणाऱ्या मुलांमध्ये काहीतरी नवीन निर्माण करण्याची ताकद असते. तेव्हा मुलांना योग्य प्रकारे ओळखून त्यांच्यातले सुप्त गुण फुलविण्यास पालकांनी व शाळेने बालमानसशास्त्रज्ञ व बालरोगतज्ज्ञ यांची मदत घ्यावी व मुलांना अस्थिर, दंगेखोर असा शिक्का मारण्यापेक्षा त्यांचा सर्वांगीण विकास घडवून आणावा.

❖

पौगंडावस्थेतील मुलांचे मानसिक प्रश्न

पौगंडावस्थेतील मुलांचे ३ भाग करता येतील. (तक्ता बघा)

वय	११ १२ १३	१४ १५ १६ १७ १८
मुलगी		स्तनांचा विकास
		काखेत, जांघेत केस
		पाळी
		विकासाचा उंच आलेख
मुलगा		गोट्यांची वाढ
		शिश्नाची वाढ
		काखेत, जांघेतील केसांची वाढ
		विकासाचा उंच आलेख

अ) १० ते १३ वर्ष- सुरुवात ब) १४ ते १६ वर्ष मध्य क) तारुण्यावस्था १७ वर्षांनंतर तक्त्याप्रमाणे त्यांच्यात बदल होत असतात.

(प्रथम वाढीचा तक्ता)

मुलगे/पुरुष	मुली/स्त्री
१. तारुण्यपीटिका	१. तारुण्यपीटिका
२. बुटका/उंच	२. सौंदर्य
३. तोंडावर कमी केस	३. हातापायांवर असणारे केस
४. स्तनांची वाढ	४. स्तनांचा आकार, वाढ
५. स्वप्नावस्था	५. स्राव
६. हस्तमैथुन	६. हस्तमैथुन
७. शिश्नाचा आकार	७. प्रेम, लग्न, मुले
८. समलिंगी आकर्षण	८. लैंगिक आकर्षण
९. ब्ल्यू फिल्म, (अश्लील लैंगिक चित्रपट) चित्रे इ.	९. लैंगिक छळ
१०. समवयस्कांमधील हिंसाचार	१०. एकांतपणाचे प्रश्न

या वयातील मुलांना भेडसावणारे प्रश्न

पौगंडावस्थेविषयी आणखी थोडे...

WHO या संघटनेच्याप्रमाणे या वयातील प्रश्न निर्माण होण्याची कारणे खालीलप्रमाणे

१. शिक्षणाची गरज जास्त प्रमाणात आहे. विशेषत: आहार, व्यायाम, लैंगिक संबंध, सिगारेट/दारू अथवा इतर व्यसनांबद्दल जागरूक करणे. आजार जरी प्रौढावस्थेत आपले खरे रूप दाखवत असले तरी त्याचे मूळ हे पौगंडावस्थेतच असते.

२. मानसिक ताण, शारीरिकदृष्ट्या दुर्बल वातावरण आणि अपुरी काळजी यामुळे गुन्हेगारी वर्तन निर्माण होते.

३. या वयातच हिंसकवृत्ती, गुन्हेगारी, दारू, व्यसने, लैंगिक समस्या, अपघात हे जास्तीत जास्त असतात.

४. एड्स किंवा इतर लैंगिक आजारांचे महाभयंकर स्वरूप पाहता या वयातील मुला-मुलींना लैंगिक शिक्षणाची गरज किती आहे ते समजते.

५. १९९५ साली १७ कोटी १५ ते १९ वयातील कुमारी माता जगात

होत्या. याला कारण लैंगिक संबंधाबद्दलचे अज्ञान, बाळंतपण, शारीरिक वाढ, लैंगिक आजार याविषयी शास्त्रीय माहिती मुलांपर्यंत पोहोचायला हवी.

या विषयावर 'Adolescent 2000 & Beyond' या पुस्तकात अत्यंत उपयुक्त माहिती आहे.

६. दिल्ली येथे नुकत्याच झालेल्या पौगंडावस्थेतील मुलांच्या समस्येबाबत झालेल्या आंतरराष्ट्रीय परिषदेत आपल्या क्लिनिकतर्फे खालील संशोधन व निष्कर्ष परिषदेतर्फे मान्य करण्यात आले. ३ शाळांमधील ४५० मुला-मुलींच्या व्यक्तिमत्त्वाचा सखोल अभ्यास करताना शाळेतील व वातावरणातील ४० घटकांचा अभ्यास केला. त्यातील १० घटक व्यक्तिमत्त्वावर परिणाम करतात असे दिसले. वातावरणातील घटक व त्यामुळे विकसित होणारे व्यक्तिमत्त्व पुढीलप्रमाणे –

* २ किंवा त्यापेक्षा जास्त वेळ स्वत:चा अभ्यास स्वत: केल्याने मुले रिझर्व, भावनाशील, सोबर व गंभीर प्रवृत्तीची बनू शकतात.

* ६० टक्क्यांच्या वर मार्क मिळवणारी (शालेय अभ्यासात मध्यम वा चांगली असणारी) मुले ही खूप तणावाखाली नसतात किंवा फार निवांतही नसतात. शाळेतल्या यशामुळे ही मुले टोकाची न बनता नियंत्रित व्यक्तिमत्त्वाची बनतात.

* आई-वडिलांकडून अभ्यासात मदत ५४ टक्के मुला-मुलींना मिळत होती. ज्यांच्यामध्ये आज्ञाधारकता हा व्यक्तिमत्त्व गुण आढळला.

* ६९ टक्के मुलांना घरी कोणती ना कोणती अभ्यासासाठी सोय होती. उदाहरणार्थ, वेगळी खोली, त्या मुलांच्या अभ्यासासाठी घरातले वातावरण व शांतता, पुस्तके, स्वत:चा कॉम्प्यूटर इ. त्यामुळे मुले जास्त स्वत:ला व्यक्त करणारी व धूर्त स्वभावाची झालेली आढळली.

* ९० टक्के मुलांना शाळेत नियमित येण्यास कोणतीही अडचण नव्हती. या मुलांमध्ये समूहात मिसळण्याची प्रवृत्ती दिसली.

* ६५ टक्के मुलांना वर्गात लक्ष देताना काहीही अडथळा नव्हता. त्या मुलांमध्ये हुशारी व वैचारिक परिपक्वपता आढळली.

७. रोजचा अभ्यास रोज घरी करण्यामध्ये ६६ टक्के मुलांना काहीही अडचण नव्हती. ही मुले नियंत्रित व्यक्तिमत्त्वाची म्हणजे फार बुजरी नाही की खूप धाडशी नाही, फार हळवी नाही की फार कोडगी नाहीत, असे व्यक्तिमत्त्व असलेली आढळली.

८. ८७ टक्के मुलांना मित्राविषयी घरी पालकांशी बोलण्यात चर्चा करण्यात कोणताही अडथळा नव्हता. त्यामुळे ही समूहात मिसळणारी व लक्ष वेधून घेणारी, तसेच सामाजिक नियमांचे पालन करणारी आढळली.

९. मित्रांबरोबर बाहेर जाण्याची संधी ६८ टक्के पालक देत होते. त्यामुळे या मुलांमध्ये आत्मसन्मान व करुणा हे गुण आढळले.

१०. अभ्यासक्रमापलीकडे इतर उपक्रम राबवण्यास ९१ टक्के पालकांची परवानगी होती. त्यामुळे या मुलांचे ताण कमी होऊन Relaxed किंवा व्यक्तिमत्त्व तयार होण्यास मदत होते, असे आढळते.

११. या सर्व ४५० मुलांमध्ये पुढारीपणा, सर्जनशीलता, शाळेतील साध्य, मानसिक आजार, विध्वंसक प्रवृत्ती तसेच या प्रकृतीतून बाहेर पडलेली मुले यांचा अभ्यास केला असता, असे लक्षात आले की, ज्या मुलांमध्ये पुढारीपणा आहे ती शाळेतील साध्य उत्तम प्रकारे पार पाडू शकतात. परंतु सर्वांत महत्त्वाचे आमच्या अभ्यासातून असे निदर्शनास आले की, जी मुले सर्जनशील असतात, त्यांच्यात पुढारीपणा असतो. ते शाळेतील साध्य उत्तम पार पाडतात; पण ते विध्वंसक असू शकतात. सर्जनशीलतेचे विध्वंसकपणाशी नाते या अभ्यासात सापडले आहे. मानसिक आजारी असलेल्या मुलांमध्ये बाकी कोणतेच गुण दिसत नाहीत.

आमच्या पेपरमधून काढलेल्या निष्कर्षाचा उपयोग पुढीलप्रमाणे होऊ शकतो.

१. काही विशिष्ट प्रकारच्या व्यक्तिमत्त्वामुळे उदाहरणार्थ, (प्रभुत्व गाजवणारे) किंवा (हळव्या मनाचे) शाळेतील मुलांचे ध्येय साध्य करण्यात अडथळे निर्माण होऊन मुले मानसिकदृष्ट्या आजारी होऊ शकतात किंवा विध्वंसक प्रवृत्तीची होऊ शकतात. जे आपण लवकर आणि योग्य त्या वयात ओळखून चर्चेद्वारे व उपचाराद्वारे टाळू शकतो.

२. पौगंडावस्थेतील मुलांचे व्यक्तिमत्त्व चांगले व परिपूर्ण बनण्यासाठी आपण शाळेतील व कुटुंबातील चांगल्या प्रथा प्रोत्साहन देऊन त्यांचे व्यक्तिमत्त्व परिपूर्ण करून त्यांना आयुष्यात यशस्वी बनवू शकतो.

३. या वयातील मुलांच्या व्यक्तिमत्त्व गुणांचा अभ्यास करून त्यांना शैक्षणिक, वैद्यकीय तसेच करियरसाठी मार्गदर्शन देऊन यशस्वी बनवणे सहज शक्य आहे.

४. भारतातील ५ ते १९ वर्षे वयांतील मृत्यूच्या कारणांपैकी बहुसंख्य टाळण्यासारखी असतात. उदाहरणार्थ, एड्स, सिगरेटमुळे ओढवणारे फुप्फुसाचे आजार, इतर लैंगिक आजार, आत्महत्या इ. इ. या वयोगटातील वर्तन योग्य ठेवले तर आजार व मृत्यू तर टळतीलच; पण आपल्याला पुढची पिढी सुजाण व बुद्धिमान मिळेल. यासाठी या वयातील मुलांना पालकांनी कसे हाताळावे, याचे प्रशिक्षण घ्यावे व शाळेत/कॉलेजमध्ये शिक्षकांनासुद्धा ते सक्तीचे करावे. मुंबईमध्ये १९९७ साली केलेल्या एका पाहणीनुसार १८ वर्षांच्या आतील ८ टक्के मुलांनी व १ टक्का मुलींनी लैंगिक समागमाचा अनुभव घेतलेला असतो. १६, १७ वर्षांच्या मुलांना एड्सपासून वाचवण्यासाठी कंडोमचा योग्य वापर शिकवला पाहिजे.

केबल टीव्हीच्या आक्रमणामुळे सांस्कृतिक मर्यादा बदलत चालल्या आहेत. पर्यटन, शहरीकरण, सहज उपलब्ध असणारी व्यसने, यामुळे आपल्या पूर्वापार प्रथा बदलल्या आहेत. वयात येण्याचे प्रमाण खाली येतंय; पण लग्न करण्याचे वय वाढत चालले आहे. त्यामुळे या मुलांना/मुलींना सुरक्षित लैंगिक सवयी शिकवणे गरजेचे आहे. भारतात २० वर्षांच्या आत निम्मी लोकसंख्या आहे. WHOच्या पाहणीप्रमाणे मुलीचे लग्न १० ते १५ वयात केल्यास पाच पट शक्यता आई दगावण्याची असते. मुलींच्या लग्नाचे आदर्श वय २० ते २४ असावे. त्याआधी त्यांची योग्य शारीरिक वाढ, लैंगिक माहितीचे शिक्षण, कुटुंबनियोजनाचे शिक्षण झालेले असावे.

पौगंडावस्थेतल्या मुलांना मानसिकरीत्या खंबीर होण्याचे, शारीरिकदृष्ट्या सुदृढ होण्याचे व लैंगिकदृष्ट्या योग्य ती माहिती दिल्यास हा काळ खरेच आयुष्यातील सुवर्णकाळ ठरू शकतो.

या वयातील मुलांचे वर्तन हे आई, वडील, शाळा, शिक्षक या आदर्शांबरोबरच मित्र, समाजातील लोकमान्य पद्धती, कायदे, बंधने यांच्यावर तसेच एकांतपणा, टीव्ही चॅनेल्स यांच्यावरसुद्धा अवलंबून असते. आपण हे थोडे विस्ताराने बघू या. या वयातील मुलांना जर आपले आई वडील दारू/सिगारेट पीत असतील, तर त्याबद्दल फारशी वाईट भावना नसते व तेसुद्धा त्या गोष्टी सहजतेने शिकतात, पण एखाद्या व्यसनामुळे घरात भांडणे होत असतील किंवा असुरक्षितता असेल, तर त्या व्यसनाचा तिटकारा येतो. लैंगिक ज्ञान मिळणे हे या वयात अत्यंत आवश्यक आहे. नाहीतर अर्धवट ज्ञानाचे लैंगिक विकृतीमध्ये रूपांतर होते. बऱ्याच मध्यमवर्गीय घरांमध्ये लैंगिक ज्ञानाबद्दल नको तेवढी गुप्तता पाळली जाते व हस्तमैथुनसारख्या नैसर्गिक गोष्टींबद्दल मुलांना गुन्हेगारासारखी वागणूक दिली जाते. या मुलांना नैसर्गिक बदल व योग्य-अयोग्यमधला फरक नीट समजावून दिला, तर प्रश्न निर्माण होत नाहीत किंवा लवकर सोडवता येतात. माझ्याकडे एक सुशिक्षित मध्यमवर्गीय दाम्पत्य येते. त्यांच्या मुलाने त्यांना चुंबन घेताना बघितले, तर नंतर त्या मुलाने त्यांना धमकावयाला सुरुवात केली की अमुक करा नाहीतर तुम्ही पिक्चरसारखे प्रेम करत होता हे मी सर्वांना ओरडून सांगेन. त्या आई-वडिलांनी घाबरून त्याचं ऐकायला सुरुवात केली व आज त्याचा परिणाम म्हणजे ५वीपर्यंत ९० टक्के मार्क मिळवणारा मुलगा ६० टक्क्यांपर्यंत घसरला. त्याच्याशी बोलायला मित्र नाहीत, कारण घाण घाण शिव्या देतो, आई-वडिलांना पट्ट्याने मारतो (अक्षरश: दोघांनी मला वळ दाखविले आहेत). अशा केसेस निर्माण होऊ नये म्हणून आई-वडिलांनी मुलगा मोठा झाला आहे हे ओळखून वागवावे व आपलाच अट्टाहास खरा न मानता मोकळेपणाने त्याची मते ऐकावीत व वातावरण सुदृढ

राखावे. या वयातील मुलांना आपण लांबून आधार द्यायचा असतो व त्यांच्या वैयक्तिक गोष्टींमध्ये ढवळाढवळ करायची नसते हे लक्षात ठेवले पाहिजे. त्यांना चांगले बनवायचे असेल, तर आपणही तसे वागले पाहिजे. एखादी गोष्ट कर म्हणून सांगताना त्याची कारणे समजावून सांगितली पाहिजेत. उदाहणार्थ, मुलींनी उशिरा घरी येऊ नये, असा नुसता नियम न करता त्यामागची कारणे पण सांगितली गेली पाहिजेत. घरातील वातावरण मोकळे व आनंदी असेल व मुलाला मित्र बनवत असेल, तर मुलेही आपल्या शंका मनमोकळेपणाने विचारतात व आई-वडीलही योग्य मार्ग दाखवू शकतात.

या वयातील मुलांचा आत्मविश्वास वाढवायचा असेल, तर खालील गोष्टींचे भान असावे व त्या पद्धतीने त्यांना वाढवायचा प्रयत्न करावा व हे गुण अंगी बाणवावेत.

१) स्वत:बद्दल आणि इतरांबद्दल वास्तवतेचे भान असणे.

२) आपल्या गुण-दोषविवेचनाने खूप दु:खी न होणे.

३) आपल्याबद्दलच्या मताने अस्वस्थ न होणे.

४) भाग घेण्यास उत्सुक असणे.

५) स्वत:बद्दल खात्री बाळगणे.

६) अपयशाने न खचणे

७) **आशावादी असणे**

८) **सतत यशस्वी होणे** या दोन गोष्टींमुळे आत्मविश्वास नक्कीच वाढतो. मुलांचा आत्मविश्वास वाढविण्यासाठी 'प्रत्येक विद्यार्थी वर्गातील अतिशय महत्त्वाचा सदस्य आहे, असे शिक्षकाने जाणवून दिल्याने त्यांचा आत्मविश्वास वाढतो.' पालकांनी आपल्या मुलांची कुवत ओळखून ती विकसित करण्यासाठी त्यांच्यावर विश्वास टाकणे आवश्यक आहे. यासाठी आत्मविश्वासाबरोबरच त्यांचे होकारात्मक विचार विकसित केले पाहिजे. त्यासाठी त्यांना विशिष्ट प्रकारे प्रशिक्षण द्यावे. उदाहरणार्थ,

१) कोणत्याही परिस्थितीशी तुलना न करता अशा विश्वासाने वागा की, **प्रत्येक परिस्थिती ही नवीन आहे.** मागील अनुभवावरून धडा जरूर घ्यावा; पण तुलना करू नये.

२) प्रत्येक अडचण आणि परिस्थितीकडे एक थरारक खेळ असल्याच्या दृष्टीने पाहा की, जो काळजीपूर्वक आणि एकत्रितपणे खेळायचा आहे. **अपयश म्हणजे तुम्ही कुचकामी ठरत नाही हे ठसवावे.** कारण या वयातल्या मुलांमध्ये आत्महत्येचे प्रमाण सर्वांत जास्त असते व प्रमुख कारणांमध्ये परीक्षेतील अपयश, प्रेमभंग ही असतात. या अपयशाचा पुढच्या आयुष्यावर काहीही परिणाम होत नसतो. जर नीट प्रयत्न केला, तर अपयश हे कायमच अपयश राहत नसते. प्रत्येक

अडचणीत **परिस्थितीला उत्तम पर्याय शोधायची सवय मुलांना लावावी.** म्हणजे पहिला नंबर आला नाही, तर निदान ९० टक्क्यांपेक्षा जास्त मार्क तर आहेत किंवा इतर चांगले गुण तर आहेत. उत्तम पर्याय शोधण्याची सवय व यश मिळवण्याची जिद्द याची मानसिक तयारी जर मुलांची झालेली असेल, तर अपयशाचा मनोवृत्तीवर परिणाम होत नाही.

३) तुम्ही जेव्हा खूप निराश किंवा खूप रागावलेले असता, तेव्हा कोणताही निर्णय घेऊ नका. तुमच्या भावना आवरायला थोडा वेळ जाऊ द्या कारण त्या कधीच सतत तुमच्याजवळ राहत नाहीत. 'त्या' भावना तुमच्या नव्हत्याच, अशी जाणीव होऊ द्या.

४) हे लक्षात ठेवा की जगात असा कोणीही नाही की, ज्याला प्रश्नच नाहीत. आपण असा विचार करत असतो की, आपल्यालाच खूप अडचणी किंवा संकटे आहेत; पण यापेक्षा मोठी संकटे जगात खूप जणांना असतात.

५) असा गाढ विश्वास ठेवा की, ज्याप्रमाणे **प्रत्येक कुलपाला किल्ली असते.** त्याप्रमाणे प्रत्येक अडचणीतून मार्ग निघतो वा प्रत्येक प्रश्नाला उत्तर असतेच.

६) तुमच्या तत्त्वांशी तुम्ही प्रामाणिक राहा.

७) आपण बऱ्याचदा म्हणतो की, स्वभावाला औषध नसते; पण खरेतर स्वभाव हा फक्त सवयीचा परिणाम असतो. तेव्हा तुम्ही तुमचा स्वभाव नक्कीच बदलू शकता.

आशावादी विचारसरणी विकसित करताना मुलांना सारासार विचार करायला ठरावीक पद्धतीने शिकवा तसेच योग्य वेळेस, योग्य दिशेने व प्रोत्साहन देऊन धन विचार करण्याची सवय लावा. प्रसंगांना तोंड देण्यातच शौर्य असते. एका ठिकाणी अपयश आले, तर दुसरी संधी शोधायची तयारी करा व दु:खाला तोंड देत स्वत:मध्ये अशी शक्ती निर्माण करायला शिकवा. कोणत्याही प्रसंगात त्याने नाउमेद होता कामा नये. आशावादी विचारसरणी विकसित करताना त्यांना रिकाम्या वेळात खेळ, वाचन, दुसऱ्यांना मदत करणे, संगीताचा आस्वाद घेणे, छंद जोपासणे, कुटुंबीयांबरोबर वेळ घालवणे, यासारख्या कृतींची मदत होऊ शकते.

पालकांची भूमिका नवनवीन खेळ शिकविणे वा विकसित करणे या बरोबर कुटुंबाकरता खास वेळ देणे अशी असावी, तर शाळेची भूमिका या मुलांना खेळात, कार्यक्रमात भाग घेण्यास प्रोत्साहित करण्याची (उदाहरणार्थ, व्यायाम, NCC, स्काउट इ.) असावी.

या मुलांना हाताळताना तणाव निर्माण कसे होतात. त्याची कारणे साधारणत:

१. स्वत:ची ओळख/शोध घेण्याचा प्रयत्न

२. पालक/शिक्षक यांच्याकडून उपेक्षा
३. दूरच्या उद्दिष्टांचा विचार न केल्याचा परिणाम
४. तात्पुरते उद्दिष्ट साध्य केल्याचे समाधान
५. त्यांचे ऐकायला चांगला श्रोता किंवा योग्य कौतुक करण्यास कोणी नसणे.
६. मित्रांची संगत
७. दूरदर्शनचे चॅनल्स, खरेतर सध्या याचा धोका खूपच वाढला आहे.

पालकांमधला सुसंवाद तसेच पालक-मुलांमधला सुसंवाद या दूरदर्शनने नष्ट केला आहे व याला पर्याय म्हणजे दूरदर्शनकडून योग्य शास्त्रीय माहिती, बातम्या यातून मुलांचे ज्ञान वाढवणे, त्याची चर्चा करणे व फालतू कार्यक्रम घरात कोणीच न बघणे व त्या काळात मुलांना विधायक कार्यात गुंतवणे, तरच हा धोका परतवणे सहज शक्य होईल.

कोणत्याही वर्तनसमस्या जर मुलांमध्ये असतील किंवा होण्याच्या मार्गावर असतील, तर योग्य वेळेस मानसोपचाराची मदत बालरोगतज्ज्ञ, मानसोपचारतज्ज्ञ यांच्याकडून घ्यावी व उपचार करावेत. यामुळे निराशा, आत्महत्या हे प्रकार नक्कीच खूप कमी होतील.

किशोरावस्थेतील मुलांना शरीरातील बदलांची जाणीव करून द्यावी. तक्ता बघा... व त्यांच्यातील मानसिक बदलांची व निर्माण होऊ शकणाऱ्या वर्तनसमस्यांची पालकांनी जाण ठेवावी. तर पौगंडावस्था ही समस्या न बनता सुखावह अनुभव बनून तुमच्या मुलांच्या आयुष्यातील एक सोनेरी आठवणींचे पान असेल.

प्रेम व कौटुंबिक संबंध

मुलांच्या मनात कुटुंबाबद्दल प्रेम निर्माण करणे हे पालकांच्या हाती असते. शारीरिक प्रेम ही नैसर्गिक मानवी भावना असून, सृष्टी/उत्पत्ती निर्माण करणारं हे प्रेम आहे.

प्रेमाचा खरा अर्थ मुलांना समजावून देताना –
(प्रेम करणे म्हणजे त्या व्यक्तीची काळजी घेणे व त्या व्यक्तीकडून काळजी करवून घेणे.)
एखाद्या व्यक्तीच्या निकट/जिवलग असणे.
एखाद्या व्यक्तीच्या संपर्कात राहून तिच्याबरोबर आपले विचार, गुपित, मजा, दुःख, पुढचे विचार यांची चर्चा करणे.
फक्त बरोबर असल्याने मिळणारा आनंद घेणे.
या मुद्द्यांचा पण विचार करायला लावावा. आपण मुलांना याची शिकवण द्यायला हवी की, कोणत्याही नात्यात दुखावल्याची/फसवणुकीची भावना राहता

कामा नये. जर तुम्ही खरेच एखाद्यावर प्रेम करत असाल, तर तुम्ही त्याला कधीच दुखावणार नाही किंवा त्याला गमावणार नाही. काही क्षणांचा उतावीळपणा करून कायमच्या आनंदावर पाणी फिरवणार नाही, याची काळजी घ्या.

शारीरिक संबंधांमध्ये दोन्ही व्यक्तींच्या मानसिक भावनांना व गरजेला सारखेच महत्त्व असते असा दृष्टिकोन तयार करा.

स्वत:च्या शारीरिक गरजा व पात्रता यांचा अंतर्मुख होऊन विचार करा. भावना, गरजा व पात्रता यांचा मेळ घालावा.

स्वत:च्या संस्कार व निर्णयाचा अभिमान बाळगा. स्वत:वर विश्वास ठेवा.

समाजमान्य नसलेली वागणूक, कुटुंबनियोजन, अनौरस मुले, गुप्तरोग, एड्स यासंदर्भात खुलेपणाने चर्चा करा.

मुलांना काही बाबतीत स्पष्टपणे व खडसावून 'नाही' म्हणायला शिकवा. उदाहरणार्थ, धूम्रपान, मद्यपान, चोरी, अभ्यासाकडे दुर्लक्ष, नशा, लैंगिक संभोगाच्या व्यसनात पडणे, अशा गोष्टींना नाही म्हणणे हे हल्लीच्या काळात खूपच महत्त्वाचे आहे. नाही म्हणणे हे अत्यंत महत्त्वाचे आहे. ते म्हणताना स्वत:च्या गरजा व मूल्यांची जाणीव असू द्या. निर्णयाची सूत्रे स्वत:जवळ ठेवा. इतरांच्या आणि स्वत:च्या भावनांवर विश्वास ठेवा. कृतीद्वारे नाराजी स्पष्ट दाखवा. इतरांची परिस्थिती नियंत्रणात घेण्याचा विचार वेळीच ओळखा. नाही म्हणताना समोरच्या माणसाला दुखावू नका. उलट त्याला असे वाटू द्या की, नाही म्हणताना तुम्हाला वाईट वाटते आहे; पण निग्रही राहा. जेव्हा गरज असेल तेव्हा नाही म्हणणे यातील अभिमान व आनंद मिळवा.

नाही म्हणणे मार्ग - सौजन्यपूर्वक नकार, कारणे द्या व आपले वाक्य परत म्हणा, निघून जा. व्यक्तीकडे दुर्लक्ष करा, ती परिस्थिती टाळा, इतरांची मदत घ्या, स्वत:च्या भावना बोलून दाखवा, कारण सभोवताली इतके मोह वाढत चालले आहेत की, कशात मूल फसेल हे सांगता येत नाही व बऱ्याचदा तो/ती फसला/फसली आहे, हे समजेपर्यंतसुद्धा खूप उशीर झालेला असतो. 'हिरो' किंवा आदर्शाचे अनुकरण करण्याचे हे वय असते; पण त्यामागची त्यांची तपश्चर्या मुलांना माहिती नसते. त्याची जाणीव त्यांना करून द्या. त्यांची स्वत:ची मते निर्माण करायला शिकवा व स्वत:च्या मतांचे महत्त्व किंवा किंमत ओळखायला शिकवा व सर्वांत महत्त्वाचे **स्वत:वर विश्वास ठेवायला** व स्वत:च्या निर्णयास चिकटून राहायला शिकवा. मुलांच्या वर्तमानात भविष्याची बीजे दडलेली असतात व जीवनातल्या प्रत्येक प्रसंगात **'जिंकू किंवा मरू' यापेक्षा 'बचेंगे तो और भी लढेंगे'** हा दृष्टिकोन नक्कीच उपयोगी पडतो. कारण आयुष्यात पावलोपावली संधी उभ्या असतात. फक्त योग्य ती निवड व योग्य दिशेने केलेले कष्ट नक्कीच फळ

देतील याची जाणीव निर्माण करा. **चिकाटी, एकाग्रता व वेळ पाळण्याची सवय त्यांना** यशाच्या पायऱ्या चढण्यास मदत करेल.

या वयातील मुलांचे प्रश्न हाताळताना शिक्षक व पालकांनी स्वत:चे बालपण, किशोरावस्था आठवावी व आपली चप्पल मुलाच्या पायात येऊ लागल्याची जाणीव असावी. खुलेपणाने बरोबर की चूक, याचा विचार करताना ठोकळेबाज कल्पना किंवा जुन्या विचारांना सोडून द्यायची तयारी असावी. शिक्षक बनण्यापेक्षा मित्र बनून त्याला समजून घ्या. त्याला जीवनातील तणावांना तोंड देताना समाजमान्य कौशल्यांचा वापर करायला लावा व पैशापेक्षा चांगलं वागणे, आज्ञाधारकपणा, प्रामाणिकता व सचोटी यांना महत्त्व जास्त आहे हे ठसवा. खालील प्रकारच्या मुलांच्या बाबतीत वर्तनसमस्या निर्माण होण्याची शक्यता असल्याने अशी लक्षणे आढळल्यास बालविकास केंद्राची मदत घ्यावी.

दहा मूलभूत जीवनकौशल्ये आत्मसात करणे अत्यंत आवश्यक आहेत.

१. स्वत्वाची जाणीव - स्वत:ला ओळखणे, स्वत:च्या आवडीनिवडी, इच्छाआकांक्षा, शक्तिस्थाने व कमकुवतपणा याची ओळख करून घ्या. **२. सहानुभूती** - आपल्यापेक्षा वेगळ्यांना समजणे व मान्य करणे, गरजूंना वेळेवर मदत करणे, दुर्बल, अपंग यांच्या अडचणी समजणे. **३. परिणामकारक संपर्क** - स्वत:ला योग्य पद्धतीने मांडता आले पाहिजे. संवाद साधता आला पाहिजे. वातावरण व संस्कृतीनुसार तोंडी मते व्यक्त करता आली पाहिजेत. गरजा व भीती व्यक्त करता आली पाहिजेत. योग्य आणि वेळेत सल्ला मागितला पाहिजे. **४. आंतरवैयक्तिक संबंध कौशल्य** - लोकांशी मिसळणे. त्यांच्यातलाच वाटणे. **५. कल्पक विचार** - निर्णयक्षमता, प्रश्न सोडवणे, उपलब्ध पर्याय निवडणे. कृतींच्या परिणामांचा विचार करणे. रोजच्या जीवनातील परिस्थितीला सामोरे जाण्यास विचारांची लवचीकता आणणे. **६. कसोटीचे विचार** - माहितीचे सर्वेक्षण करणे, अनुभव घेणे. जीवनमूल्यांना चिकटून राहणे. मित्रांच्या दबावांना बळी न पडणे. **७. निर्णयक्षमता** - निर्णयांचा कृतीवर होणारा परिणाम लक्षात घेणे. **८. प्रश्नांची सोडवणूक करणे** - न सुटलेले प्रश्न मानसिक व शारीरिक ताण निर्माण करतात, तेव्हा प्रश्न योग्य वेळेत सोडवता आले पाहिजेत. **९. भावनांवर नियंत्रण** - आपल्या व दुसऱ्याच्या भावना समजून गेणे. भावनांचा वर्तनावर होणारा परिणाम माहिती असणे. राग, दु:ख, ताण यांना योग्य प्रकारे तोंड देणे. **१०. तणावावर नियंत्रण** - तणावांची कारणे शोधावीत. त्याचा आपल्यावर होणारा परिणाम समजून घ्यावा. रिलॅक्स व्हायला शिकावं. न टाळता येणाऱ्या तणावांमुळे शारीरिक व मानसिक परिणाम होऊ न देणे महत्त्वाचे असते.

अशी मूलभूत कौशल्ये आत्मसात केल्यास ॲसिड फेकणे, आत्महत्या,

दंगली यांचे मूळच नष्ट होईल. खरा विकसित समाज आपल्याला बघायला मिळेल. **व्यक्तीचे मूलभूत अधिकार** आपल्याला माहिती पाहिजेत. प्रत्येकाला मानाने वागवले पाहिजे. चुकांची जबाबदारी स्वीकारली पाहिजे. विनंती नाकारताना मनात स्वार्थी किंवा कमीपणाची भावना नसावी. समोरचा नाही म्हणू शकतो हे लक्षात घेऊन तुम्हाला हवे ते मागा. दुसऱ्याचे ऐकून घ्या. त्याच्या म्हणण्याला महत्त्व द्या. तुम्हाला माहिती विचारण्याचा, तसेच मला समजले नाही म्हणण्याचा अधिकार आहे हे लक्षात ठेवा.

धोकादायक वागणूक वा लक्षणे :

अ) शालेय आणि सामाजिक अकार्यक्षमता
१. नापास होणे
२. वाईट वर्गवारी मिळणे
३. मित्र नसणे
४. शिकण्यात मागे राहणे

ब) शारीरिक आरोग्य
१. पटकन आजारी पडणे
२. नेहमी उद्भवणारा किंवा कायमचा आजार होणे
३. शारीरिक व्याधी

क) कौटुंबिक कलह
१. पालक आणि मूल यांच्यात विसंवाद
२. आई-वडिलांचे वेगवेगळे राहणे किंवा घटस्फोट
३. दारू पिणारी कर्ती व्यक्ती
४. आई-वडिलांचे मुलाकडे दुर्लक्ष
५. शारीरिक किंवा लैंगिक अत्याचार (दुरुपयोग)
६. आई-वडिलांचे आपापसांत वादविवाद

ड) भावनिक
१. मनाची खिन्नता
२. न्यूनगंड
३. आत्महत्या करण्याचा प्रयत्न करणे
४. आत्मविश्वासाचा अभाव
५. तणाव व चिंता

इ) मादक द्रव्य आणि दारूच्या (मद्याच्या) आहारी जाणे.

ई) लैंगिक समस्या

१. मुलींमध्ये गर्भ राहणे

२. वेश्या व्यवसाय

३. लैंगिक आजार

३) बालन्यायालय

१. कर्तव्याची उपेक्षा

२. जबाबदारीपासून दूर जाण्याची वृत्ती

३. रिमांडहोम वगैरेंसारख्या संस्थेत दाखल करणे

अशी लक्षणे असलेल्या मुलांना बालविकास केंद्रात खालील पद्धतीने उपचार देतात.

१. पालकांना व मुलांना वेगवेगळे बोलावून प्रश्न विचारतात.

२. आशादायक वातावरणनिर्मिती करतात.

३. खुल्या वातावरणात नि:शंक मनाने उत्तर देण्यास उद्युक्त करतात.

४. उद्दिष्ट किंवा हेतूविषयी प्रामाणिक राहतात. साध्य व सारांश याची आखणी करतात. अशा पद्धतीने उपचार केल्यास त्यांचे वर्तन बदलता येते व टिकवता येते. यासाठी पालकांनी औषधे न मागता नियमित इतर उपचार घ्यावेत आणि सांगितलेल्या उपचाराप्रमाणे सहकार्य करणे महत्त्वाचे असते. फरक हळूहळू पडतो, पण नक्कीच ६ महिने ते १ वर्ष नियमित आल्याने फायदा होतोच.

मुलांच्या **कमकुवतपणाचा स्वीकार करा व त्यांच्यामधील शक्तींचा योग्य विकास करा.** सर्व मुलांना खेळची, साहसाची संधी द्या. त्याला जेवढ्या गोष्टी स्वत: करता येतील, तेवढ्या करायला लावा. अगदी गरज असेल तरच त्याला मदत करा. पण लक्षात ठेवा, तुम्ही जे जे करू शकता ते ते सर्वच तो करू शकेल असे नाही. त्याचे धोक्यापासून रक्षण करा; पण त्याला अतिसंरक्षण देऊ नका, ते त्याच्यासाठी चांगलं नसते; मुलांना शारीरिक वाढ चांगली होण्यासाठी जशी अन्नाची आवश्यकता असते. तसेच **मनाची वाढ निकोप होण्यासाठी साहसाची आवश्यकता असते. आपले उद्दिष्ट नेहमीच या मुलांसाठी निरनिराळी दारे उघडून देण्याचे असावे, बंद करण्याचे नव्हे.**

शरीराप्रमाणेच मन सशक्त करण्यास सरावाची गरज असते.

❖

संदर्भ सूची

१) अडगुळं मडगुळं - डॉ. चोरघडे श्रीकांत

२) Developmental & Behavioral Pediatrics by Dr. Levine & Dr. Carey 2 & 3rd Edition

३) Child Development- Hurlock

४) IAP Preschool Education Committers Report

५) बालमानस शास्त्र – बालमार्गदर्शक डॉ. प्रेमला काळे

६) कै. डॉ. राम जोशी समितीचा शालेयपूर्व शिक्षणाबद्दलचा अहवाल

७) IAP Journal of practical pediatrics, Indian pediatrics 2015 January.

८) Child development 2000 Adolescent care 2000 and Beyond by Dr. MKC Nair Trivendrumv.

उपयुक्त संस्थांची नावे व पत्ते

१) Dr. Tehl Kohli, Secretariat Indian National, Portage Association, Karna Sadan, Room No. 14, 15, Sector 11 C, Chandigarh- 160011

२) The Learning Tree, C/o Centre for Learning Resources, 8, Deccan College Red., Behind B.K. Apt., Yerawada, Pune 41106.

३) NIMH राष्ट्रीय मानसिक विकलांग संस्था, मनोविकास नगर, सिकंदराबाद ५०००००९.

४) के. ई. एम. हॉस्पिटल. टी.डी.एच. सेंटर, रास्ता पेठ, पुणे.

५) एल. टी. जी. एम. हॉस्पिटल, मुंबई.

६) 'उपनयन' मद्रास हा प्रशिक्षण कार्यक्रम मतिमंदासाठी सीडीवर उपलब्ध आहे व मराठीतून आहे.

७) DRMKC NAIR SAT Hospital CDC Centre, Thiruananthpuram Kerala 69.

❖

www.ingramcontent.com/pod-product-compliance
Lightning Source LLC
LaVergne TN
LVHW040138080526
838202LV00042B/2946